# खोचक

रवींद्र बागडे

मेहता पब्लिशिंग हाऊस

✆ +91 020-24476924 / 24460313 / Mob. No. 9545000513
Email : production@mehtapublishinghouse.com
Website : www.mehtapublishinghouse.com

- *या पुस्तकातील लेखकाची मते, घटना, वर्णने ही त्या लेखकाची असून त्याच्याशी प्रकाशक सहमत असतीलच असे नाही.*

**BOCHAKA** by RAVINDRA BAGADE

**बोचकं : रवींद्र बागडे / कादंबरी**



Email : author@mehtapublishinghouse.com

प्रकाशक : सुनील अनिल मेहता, मेहता पब्लिशिंग हाऊस, १९४१, सदाशिव पेठ, माडीवाले कॉलनी, पुणे - ४११०३०.

मुद्रक : ट्रिनिटी ॲकॅडमी फॉर कॉर्पोरेट ट्रेनिंग लिमिटेड

मुखपृष्ठ : चंद्रमोहन कुलकर्णी

प्रकाशनकाल : जानेवारी, २००७ / पुनर्मुद्रण : जुलै, २०१३

किंमत : ₹ १६०

P Book ISBN 9788177667790
E Book ISBN 9789353170493
E Books available on : amazonkindle Apple Books Google Play Books

---

# प्रस्तावना

'गटुळं' ह्या आत्मकथात्मक कादंबरीत १९५५ ते १९६८ या सालातील घटना प्रस्तुत केल्या होत्या. ह्या कादंबरीस वाचकांनी चांगलाच प्रतिसाद दिला.

सावित्राबाईच्या कुटुंबीयांचे १९६८ सालानंतर पुढे काय झाले, असा प्रश्न सर्व वाचकांनी उत्सुकतेपोटी विचारला. त्यांना उत्तर देणे क्रमप्राप्त ठरते. 'बोचकं' ह्या आत्मकथात्मक कादंबरीत १९६८ ते २००२ सालापर्यंतचा भाग मांडलेला आहे.

वाचकांनी दिलेल्या प्रोत्साहनामुळे स्फूर्ती मिळालेली असून वास्तविक जीवनाचा आढावा, विविध प्रसंग व घटनेद्वारा यात मांडलेला आहे. आत्मकथेचं कादंबरीत रूपांतर करण्यामुळे काही नावे बदललेली आहेत. काही तशीच मूळ नावे ठेवलेली आहेत. सर्व घटना सत्य स्वरूपातील असून त्यामध्ये कुणाचाही अवमान करण्याचा हेतू मुळीच नाही. दीन-दलित समाजातील कौटुंबिक अवस्था व त्यातून निर्माण होणाऱ्या घरगुती समस्या आणि या समस्येचं निराकरण करणारा सावित्राबाईचा थोरला मुलगा नारायण व त्याला असणारी समाजकार्याची आवड यात हे कथानक गुंफलेलं आहे.

फूटपायरीवर राहणारी सावित्राबाई व तिची सात मुलं. त्या सात मुलांना वाढवण्याची, शिकवण्याची जबाबदारी ह्या अशिक्षित बाईने कशी सांभाळली, हा देखील चिंतनाचा विषय होऊ शकतो. 'गटुळं' मध्ये त्याचा भाग अंतर्भूत केलेला आहे. दारूडया नवऱ्याच्या जाचालाही ती कंटाळलेली. सतत मारझोड, भांडणं हा घरातील नेहमीचाच भाग. फूटपायरीवरून झोपडपट्टीत राहायला गेल्यानंतर तथा मुलांना वाढवल्यानंतर त्यांची लग्न करणं, त्या लग्नाचा खर्च एकटीनं हिमतीनं करणं हा स्वाभिमान देखील येथे प्रगट झालेला आहे.

या मुलांतला थोरला म्हणजे नारायण आणि नारायण म्हणजेच प्रस्तुत लेखक रवींद्र बागडे. नारायण हे नाव प्रतीकात्मक स्वरूपाचं असून नारायणने भावंडांसाठी केलेलं सहकार्य व परोपकारी सद्भावनेतून लोकांच्यासाठी केलेल्या समाजकार्याची या कादंबरीत सांगड घातलेली आहे म्हणून ही स्वतंत्र कादंबरी प्रतीकात्मक स्वरूपाची आहे.

जरी ही कौटुंबिक सत्यकथा असली तरी जगामध्ये अशी कितीतरी कुटुंब लोकांच्यासाठी झटत असतात. अगदी तळागाळाच्या समाजातून अतिसामान्य व्यक्तीनं जन्म घेणं, व अतिसामान्यातून सामान्य होणं. तरी या सर्वसामान्य बाबीला तीस वर्षाचा काळ लोटत असतो काही अपवाद वगळता आणि अशा अवस्थेत देखील जगात मोठ्या मनाची माणसं निर्माण झालेली आहेत

याचाच अर्थ जगाच्या प्रत्येक कुटुंबात एक एक कथा आहे, त्यांची एक एक व्यथा आहे. ह्याही अवस्थेतून जी माणसे जीवन जगण्यासाठी पुढे वाटचाल करतात व तळागाळातील लोकांना वर उचलण्यासाठी हात देतात, अशा मोठ्या मनांच्या माणसांवर, त्यांच्याच जिंदादिलीवर हे सहाशे कोटींचे जग चाललेले आहे. जातपात, धर्म, पंथभेद, भाषा, प्रांत इत्यादी बाबींपासून अगदी अलग होऊन सलगपणे ह्या कादंबरीत मांडणी केलेली आहे. केवळ मानवतेसाठी! परोपकारासाठी!

मला जे जे कळलं ते ते मी लिहिलं. मला जे जे पटलं ते ते मी केलं. मी हे मुखवट्यातून न बोलता चेहऱ्यातूनच बोलत आहे कारण अंगावरील वस्त्राखाली नग्नता असतेच! 'हा सूर्य आणि तो जयद्रथ' हेही सांगावे लागतेच!

गुणावगुणांचा मुलाहिजा न ठेवता विदारक सत्यघटना 'बोचकं' मध्ये मांडलेल्या आहेत. निव्वळ हे सृजनशील साहित्य आहे असं देखील मी म्हणणार नाही कारण 'माझं जीवन हे उघडं पुस्तक आहे!'

या संदर्भात काही चुकलं वाकलं असेल तथा कुणाला पटलं नसेल तर मला त्याबद्दल क्षमा करावी अशी विनम्र प्रार्थना करतो व हे वास्तववादी *बोचकं* वाचकांच्या स्वाधीन करत आहे - निर्णय घेण्याकरिता!

**रवींद्र बागडे**

# मनोगत

अतिसामान्य माणसाला सामान्य व्हायला किमान तीस वर्षे लागतात व सामान्य होऊन अतिसामान्य व सामान्य माणसांच्या जीवनाची कदर करून, त्या तळागाळातील लोकांना वर उचलण्यासाठी हात देण्याचा केलेला पराकाष्ठेचा प्रयत्न हा अत्यंत मूलगामी प्रश्न 'बोचकं' आत्मकथात्मक कादंबरीत १९६८ ते २००२ सालात मांडलेला आहे. दु:खाने ओतप्रोत असलेलं जीवन, शिवाय नारायणाचा दारूड्या बाप व स्वत:चा तरुण मुलगा, आईचं देहावसान इत्यादी आप्तेष्टांच्या मृत्यूनं खचून न जाता, संयमशीलता बाळगून यथाशक्ती केलेलं सामाजिक कार्य हा या कथानकाचा गाभा असून स्फूर्ती व प्रेरणा देणारा आहे. दारिद्र्याच्या प्राक्तनातून जीवनाची वाटचाल करत पुढे जाणारी गरीब आई आपल्या सात मुलांना झोपडपट्ट्यांतून, गलिच्छ वस्तीत सांभाळून कुणाचाही आधार-आसरा न घेता त्यांना जीवनाची दिशा दाखवते. अगदी मदर इंडियासारखी, अस्पृश्यतेच्या गर्तेत असणारी ही जीवनकहाणी विविध प्रसंगांच्या माध्यमातून जीवनकथेच्या वाटचालीचे धडे देत पुढे पुढे सरकते जगाला वाटत असणारा थोर व्यक्तींचा आदर्शवाद व राजकीय प्रसिद्धीमाध्यमात वावरणारी मंडळी यांचाच जगात उदोउदो होत असतो. परंतु अतिसामान्य माणसं सामान्य होण्याकरिता जी धडपडतात, त्याचं प्रसंगानुरूप कादंबरीत वास्तविक व विदारक सत्य स्वरूपात मांडलेलं आहे. दारू, जुगार, मटका, ब्ल्यू फिल्म ह्या मुंबई शहरात चालणाऱ्या गोष्टीही पांढरपेशी जीवनाला धक्का देणाऱ्या आहेत. सावित्राबाईचा थोरला मुलगा 'नारायण' हे नाव बदलून प्रस्तुतीकरण केलेलं असून रवींद्र बागडे यांनी त्रयस्थपणे प्रतीकात्मक स्वरूपात मांडलेलं आहे. 'माझं दु:ख हे जगाचं दु:ख आहे व जगाचं दु:ख त्याहूनही मोठं आहे.' हे प्रांजळपणानं मांडलेले विचार वाचकांना अंतर्मुख करतात. कारण अतिसामान्य माणूस सामान्य होऊनच सहाशे कोटीचं जग चालवत आहेत आणि त्यात त्यांचीच संख्या अधिकाधिक आहे. जगाच्या प्रत्येक कुटुंबात एक एक कथा आहे व त्यांची एक एक व्यथा आहे... मग जगाचं रहाटगाडगं चालतं कुणामुळे तर सामान्य माणसामुळेच... वाचकांना नवी दिशा देणारी एक असामान्य कादंबरी - **'बोचकं'**

# ऋणनिर्देश

जसं 'गटुळं'साठी शरद गोगटे सरांनी मार्गदर्शन केलं तसंच 'बोचकं' साठीही त्यांनी परिश्रम घेतलेले आहेत. 'मेहता पब्लिशिंग हाऊस'चे प्रकाशक सुनील मेहता, त्यांचे पिताश्री अनिल मेहता व त्यांचा सर्व कर्मचारी वर्ग यांनी मोलाचं सहकार्य करून ही आत्मकथात्मक कादंबरी प्रकाशित केली आहे. त्या सर्वांचा ऋणनिर्देश करण्याचे अगत्याचे आहे. त्यांच्या ऋणातून मी कसा मुक्त होणार? शरद गोगटे व अविनाश पंडित सरांसहित सर्वांचे मी मन:पूर्वक पुन्हा आभार मानतो.

**रवींद्र बागडे**

*'गटुळं'ला अनेक सन्मानीय पुरस्कार मिळाले; या बहुचर्चित कादंबरीचं परीक्षकांनीही कौतुक केलं. कैक वाचकांची पत्रंही आली. 'गटुळं'नंतर पुढे काय झालं, हा प्रश्न उत्सुकतेपोटी वाचकांनी विचारला. त्याकरता 'बोचकं' सादर करावं लागलं.*

*'बोचकं' ही आत्मकथात्मक कादंबरी समाजातल्या अनेक पदरांचे दर्शन घडवते.*

*नारायणचं लग्न (१९६८) ते आईचा मृत्यू (२००२) या कालावधीतील ही कथा निव्वळ नारायणाची नाही. गिरगावातील फूटपाथवर भाजी विकत अत्यंत प्रतिकूल परिस्थितीत राहणाऱ्या व मुलांना वाढवणाऱ्या नारायणाची आई, सावित्राबाईची, नारायणाची पत्नी ऊर्मिला, नारायणचे अन्य नातेवाईक, नारायणला त्याच्या समाजोपयोगी कार्यात खांद्याला खांदा लावून मदत करणारे कार्यकर्ते; नारायणला अनेक बरेवाईट अनुभव मिळवून देणारे अन्य अशा सर्वांची ही गोष्ट आहे.*

*'माझं दुःख हे जगातील एक दुःख आहे व जगाचं दुःख हे त्याहूनही मोठं आहे', हे प्रांजळपणे मांडलेले विचार वाचकाला अंतर्मुख करतात.*

*नारायणाच्या जन्मापासून ते लग्नापर्यंतच्या जहरी अनुभवांचं आत्मकथनपर 'गटुळं' आम्हीच प्रकाशित केलं आहे.*

**ऊ**र्मिला नारायणची फार काळजी घ्यायची. दोघांचा संसार सुखानं चालला होता. परंतु जीवन अनेक संघर्षांनी भरलेलं होतं. जसं सुख येत असतं तसं दुःखानेही पाठ सोडलेली नसते.

नारायण मूळ गिरगावातला. नारायणला कंटाळवाणं वाटू लागलं किंवा उदास वाटू लागलं की तो गिरगावात बनाम हॉल लेनच्या भाजी मार्केटात वरचेवर जात असे. पर्शियन हॉटेल इम्पिरिअल सिनेमासमोर होतं.

पर्शियन हॉटेलमध्ये त्या दिवशी वर्दळ होती. सगळं हॉटेल बियरच्या बाटल्यांनी भरलेलं दिसत होतं. इराण्याचा चहा पिणारे लोक कमीच दिसत होते.

डॉमनिक वेटर धडाधड बियरच्या बाटल्या फोडत होता. गिऱ्हाईकं बहुतेक तरुण मंडळीच दिसत होती. कुणी नशेत गुंग होते, तर कुणी मटक्याच्या गप्पांत रंगले होते. मटका खेळणारे लोक या हॉटेलात हमखास चहा प्यायच्या निमित्ताने यायचे अन् तासन्‌तास बसायचे. इतक्यात राजू पवार तिथं आला. राजूने अंगात टीशर्ट घातलेला होता व मानेभोवती रंगीबेरंगी चट्ट्यापट्ट्याची मफलर गुंडाळली होती. तो नारायणच्या बाजूच्या खुर्चीत येऊन बसला.

"काय भिडू, कसंय यार?"

नारायणने पेपर वाचता वाचता राजूकडे वळून पाहिलं. राजूच्या हातात मटका 'डेली' होती. डेलीत आकड्यांची करामत असायची.

त्या डेलीवर लिहिलं होतं. 'चॅम्पियन प्रो. राजू.' राजूने डेली नाऱ्यापुढं ठेवला आणि नारायणशी ग़प्पा मारायला लागला.

"अरे यार, आज ओपनला फाईव्ह टू थ्री येणार आणि क्लोजिंगला फोर फोर टु ब्रॅकेट डबल मेंढी!"

या मटक्याची पण अजब तऱ्हा. डबल आकडा लागला तर एक रुपयाचे नव्वद रुपये मिळायचे आणि सिंगल आकड्याला एक रुपयाचे नऊ रुपये.

राजू नारायणला आकडा खेळण्याबद्दल सांगत होता. राजू हा दिवसभर मटक्याचे आकडे काढण्याचाच उद्योग करायचा. रात्र झाली की त्याला उजाडायचे. तो नाईट किंग व्हायचा. 'पाना' लागला की एक रुपयाचे एकशेचाळीस रुपये मिळायचे.

सिंगल, डबल, पाना असा तिहेरी खेळण्याचा प्रकार असायचा. रात्री नऊ वाजता एक आकडा फुटायचा आणि रात्री बाराला एक. असे दोन्ही आकडे बरोबर आले की डबल. एक आकडा लावून तो अचूक आला की सिंगल आणि मटका ओपन करताना जे तीन पत्ते काढले जातात त्या तीन पत्त्यांची बेरीज करून जो आकडा येईल त्यातला सुटा आकडा हा फायनल ठरतो. म्हणजे तीन अठ्ठे पडले तर बेरीज चोवीस येणार. ह्या चोवीसमधला चार हा आकडा सुटा असतो. तोच जाहीर केला जातो आणि ही सगळी आकडे पद्धती इंग्रजी रुळलेल्या पद्धतीनंच सांगितली जात असते. पाना खेळणे म्हणजे मटका ओपन करण्यासाठी जे तीन पत्ते काढले जातात, ते अचूक सांगणे म्हणजे पाना लागणे.

मुंबईत वरळी, रतन, कल्याण ह्या निरनिराळ्या नावाने जिथे मटके खेळले जातात, तिथे दररोज रात्री करोडो रुपयांचा व्यवहार जागोजागी होतो. पाटीवाले, हमालापासून ते धनिकांपर्यंत हा खेळ खेळला जातो. परंतु या खेळात कुणी क्वचितच नशीबवान ठरलेला आहे. सर्रास बरबाद झालेले अनेक आहेत. हा मटक्याचा जुगार बंद व्हावा म्हणून सरकारने लॉटरीचा शोध लावला परंतु मटका काही बंद झाला नाही. कारण मटक्यात चार आण्यांपासून खेळता येते.

राजू हा मटक्याने झपाटलेला तरुण हातात सिगारेटची फाडलेली पाकिटं अन् त्या पाकिटांवर सतराशेसाठ लिहिलेले आकडे. त्याचा तोच हिशोब करायचा, मनातल्या मनात. याचदिवशी महिन्यापूर्वी आकडा कुठला आला होता, याचं कोष्टकही त्याच्याकडे सापडायचे.

राजू आकडे मोजण्यातच गर्क होता. नाऱ्याला तो आकडा लावण्यावर बराच वेळ विनवत होता.

"अरे बाबा, माझ्याजवळ आकडा लावायला पैसे नाहीत." असं नाऱ्याने सांगितल्यावर राजू गप्प बसला.

हा आकड्याचा खेळ एखाद्या माणसाला वेडही लावेल असाच होता. अशी उदाहरणेही नाऱ्याने पाहिली होती. छक्के, रांडा यासुद्धा आकडे खेळायला त्या दोन हत्तीच्या गल्लीत मोहनच्या अड्ड्यावर यायच्या. बनाम हॉल लेन मार्केटला सुद्धा एका पांड्यानं आकड्याचा सट्टाबेटिंग उभा केला होता. बेटिंग घेण्याकरता तरुण कोवळी पोरं ठेवली जात असत. बेटिंग घेताना प्रत्येकाला आकड्याच्या निरनिराळ्या रंगाच्या चिठ्ठ्या मिळायच्या. आकडा रात्री फुटल्यावर दुसऱ्या दिवशी 'वलन'

मिळायचं. वलन म्हणजे आकडा बरोबर आला की त्या आकड्याची रक्कम मिळायची.

राजू हा चांगल्या सधन घरातला, पण आकड्याच्या नादापायी बरबाद झालेला तरुण पोरगा. दिवसरात्र आकड्याशिवाय बातच नाही. कुणीही भेटो, तो आकड्याचेच नाव काढणार. कधी कुठला छंद तरुण पोरांना नडेल हे काही सांगता येत नाही. नाऱ्याच्या जीवनातली ही मित्रमंडळी अशी चंचल स्वभावाची होती. त्याचा नाईलाज होता.

नारायणने हे सारं पाहिलं पण तो तसा कुणाच्याही सांगण्यानं वाईट व्यसनांच्या आहारी गेला नाही. त्यांच्याखातर त्याने अनुभव घेतला परंतु नाऱ्याला हे निश्चित ठाऊक होतं की, हा अनुभव नसून विषाचा प्याला आहे. नारायणला हे जग अनुभवताना चिंतन करायची हळूहळू सवय लागली. खिशात पैसा नसल्यामुळे तो कुठल्याच वाईट वळणाच्या अधीन जाण्याचा प्रश्नच नव्हता. परंतु तो हॉटेलात बसून बारकाईने निरीक्षण करत राहायचा. त्यांची दुःखे जाणून घ्यायचा. त्यांच्या घरची परिस्थिती समजावून घ्यायचा, त्यांना दिलासा द्यायचा, त्यांचे वाईट व्यसन सुटावे म्हणून तो मार्गदर्शनही करायचा. परंतु त्याचं कुणी ऐकायचं नाही.

नारायणचा बाप हाही सट्टा खेळायचा. त्याच्या धोतराच्या कनवटीला मटक्याच्या चिठ्ठ्या सापडायच्या आणि सट्ट्यावरूनही नाऱ्याच्या आईबापाची जोरजोरात भांडण व्हायची. तो ही विसरला नव्हता.

या सगळ्या विचारांच्या तंद्रीत असतानाच पर्शियन हॉटेलमध्ये जेरीचं आगमन झालं. जेरीचं व्यक्तिमत्त्व तसं कुणालाही आकर्षित करणारंच होतं. उंच काठीचा गोरा गोमटा, सिगरेट ओढण्याची विशिष्ट लकब, चमकदार डोळे, अगदी सराईतपणे मराठी बोलणे या सगळ्याच बाबी औरं होत्या. त्याने नारायणकडे पाहिलं, स्मित हास्य करून त्याच्या पाठीवर थाप मारली. राजूकडेही पाहिलं आणि सिगारेटचा एक कश राजूच्या तोंडावर सोडला.

"अरे जेरी आया, अच्छा हुआ." राजू पुटपुटला.

राजूने मटका खेळण्याकरिता जेरीकडे रुपया मागितला. जेरीनं खिसा चाचपला अन् राजूच्या हातात एक रुपयाची नोट ठेवली. नोट पडल्यापडल्याच राजू थांबतोय कशाला? तो थेट मटक्याच्या बेटिंगवर आकडा लावायला त्वरेने निघून गेला. त्याची पाठ वळताच जेरीनं एक रुपया गेल्याचं दुःख करत राजूला दोनचार शिव्या हासडल्या. नाऱ्या जेरीकडं पाहत होता. जेरी हा नारायणचा मित्र.

"च्यायला पैसे नाहीत तर मटका खेळायचा कशाला? माझ्या चहाचेही वांदे याने करून टाकले." जेरी पुटपुटत होता.

"जाऊ दे, तू त्याला पैसे देऊन बसलास तर खरं. घे मी चहा पाजतो."

नारायणनं दिलदारपणा दाखवला अन् डॉमनिकला परत चहाची ऑर्डर दिली. दोघांनीही इकडच्या तिकडच्या गप्पा मारल्या आणि दोघेही तिथून निघून गेले.

परत एकदा दुसऱ्या मित्रांना भेटण्याची नारायणला लहर आली. राजन निंबाळकर, विजय, विनय, बिल्ला,जेरी, पांड्या इत्यादी मंडळी कॅफे बहार हॉटेलात बसून गप्पा मारत होते. सगळी जवान मंडळी. इतक्यात नारायणने हॉटेलात प्रवेश केला. नाऱ्याला सारीच मंडळी ओळखायची. कारण नाऱ्या चहा प्यायला त्या हॉटेलात नेहमी यायचा.

सगळेच एक दुसऱ्याला त्या हॉटेलात भेटण्याकरता हमखास यायचे आणि एक दुसऱ्याला आळीपाळीने चहा पाजायचे. सगळी तरुण मंडळी फॅशनबाज आणि सिनेमाशौकीन, हिरोगिरी करणारे. नारायण त्यांच्यात नामानिराळा पण करून सवरून बाजूला राहिलेला पण तोही त्यांच्यात मिसळून जायचा. त्याचा टाइमपास व्हायचा. नाऱ्याचं उठण्याबसण्याचं ठिकाण म्हणजे ते हॉटेलच. सगळी पोरं सधन घराण्यातली.

"अबे राजन, 'कॅफे चौपाटी' में आज बहोत लफडा हुआ." बिल्ला म्हणाला.

"क्या हुआ?" राजनने विचारले.

"एक लडकेने भुलेश्वर की गँग लाके अपने लडके को बहोत पिटा है, उनको दिखानाही पडेगा."

हॉटेलातल्या गँगला बिल्ला सांगत होता. बिल्ला हा एकोणीस वर्षाचा सरदारजी, डोक्यावर पगडी, हातात पितळी कडे, नुकतीच मिसरूड फुटलेली. कडक बांध्याचा युवक.

"ठीक है, कौन है वो जरा ढुंढके तो बता, बिल्ला अपन चलेंगे, उधर देखेंगे." राजन गँगसमोर बिल्लाला उद्देशून बोलत होता. राजन हा तगडा युवक, मेहनतीनं बॉडी कमावलेला बॉडी बिल्डर. साधारणपणे राजेंद्रकुमारसारखा दिसणारा चेहरा. रंग काळा पण नाकीडोळी नीटस. केस वळणदार.

"नही, राजन अपन वहाँ चलके देखेंगे, कौनसी गँग है वो? चलना तो अभी चल, भँचोद कौन है माई का लाल; गांड में बांबू घुसाड देंगे."

पांड्या हे सगळ्यांना सांगत होता. पांड्या हा ताडदेव भागात दादागिरी करणारा तरुण. दाखलेबाज, बऱ्याचजणांशी झटापट केलेला. मारामारीची खुमखुमी असलेला, राडेबाज जवान.

जेरी आणि विन्या चुपचाप सिगरेटीचे झुरके घेत सगळ्यांचे बोलणे ऐकत होते. नारायणही चूपचाप बसला होता. नारायणला जेरी सिगरेट फुंकायला अधूनमधून देत होता.

नारायणला असली लफडी मनापासून आवडायची नाहीत. त्याला पोटापाण्याची

चिंताच वाटायची. त्यामुळे त्याला लफडेबाजी म्हटली की अंगावर काटा यायचा. घरी गेल्यावर गाद्या गिर्द्यावर लोळणारी, वेळेवर ताट मिळणारी तरुण मंडळी, या सधन घराण्यातल्या पोरांना पैसा कसा उडवावा याची फिकीर नव्हती. जेवण्यापासून ते झोपण्यापर्यंत ज्याला दररोजच्या जीवनाची चिंता वाटायची तो कुठून मारामारीचा विचार करणार !

बोलता बोलता सगळ्यांची कॅफे चौपाटीत जायची तयारी झाली. प्रत्येकजण तयारीला लागला. पांड्याने कमरेचा पट्टा टाईट केला. राजनने आरशात चेहरा पाहिला, केसावरनं कंगवा फिरवला. जेरीनं सिगरेटीचा धूर भकाभक सोडून सिगरेटीचं थोटूक पायाखाली घेतलं, बिल्लाने आपली पगडी ठाकठीक केली, हातातलं कडं वर सरकावलं. नारायण सगळ्यांच्या चेहऱ्याकडे पाहत होता. त्याला भूक लागली होती.

राजन बोलला, ''चल रे येतोस का?'' ''नको बाबा, आता मला भूक लागलीय, तुम्ही जाऊन या.'' नारायण उद्गारला. ''च्यायला काय घाबरतोस? बस ठीक आहे, तू येऊ नकोस.'' ''अरे तू तर संसारी माणूस, चला रे.'' राजनने असे म्हणताच सारी मंडळी बाहेर पडली.

जेरी एका बाजूला झाला आणि त्यानं नारायणला खुणावलं तसा नारायण जेरीकडं वळला.

''हे बघ नारायण, तू जात नाहीस ते बरंय, मी पण जाणार नाही. च्याआयला काय लफडं झालं तर वांदे होतील. माझा बाप घरी वाट पाहत असेल.''

जेरीचे खरे नाव गजन कोठारे. हा सौजन्यशील पाठारे प्रभू तरुण किरकोळ चिटिंगचे धंदे करणारा पण तेवढाच मवाळ होता.

जेरी त्या गँगमधून हळूच सटकला, नारायण उसळपाव खायला गेला. गँग कॅफे बहारमधून कॅफे चौपाटीच्या दिशेनं हॉटेलकडं वळली. उसळपाव हे नारायणचं आवडतं खाद्य.

दुसऱ्या दिवशी कळलं, कॅफे चौपाटीत राडा झाला, सोडा वॉटरच्या बाटल्या फुटल्या, काचा तुटल्या, दोन गटात मारामारी झाली, एकावर चाकूचा वार झाला. आणि ज्याच्यावर वार झाला तो गतप्राण झाला.

लॅमिंग्टन रोड पोलिस स्टेशनात ही बातमी गेली आणि धरपकड सुरू झाली. त्या धरपकडीत गँगमधली पोरं होती. जेरी नारायणला कॅफे बहारमध्ये भेटला आणि ही बातमी त्यानं नाऱ्याला तिखटमीठ लावून सांगितली. काही पोरं गजाआड गेली होती.

गिरगाव कोर्टात नारायण आणि जेरी गेले असता पोलिस व्हॅनमध्ये राजन निंबाळकर दिसला. त्या व्हॅनच्या पिंजऱ्यातून राजन बोलावत होता. जेरी जवळ गेला

आणि विचारपूस केली. नारायणही जवळ गेला.

"अरे जेरी, घरी जाऊन सांग मला बंद केलंय म्हणून." राजन गाडीच्या पिंजऱ्यातून सांगत होता. जेरीनं होकार दिला तशी पोलिस व्हॅन सुरू झाली. "अरे नारायण, वहिनीला सांभाळ... हम चले ससुराल को." असं जाता जाता राजन म्हणाला.

जेरी आणि नारायण रस्त्यानं येताना त्यांचा हा विषय चालला होता.

"तरी मी सांगत होतो राजनला, जाऊ नको म्हणून. शेवटी लफडं झालंच ना. संकटाच्या वेळी कुणी मित्र येत नाहीत. राजन फुकटातच फसला आहे. त्याला अक्कल नाहीतर आपण काय करणार. ते जाऊ दे, वहिनीची तब्येत कशी काय आहे? तुझा संसार ठीक चाललाय ना, अरे, असल्या लफड्यात पडूबिडू नकोस," जेरी नारायणला सांगत होता. दोघंही लॅमिंग्टन रोडच्या दिशेने यायला निघाले. दोघांच्या गप्पा चालूच होत्या.

"बाजूच्याच टोपीवाला लेनमध्ये इंदुमती पैंगणकर राहायची. तुला माहीत आहे का?" भूतकाळातील हकिगत जेरी सांगत होता आणि नारायण ऐकत होता.

"हो, कानन कौशल ना?" नारायण.

"हो, तीच कानन." जेरी पुन्हा म्हणाला.

टोपीवाला लेनच्या बाजूच्याच इमारतीत देवेन वर्मा राहत असल्याची बातमी जेरीने नारायणला येता येता सांगून टाकली.

"अरे जेरी, आमच्या बनाम हॉल लेनमध्ये आशु राहत होती. तिचं नाव ललिता देसाई, शिवाय सीमा फाटकही राहायला होती. तीच आता सीमा देव झालीय. शिवाय मीना टी, जयश्री टी. या तळपदेंच्या मुलीही राहत होत्या असं ऐकलंय, हे तुला माहिती आहे का?" तो जेरीला भूतकाळातील माहिती सांगत होता.

"दुसरी एक गोष्ट सांगतो जेरी, मॅजेस्टिक सिनेमाच्या समोर रवी कपूर याचं सोन्याचांदीचं दुकान होतं."

"हा कोण रवी कपूर?"

"अरे तो जितेंद्र."

"हा, हा, गिरगावातच त्याचं दुकान होतं का?" जेरी उत्सुकतेनं त्याला विचारत होता.

गप्पा मारता मारता दोघंही पंडित पलुस्कर मार्गाकडे चौपाटीच्या दिशेने वळले. जेरीला नारायणने घराकडे सोडला अन् तो बाजाराकडे वळला.

◆

**ए**के दिवशी नारायणचा जुना मित्र कांतीलाल पवार हा टपाल घेऊन गावावरून नारायणकडे आला. कांतीलालची आर्थिक परिस्थिती अजून ठिकाणावर नव्हती. तो आईबापाच्या मृत्यूनं खचला होता. लहान तान्ह्या दोन भावंडांचा बोजा त्याच्यावर येऊन पडला होता. मुंबईसारख्या शहरात नारायणशिवाय त्याला आधार आसरा नव्हता. कांतीलालनं त्याला एक टपाल दाखवलं.

"हे बघ नारायण, टपाल, माझ्या बापाला लाली डान्सरने पाठवलं होतं."

नारायणने ते टपाल मन लावून वाचलं. कांत्याच्या बापाला पाठवलेलं ते टपाल कांत्याला उपयोगी ठरेल असा सल्ला नारायणने दिला. त्या टपालात एका 'बॅले शू' ची मागणी कांत्याच्या बापांजवळ हयात असताना लालीनं केली होती. लाली डान्स करायची व ती रशियात देखील तो करावयास जात असे.

कांत्याचा बाप सवलीकर हा निष्णात बॅले शू मेकर होता. रशियन बॅले डान्ससाठी उपयुक्त असणारे बॅले शू बनविण्यामुळे परदेशी मालाची ऑर्डरसुद्धा सवलीकराजवळ यायची पण लालीचं टपाल आलं अन् थोड्याच दिवसात सवलीकर खलास झाला.

"हे बघ कांतीलाल, आपण हे टपाल घेऊन लालीकडं जाऊया, तिच्याकडून 'बेले शू' ची ऑर्डर मिळाली तर घेऊ." अशी नारायणनं युक्ती कांतीलालपुढं मांडली. कांत्या विचार करायला लागला.

"कधी जाऊया." असा प्रश्न कांत्यानं हळूच विचारला.

"उद्याच जाऊया?"

"ठीक आहे." कांतीलालनं नारायणजवळ निर्धार व्यक्त केला.

अगदी टापटिपीत ते दुसऱ्या दिवशी लालीच्या घराकडे वळले. लाली ही पारशी तरुणी, सडसडीत काटक बांध्याची, अगदी देखणी, सायराबानूपेक्षाही उजवी, चेहरा सुंदर,नाकीडोळी तरतरीत, बॅले नर्तिका रीगल सिनेमाच्या मागच्या इमारतीत राहायला होती.

नारायणने आणि कांतीलालने म्युझियम पार केले आणि ते लालीच्या इमारतीजवळ आले. दोघे जिने चढायला लागले. दुसऱ्या माळ्यावर येऊन ठेपले. संध्याकाळचा सुमार, त्या विभागात सगळी सामसूम, शांतता. एका घराजवळ कांतीलाल थबकला. कांतीलालला ते घर आठवलं. दारावरची पाटी वाचली. हेच घर आहे याची नारायणने खात्री करून घेतली व दरवाजावरची बेल हळूच दाबली. दोघांचंही उर धडधडत होतं. एखाद्याच्या घरी जाऊन अशी आकस्मित बेल दाबावी व कुणाला त्रास द्यावा हे दोघांनाही आवडत नव्हतं. पण काय करणार? बेल दोन वेळा दाबली.

आतून पावलं वाजल्याचाच आवाज आला. दाराच्या फटीतून कुणीतरी डोकावलं. पुन्हा आवाज आला.

''कौन चाहिए?''

नारायण धीट होता. कांतीलाल थोडासा घाबरत होता. तो आवाज एका तरुणीचा होता.

''यहाँ लाली डान्सर रहती है क्या?'' नारायणनं विचारलं.

''हां, लेकीन आप लोग कौन हो?'' असे तरुणी विचारू लागली परंतु तिनं दरवाजा उघडला नव्हता. नारायणनं ते कांत्याचं टपाल दरवाजाच्या फटीतून तिच्या हातात दिलं. ते टपाल घेऊन तिनं वाचलं, तिला थोडी खात्री पटली. हळूच दरवाजा उघडला, परत तिनं विचारलं.

''क्या चाहिए आपको?''

''काम.'' नारायण म्हणाला.

तरुणीनं पूर्ण दरवाजा उघडला तेव्हा नारायणनं कांतीलालचे वडील वारल्याचे लालीला सांगितले. त्याचा पुरावाही कांतीलालच्या दुसऱ्या पत्राद्वारे नारायणने तिला दाखवला. लालीनं तो वाचला व दोघांनाही घरात घेतले. घर एकदम आलिशान, दिवाणखाना मोठा, बरेचसे कोच, सोफे, टीपॉय, टेबल सर्व काही फर्निचर तिथं होतं. दोघंही घरात प्रवेश करताना चपापत होते.

घरात कुणीच नव्हतं. ती तरुणी एकटीच. तिच्या शेजारी एक काळेशार मांजर बसलं होतं. तिनं दोघांनाही बसायला सांगितलं आणि दोन ग्लास पाणी आणलं. दोघंही गटागटा पाणी प्याले. त्या तरुणीची शरीरयष्टी, तिचा बांधा, तिचं सौंदर्य आणि तिच्या अंगावरचा सफेद मिनी स्कर्ट हे सर्व काही पाहिल्यावर कुणीही बेईमान व्हावं असं तिचं रूप होतं.

नारायणने कांतीलालची सर्व हकीगत लालीजवळ इंग्रजीतून कथन केली. मधून मधून हिंदीतही तो बोलत होता. लालीचा त्याच्याबरोबर सुसंवाद चालला होता. कांतीलाल मात्र दोघांच्याकडेही टकामका पाहत होता. काळं मांजर लालीच्या पायात घुटमळतच होतं.

"मॅडम, आप अगर कांतीलालको एक ऑर्डर देगी तो ठीक होगा!" नारायण.

"अब मेरे पास ऐसा तो कोई भी काम नही है." मॅडम.

"लेकिन कांतीलाल काम मांगने के लिये आपके पास आया है, अगर आप उसे मदद नही करोगी तो..." नारायण.

"लेकिन फिलहाल तो मेरेपास ऑर्डर देने के लिये कोई भी काम नही है," मॅडम म्हणाली.

"कुछ ना कुछ तो दिजीये, आपके उसपर एहसान हो जायेंगे."

असा नारायणचा आणि लालीचा संवाद चालला होता. लाली क्षणभर थांबली ती आत गेली व आतून एक फाटलेल्या बॅले शू चा जोड आणला व कांतीलालपुढं धरला व म्हणाली, "क्या इसे रिपेअर कर सकते हो?"

तो फाटलेला बुटाचा जोड पाहून कांतीलालन् लालीकडं अन् नारायणकडं पाहिलं. नारायणकडं पाहिलं तसा नारायणने त्याला अलगद डोळा मारून खुणविले. कांतीलालने लालीला होकारार्थी उत्तर दिले. लालीच्या हातून तो बॅले शूचा जोड घेऊन तो खालीवर न्याहाळू लागला. तो फारच फाटला होता.

"ठिक है, इसे रिपेअर करके लाव."

सगळे एकमेकांकडे पाहत होते. नारायणचे आणि कांतीलालचे कपडे इस्त्रीचे होते. त्या दोघांच्यातही टापटीपपणा होता. लाली त्या दोघांच्याही, चेहेऱ्याकडं पाहत होती. कांतीलालला तर आपला कचरा झाल्यासारखं वाटत होतं. परंतु नारायणला त्याची कसलीही खंत वाटत नव्हती. कारण नारायणमध्ये जीवन जगण्याची एक वेगळीच खुबी होती.

"मॅडम इसके साथ साथ अगर आप दुसरे नये शू की ऑर्डर देगी तो मेहेरबानी होगी." हे नारायण लालीला नम्रपणे सांगत होता. लालीपण वस्ताद, ती म्हणाली,"ठिक है, लेलो पैरों का मेंजरमेंट.' आणि आपला उजवा पाय पुढं ठेवला. कांतीलाल तिच्या कोमल पायाकडं पाहत होता. गोरागोरा नाजूक पाय, नाजूक बोटं, त्यांना लावलेलं नेलपॉलिश, नारायणला पाकीझामधल्या डायलॉगची आठवण झाली. "इतने नाजूक पैर जमीन पर मत रख्खो, गंदे हो जायेंगे." हा डायलॉग राजकुमार मीनाकुमारीला म्हणतोय हे क्षणभर आठवलं अन् नारायण भानावर आला.

कांतीलालनं मात्र खिशातून एक टेप काढली आणि तिच्या कोमल पायाला स्पर्श केला. तो लटपटत होता, एक तर तिनं घातलेला मिनीस्कर्ट, पायाची पिंडरीही नाजूक, बोटंही नाजूक आणि पुरुषी स्पर्श. कांत्याच्या हाताला दरदरून घाम आला. त्याने कसंबसं माप घेतलं अन् उभा राहिला.

"ठिक है कब लाओगे?"

"दो दिन मे मिल जायेगा," कांतीलालने सांगितलं.

''तो ठिक है आओ!'' असं म्हणून लालीनं कटवायची लाईन केली. नारायण तिच्याकडे पाहत होता.

''मॅडम आप अगर ॲडव्हन्स देगी तो अच्छा होगा. आप जानती है कि उसके पिता गुजर जाने के बाद उसकी हालत बहुतही बिगड गयी है.''

नारायणनं हे तिला वारंवार पटवून दिलं. नाही होय; नाही होय करत लालीनं आत जाऊन पाच रुपयाची नोट आणली आणि कांत्यांच्या हातात टेकवली. नारायणनं कांत्याला हळूच खुणावलं अन् ती नोट घेण्याचा इशारा केला. कांत्यानं ती नोट घेतली. फाटक्या बॅले शूची जोडी लालीनं पेपरात गुंडाळून दिली. कांत्या अन् नारायण तिच्या घरातनं बाहेर पडले. लालीनं कांत्याचा पत्ता घेतला.

दोघंही खाली आले अन् रीगलच्या समोर हॉटेलात चहा प्यायला शिरले. दोन चहाची ऑर्डर दिली. चहाचे कप टेबलावर आले. दोघे एकमेकांकडे पहात होते, अन् एकमेकाकडे पाहून एकदम हसायला लागले.

''का, का रे हसतोस?'' नारायण कांतीलालला विचारत होता.

''अरे, हासू न्हाय तर रडू काय?''

''च्याआयचा भोसडा ह्या बॅले शूचा.'' असं लटक्या रागानं कांत्या बोलला.

''अरे, असं काय करतोस?'' नारायण उत्सुकतेने विचारत होता.

''आरं बाबा, मला 'बॅले शू' चं काम कुठं येतंय?'' कांतीलाल.

''मग?'' नारायण म्हणाला.

''हे बघ नारायण, हे पाच रुपये आहेत ना, संध्याकाळी जेवणापुरते होतील?''

कांतीलाल हा विषय चेष्टेने घेत होता. तसतसा नारायण गंभीर होत गेला.

''हे बघ कांतीलाल, हे पाच रुपये नसून तुझ्या भावी आयुष्याच्या कष्टाची भाकरी आहे, याचा अर्थ तू लक्षात घे. हे पाच रुपये आता पाहिजे असल्यास खर्च होऊ शकतात परंतु आपला तो उद्देश नाही. आपला उद्देश गरिबीवर मात करावयाचा आहे. हे तुझे फक्त पाच रुपयेच आहेत असे नव्हे तर उद्याचे पाच लाख रुपये देखील असतील. त्याकरिता तू कष्टच केले पाहिजेत. प्रामाणिकपणा बाळगलाच पाहिजे. प्रामाणिकपणानं कष्ट करशील तर तुला भावी आयुष्यात निश्चितच यश मिळत जाईल. अन् माझीही खात्री आहे त्या करिता आताच्या चहाचे पैसे तूही द्यायचे नाहीस ते मीच देईन कारण या पाच रुपयातूनच तुला तुझं भविष्य घडवायचं आहे, हे ध्यानात ठेव.''

नारायण बोलत होता आणि कांतीलालने धीरगंभीरपणानं ऐकून घेतलं.

''ठीकय, पण भांडवल कुठंय?'' असं कांतीलालनं विचारलं. नारायणने पण थोडा वेळ विचार केला. विचार करता करता त्याचं लक्ष कांतीलालच्या मनगटावरच्या घड्याळाकडं गेलं.

''हे बघ, हे घड्याळ गहाण ठेव.''

“ह्या घड्याळाचे किती पैसे येतील?”

“येतील तीस चाळीस रुपये,” असं नारायणने त्याच्या प्रश्नाचं उत्तर दिलं. नारायणच्या शब्दाखातर त्याने होकार दिला अन् दोघंही धोबी तलावावरून बोलत बोलत गिरगावकडे कधी आले ते कळलेच नाही.

नारायणच्या सद्विचाराचा परिणाम कांतीलालच्या जीवनावर पडला. त्याने नारायणचं ऐकून घड्याळ गहाण ठेवलं अन् चाळीस रुपयाच्या भांडवलावर त्याने बॅले शू बनवायचा प्रयत्न केला. पहिला जोड फेल झाला. दुसऱ्या जोडीने त्याला यश दिले अन् भविष्यात तर कांतीलालला त्याचा फारच फायदा व्हायला लागला.

कांतीलालचा नारायणवर दृढ विश्वास बसला, चांगली संगत मिळविण्याबाबत कांतीलाल भाग्यशाली ठरला होता. तशी त्याला नारायणबद्दल लहानपणापासून आस्थाच होती. नारायणने मित्राला दिलेली ही शिकवणूक एक वरदान ठरली. त्याला अनेक बॅले नर्तिकांकडून ऑर्डरी मिळायला लागल्या. कांतीलालच्या आर्थिक स्थितीत भर पडू लागली.

कांतीलालच्या वडिलांना प्रॉव्हिडंड फंड मिळेल ही माहिती नारायणनेच कांतीलालला प्रथम दिली, आणि ‘गोल्डन ॲरो’ बनियन्स बनवणाऱ्या फोर्ट मधील सुपरनिटेड कंपनीकडून फंडाची रक्कम मिळवून द्यायला त्याने कांतीलालला मोलाची मदत केली. दारिद्र्यावस्थेत मिळालेली ही मोलाची मदत म्हणजे, कांतीलालला सोन्याचा खजिनाच सापडल्यासारखे झाले.

प्रॉव्हिडंड फंडाचे कांतीलालला वीस हजार रुपये मिळाले, ते नारायणच्या सांगण्यावरून कांतीलालने ‘फिक्स डिपॉझीट’ मध्ये टाकले. हे पैसे चिमुकल्या बहीणभावंडांकरताच वापरायचे असा सक्त इशाराही नारायणने मित्राला देऊन ठेवला होता. नारायणने केलेल्या मार्गदर्शनामुळे कांतीलालला एक नवा मार्ग सापडला होता.

नारायणने केलेल्या उपकारांची कधीना कधी परतफेड केलीच पाहिजे, असेही त्याला अधूनमधून वाटत होते. नारायणला त्याने लहानपणापासून गुरूच मानले होते. नारायणने तसे पाहिले तर एका मित्राच्या जीवनाची घडी बसवली होती हा त्याच्या चांगुलपणाचा एक भाग होता. ज्या मित्राला उपाशीपोटी असताना चोरूनमारून खाऊ घातले, एकाच अंथरुणावर झोपवले, वेळप्रसंगी स्वत:चा कपडालत्ताही वापरायला दिला, अशा मित्राचं जीवन घडवतानाही नारायणला वेळोवेळी आनंदच झाला. मित्रप्रेमापोटी हे सर्व करत असताना नारायणला स्वत:च्या संसाराच्या रगाड्याचीही काळजी लागली होती. ऊर्मिलेचा बाळंतपणाचा खर्च कसा भागवायचा, ही त्याला विवंचना होती.

◆

**ना**रायण आयकर कार्यालयात गेला. तिथंच त्याची नोकरी होती. ऑफिसमधल्या खाडिलकर नावाच्या ब्राह्मण बाईला भेटला. ती बाई फार दयाळू, मनमिळाऊ, ब्राह्मण  सोज्वळ होती. त्या बाईकडे ऊर्मिलाच्या बाळंतपणासाठी काही पैसे मागावेत म्हणून धाडस केलं.

"बाई, मला काही मदत मिळेल का?"

"कसली मदत?" बाईंनी विचारलं.

"माझी बायको बाळंत झाली आहे." नारायणने सांगून टाकले.

"मग काय झाले? मुलगा की मुलगी?" बाईंनी आतुरतेने विचारले.

"मुलगी झाली." नारायण बोलला.

"मग तुम्हाला कसली मदत हवी?" बाईंनी आपुलकीने विचारले.

"मला थोडी पैशांची मदत हवी." नारायण बोलला.

"किती हवेत?"

बाईंनी त्यांच्या मनावरचा ताण कमी केला.

"पन्नास रुपये द्यात." शरमत शरमत नारायण म्हणाला.

बाई पटकन उठली, पर्स काढली आणि त्यापर्समधून पन्नास रुपये काढून नारायणच्या हातात ठेवले. नारायणने ते रुपये हातात घेतले आणि नम्रतेने म्हणाला,

"बाई, हे पैसे मी तुम्हाला लवकरच परत देईन."

त्यावर खाडिलकर बाई म्हणाल्या,"अहो वेळ आल्यावर मदत केलीच पाहिजे."

"बाई, तुम्हाला किती मुलं आहेत?" नारायणने चाचरतच विचारलं.

"दोन मुली" खाडिलकरबाईंनी उत्तर दिलं. नारायणनेही जास्त काही विचारपूस केली नाही."

"बरं बाई येतो मी." असं म्हणून तो अंधेरीच्या वृंदावन हॉस्पिटलकडे वळला. खाडिलकर बाईंना दोन मुलीच होत्या. मुलगा नव्हता, पण त्याची खंत त्यांना वाटत

नसे. तसं पाहिलं तर मुलींविषयीच त्यांना जास्त आस्था वाटत होती.

वृंदावन हॉस्पिटलमध्ये नवअर्भकांचा आवाज ऐकायला मिळत होता. ऊर्मिलाला एक सुंदर मुलगी झाली होती. अगदी नाकी डोळी नीटस. नारायणला पाहिल्यावर ऊर्मिला उठून बसली होती. दहा दिवस झाले होते. नर्स त्या मुलीचं कौतुक करत होत्या. कारण तिचं नाक नीटस होतं. सुंदर आणि गोजिरवाणी निरागसता तिच्या चेहऱ्यावर होती. ऊर्मिलाने घरी जाण्याकरिता ठेवणीतली साडी नेसली. रात्र होत होती. घरला जाण्याची तिला ओढ लागली.

''बिल भागवून या.'' ऊर्मिला म्हणाली.

नारायण काऊंटरवर गेला व त्याने एकशेदहा रुपये बील भरले. खिशात फक्त दोन रुपयेच उरले होते. हे सर्व पैसे त्याने कसेबसे उसने पासने करून जमवले होते.

मुलीला हातात आडवं धरलं आणि ऊर्मिलेबरोबर तो हॉस्पिटलच्या बाहेर पडला. सगळ्या नर्सेस आशाळभूत नजरेने बक्षिसासाठी पाहत होत्या. नारायणला हे मनोमन कळत होतं पण नारायणजवळ तेवढे पैसे नव्हते. तो घाईघाईनं बायकोबरोबर बाहेर पडला होता.

मथुरादास बसनजीच्या रस्त्यावर एक गणपतीचं देऊळ होतं. तिथं तो लांबूनच पाया पडला. ओल्या बाळंतिणीनंही देवाला दुरूनच नमस्कार केला. दोघंही आपल्या कन्येला घेऊन चालू लागले. तिच्या अंगावर काहीतरी पांघरूण पाहिजे म्हणून तो रस्त्याच्या कडेकडेने फेरीवाल्यांच्या थाटलेल्या दुकानांकडं पाहत चालला होता. मध्येच तो थांबला. तीही थांबली. रस्त्यावर रुमाल आणि छोटेमोठे टॉवेल्स विक्री करणारा बसला होता.

''यह छोटा टॉवेल कितनेका है?''

''दो रुपये का.''

''एक रुपये में नही मिलेगा क्या?''

''ले लो.'' फेरीवाल्याने तान्हुल्याला पाहिले होते. नारायणने एक रुपयाचा टॉवेल घेतला. तो एक प्रकारचा नॅपकिनच होता. ह्या चट्टेरीपट्टेरी टॉवेलात चिमुकलीला लपेटलं. दोघंही रस्त्याने चालू लागले. बाळ-बाळंतिणीला घेऊन जाण्याकरिता रिक्षा टॅक्सीला पैसेसुद्धा नव्हते. दोघेही चालू लागले.

''तुम्ही माझ्या कानातली सोन्याची फुलं मोडली असती तर बरं झालं असतं?'' ऊर्मिला बोलत होती.

''अगं, तू शाळा शिकत असताना, वाल्ह्याला नोकरी करत असताना पैपै करून साठवलेल्या पैशातून ही फुलं केलीस आणि त्या फुलांना मोडून मला दुःखच झालं असतं. निदान तुझ्या कानाला तरी शोभून दिसतील.'' हे नारायण तिला मायेने सांगत होता. ''मी मर्दासारखा मर्द माणूस पण दरिद्री जीवन. ह्या दरिद्री माणसाशी

तू गाठ बांधलीस!'' नारायण पुन्हा बोलला

ऊर्मिलानं हे ऐकून घेतलं अन् गप्प राहिली. नारायण पुढं पुढं अन् ती मागं मागं चालू लागली. नारायणने मुलीला हातात बाहुट्यावर पुन्हा अलगद आडवी धरून घेतली होती.

गोविंदवाडी आली. घराजवळ पोहोचली. शेजारीण तोडणकर बाई पुढं आल्या. त्यांनी ऊर्मिलाला दारातच थांबवून तिच्या पायावर पाणी ओतले. मुलीवरून अक्षता ओवाळल्या व मगच घरात जाण्यास सांगितले. दुसरी शेजारीण, गीताची आई देखील दरवाजात आली. तिनं देखील बाळाचं तोंड पाहिलं. एकोणसत्तर सालाच्या १७ एप्रिलची ही घटना. ७ एप्रिलचा तिचा जन्म. बाळंतिणीसाठी जेवणाचं ताट तोडकरणबाईंनी आणून दिलं.

''बागडे भाऊ, तुम्ही ऊर्मिलाला घेऊन जेवा. खारीक-खोबरं, तूप आणून ठेवा.'' वयस्कर असल्यामुळं त्यांनी सल्ला दिला. अन् निघून गेल्या. गीताची आईही वयस्कर होती. रजनी पांचाळ पण सर्वजण 'गीताची आई' ह्या नावानंच ओळखत असत. त्यांची गीता आठ वर्षाची होती व तिच्या पाठीवरची मेघा चार वर्षाची! तोडणकरीण बाईंनाही दोन मुलं अन् एक मुलगी होती. शेजारधर्म पाळण्यात त्या अग्रेसर होत्या.

ऊर्मिला आणि नारायणबद्दल त्यांना फारच आस्था वाटत असे. कारण त्यांचं वय बावीस तेवीसच्या आसपास होतं आणि लहान वयात त्यांचं लग्न होऊन संसाराचा भार त्यांच्यावर एकाकी पडल्याचं पाहून त्यांना सहानुभूती वाटत होती. हे दोघे चर्मकार आहेत हे तोडणकरीणबाई आणि गीताची आई ह्यांना ठाऊक होतं. पण त्यांनी कधी छुआआछूताचा दुरावा दाखवला नव्हता. नारायणचा स्वभाव प्रेमळ असल्यामुळं तो अडल्यानडल्यावेळी त्या दोघींनाच विचारत असे. नारायणपेक्षा त्या वयाने मोठ्या होत्या. दोघींनाही संसाराचा अनुभव असल्यामुळे त्यांच्या मार्गदर्शनाची आवश्यकता नारायण व ऊर्मिलाला वाटत होती.

बायकोचं बाळंतपण करण्यासाठी कुणीतरी बाईमाणूस हवं होतं. परंतु नारायणकडे त्याची आई सावित्राबाईदेखील बाळंतपण करण्यासाठी यावयास तयार नव्हती. कारण तिला बाकीच्या कच्च्याबच्च्यांची पोटं भरायची होती. ती इथं बाळंतपण करत बसली तर इतर मुलांना कोण सांभाळणार? बाकीची पाच मुलं आणि एक मुलगी सांभाळायची जबाबदारी तिच्यावर होती. म्हणून बाळंतपणाचं काम करणं हे तिला क्षुल्लक व नगण्य वाटत असे. अन् सावित्राबाई तशी मग्रुर, तापट, कडक, स्वभावाची बेमुवर्तखोर बाई होती.

गोविंदवाडीच्या समोरच एक तळं होतं. सुंदर तळं, त्या तळ्यात दररोज कमळं

उमलायची. कमळं उमलून वर आली की त्या निळ्या रंगासोबत पुसटशा सफेद गुलाबी छटा दिसायच्या. त्यांच्याकडे सतत पाहत राहावंसं वाटायचं. त्या तळ्याच्याच बाजूला कोण्या एका लछमन भय्याचा तबेला होता. तो भैय्या म्हशींचा खरारा करायचा. धुवायचा. त्यांचं सगळं घाण पाणी त्या तळ्यात सोडायचा आणि त्याच पाण्यानं काळ्याकुट्ट चारपाच म्हशींना पुन्हा पुन्हा घासत बसायचा. तिथलं शेण, त्यांचा तो तबेला आणि तबेल्यावर असलेलं पत्र्याचं छप्पर, सगळा शेणाचा उग्र वास सर्वत्र दरवळत राहायचा. गवतांच्या पेंडी एका बाजूला पडलेल्या असायच्या.

परंतु तळ्यातली सगळी कमळं, पहाटेपासूनच उमलायची. अगदी शेदोनशे कमळांचं ते निसर्गरम्य वातावरण पाहून सकाळी उठल्या उठल्या बाहेर पाहिलं की मन अगदी प्रसन्न व्हायचं. पूर्वेचा लालीमा पसरवणारा सूर्योदय, निळी कमळं आणि कमळाची गोलाकार पसरलेली हिरवी हिरवी पानं पाहून कुणाचंही मन मोहूनच जाणार. ही कमळं खरोखरच चिखलातून जन्माला आली आहेत का, याची शंका यायची. कुणीही बाहेरचं माणूस आलं की तळ्याकडे आकर्षून जायचं. हमखास त्या तळ्याकडे पाय वळायचे.

बाळंतपण कसं करावं, हा नारायणच्या पुढे प्रश्न होता. अडीअडचणीच्या वेळेला कुणीही नात्यातली माणसं मदत करायला तयार होत नसतात. परंतु गरजवंताला अक्कल नसते. ऊर्मिलाला एक तिच्यापेक्षा मोठा असलेला सावत्रभाऊ होता. भगवान, त्याची बायको मालन ही अंगापिंडानं हट्टीकट्टी होती. बॉम्बे सेंट्रलच्या झोपडपट्टीत कचरापट्टीत राहायची.

''अगं, त्या मालनला जाऊन आणू का?'' नारायणने दुसऱ्याच दिवशी हा प्रश्न विचारला.

''बघा ती येते का?'' ऊर्मिला बोलली.

''ठीकाय! मी आजच तिच्याकडं जातो.'' असं म्हणून तो बॉम्बे सेंट्रलकडे गेला.

मालन घरातच तंबाखुची मिश्री लावत बसली होती. तिचा नवरा भगवान बाहेर मोडक्या खाटेवर बसला होता. तुटलेला काथ्या मध्ये मध्ये लोंबत होता. ८x८चं त्याचं झोपडं, वर पत्र्यांच्या पानांना भोकं पडली होती. घरात मोरीदेखील नव्हती. दारातच मोरी केली होती. आंघोळ बाहेर करताना अंग झाकण्याकरिता ती फळताट लावायची.

''काय दादा कसं आलात?'' मालन आश्चर्यानं म्हणाली. इतक्यात भगवान घरात आला.

''राम राम.'' भगवान.

''राम राम.'' नारायणही म्हणाला.

नारायण तिच्यापेक्षा वयाने मोठा असल्यामुळं ती नारायणला दादा म्हणत असे.

''ऊर्मिला बाळंत झालीय. मुलगी झालीय. बाळंतपण करण्यासाठी तू माझ्याबरोबर घरी चल.'' नारायण म्हणाला.

''कधी बाळंत झाली?'' मालननं विचारलं.

''अकरा दिवस झाले. बाळंतपण करायला कुणी नाही.'' नारायण

''मामी भांडीपाण्याच्या कामाला गेल्यात.'' मालनने सांगितलं.

''अन् मामा?'' नारायण

''मामा गटई करायला मुंबई सेंट्रलला गेलाय.'' तिने सांगितलं.

मामी म्हणजे ताराबाई. ऊर्मिलाची आई, तिनं दुसरा घरोबा केला होता. गटई करायला गेलेला तिचा दुसरा घरोबा. विष्णू आबनावे. त्याला पहिल्या बायकोची दोन मुलं होती. थोरला भगवान आणि धाकटा मोहन. मोहनपण दादरला चप्पलच्या दुकानात सेल्समनशिप करत होता हे तिथं कळलं.

''मग तू येणार ना?'' नारायण काकुळतीनं म्हणाला. मालनने नवऱ्याच्या चेहऱ्याकडं पाहिलं. ''जा तू ऊर्मिलाचं बाळंतपण करायला. घरातलं राहू दे.'' असं भगवानने बायकोला सागिंतलं. मालननं एक जुनेर लुगडं मळक्या पिशवीत गुंडाळलं अन तयार झाली.

''थांबा, 'चा' तरी पिऊन जा.'' भगवान आदरातिथ्याच्या इराद्यानं बोलला.

''नको, चहा नको. उशीर होईल. ती एकटीच घरात आहे.'' असं म्हणून मालनला घेऊन अंधेरीकडे यायला निघाला.

मालन अंधेरीच्या झोपडीत गोविंदवाडीत आली. तिनं बाळ बाळंतिणीला पाहिलं. बाळाचा गूमूत काढणं, बाळंतिणीला आंघोळ घालणं हे तिने नित्यनेमाने केलं. नारायणजवळ तर खारीक खोबरं आणायलादेखील पैसे नव्हते. दारिद्रय त्याच्या पाचवीलाच पुजलेलं होतं. मालन सात आठ दिवस राहिली. चिमुकलीला सात आठ दिवस तेल चोळून आंघोळ घातली. ऊर्मिलाच्या घराचं कामकाज केलं. घरात आल्यावर ती जुनेरं लुगडं नेसली होती.

''बरं दादा, मी आता जाते. त्यांना आणि संजयलाही जेवणाखाण्याचं करावं लागतं, मला जास्त दिवस ऱ्हाता येत नाय.'' असं मालननं नारायणला सांगितलं. संजय हा तिचा थोरला मुलगा. तो भगवानपासून तिला झाला होता. माजी आमदार रा. अ. खैरेंनी तिला एके ठिकाणी नोकरी लावली होती असं तिनंच सांगितलं. ते मुंबई खेरवाडीतून विधानसभेवर एकदा निवडून आले होते.

''तू आणखी दोनचार दिवस राहिली असतीस तर बरं झालं असतं.'' नारायणने राहण्याबद्दल तिला आग्रह केला.

''नको दादा, मला गेलंच पाहिजे. मामा पण लय बडबडतो. घान घान शिव्या

देतो.'' असं म्हणून ती जायला निघाली.

नारायणपुढे प्रश्न पडला. नारायणनं बाळंतिणीची कामकाज करण्याबद्दल एक चिनालपट्टी बारा रुपयांची साडी आणून ठेवली होती. ती त्याने एका बोचक्यातनं बाहेर काढली. त्याच्यावर ब्लाऊजचा पीस नव्हता. हे बारा रुपयेच त्याने एका मित्राकडून उसने घेतले होते. ती साडीची घडी मालनच्या पिशवीत कोंबली.

''अरे दादा कशाला?'' असं म्हणून मालन मागे सरायला लागली.

''अगं बाळंतपण केल्यावर सवाष्णीला साडी द्यावी लागते. ती तू घे.'' ऊर्मिला लगबगीनं म्हणाली. मालनने साडीची पिशवी घेतली अन् जाते म्हणाली.

चिमुकलीचा मालननं मुका घेतला अन् बॉम्बे सेन्ट्रलकडे ती जायला निघाली. तिला सोडण्यासाठी नारायण प्रकाशवाडीच्या खालच्या रस्त्यापर्यंत आला आणि त्याने तिला अंधेरी स्टेशनला बसण्याकरिता बसमध्ये चढवले. नारायण उदास मनाने घरी परतला. घरी बाळंतिणीचं काम करायला कुणी बाईमाणूस नाही म्हणून त्याला चिंता लागून राहिली होती.

लग्न झाल्यावर चोरबाजारातनं त्यानं कांतीलालकडून सव्वाशे रुपये घेऊन पलंग विकत आणला होता. तो सागाचा होता. ग्रँटरोडवरनं तो पलंग घेऊन अंधेरीला आणण्यासाठी हमाली द्यावी लागेल म्हणून त्याने त्याचा मित्र कांतीलालचीच मदत घेतली होती. कांतीलाल पलंग ठेवून निघून गेला. पलंगाच्या ओझ्यानं त्याचे खांदे अवघडले होते. त्याच पलंगावर तो लोळायला लागला.

''मालनला तुम्ही ब्लाऊजचा पीस आणला नाही?'' ऊर्मिलाने नारायणला विचारलं.

''अगं शिरप्याकडनं ते पैसे उसने घेतले होते.'' नारायणने सांगितलं. शिरप्या हा भाजीबाजारातील नारायणचा एक मित्र.

''जेवढे मिळाले तेवढ्यात एक साडीच आली. ब्लाऊजला पैसेच पुरले नाहीत.'' नारायण सांगत होता. ऊर्मिला गप्प राहिली. पलंगावरच चिमुकलीला एका बाजूला झोपवली होती.

''सवाष्णीला नुसतं साडीवरचं पाठवायचं नसतं. तुम्ही भुंडेपणानं तिला पाठवलं. साडीबरोबर ब्लाऊजही द्यावा लागतो.'' असं अधिरतेनं ऊर्मिला बोलली. ''उंडग्यासारखी भेट द्यायची नसते.'' ऊर्मिला हळून बोलली. नारायण गप्पच होता.

एकोणीस वीस दिवसांनी बाळंतपणाचं उचलसाचल कुणी करायचं, हा प्रश्नच होता. ओल्या बाळंतिणीनं गार पाण्यात हात घालायचा नसतो. कपडे धुवायचे नसतात, खारीक खोबरं खायचं असतं. कोरड्यासात भाकरी कुस्करून खायची असते. मेथीचे लाडू खायचे असतात. दूध येण्याकरिता मेथीची भाजी खायची असते. परंतु दुसऱ्या बाईच्या मदतीअभावी हे काहीच होत नव्हतं. ऊर्मिलालाच ते

सगळं स्वत:ला करावं लागलं. गार पाण्यात हात घालून जेवण करणं, कपडे धुणं, भांडी घासणं, साफसफाई अशी सर्व कामे तिला करावी लागत होती. ते तिनं निमूटपणे केलं. त्याला काहीच इलाज नव्हता.

अंधेरीच्या झोपडपट्टीत पाण्याचा नंबरही रात्री अपरात्री यायचा. मध्यरात्रीही पाणी आणायला खालच्या नळावर चार फर्लांगभर जावं लागायचं. हंडा, कळशी, बादली हे सगळं पाण्यानं भरलेलं ओझं खालच्या उतारावरून चढणावर आणावं लागायचं. ती झोपडपट्टी चढणावर होती. पाणी उतारावर होतं. नारायणपण तिला मदत करायचा. पण त्याला घरगुती कामाचं तसं वळण नव्हतं. फूटपायरीवर जीवन जगल्यामुळं त्याला कामाचीही शिस्त नव्हती. तसा बेपर्वाईनंच तो जगायचा. नारायण बेशिस्त होता, त्याला काळवेळेचं बंधन नसे, फूटपायरीवर राहिल्याचा हा परिणाम.

ऊर्मिलाला मात्र कामाची शिस्त होती ती मुळातच मामानं सांभाळल्यामुळं. तिच्यावर मास्तरमामाचं दडपण होतं. त्या दडपणामुळं ती शिस्तीला बांधील होती. तसं तिच्या अंगवळणीच पडलेलं.

बाळंतपणात कुणी बाई-माणूस घरात नसल्यामुळं तिच्या व्यथा समजून घ्यायला नारायणशिवाय कुणीच नव्हतं. छातीत दूध भरून आल्यावर फार दुखायचं. नारायणलाच ते दूध पिळून काढावं लागायचं.

◆

**प्रा**त:समयी तळ्यातल्या कमळांच्याकडे पाहताना नारायण हुरळून जायचा. सूर्याची किरणं त्याच्यावर फाकल्यामुळे ती तजेलदार दिसायची. त्या निळ्या निळ्या सुंदर कमळांकडे पाहून नारायणनं ऊर्मिलेला एके सकाळी घराबाहेर बोलावली.

"ती पाहिली का गं निळी कमळं? किती सुंदर दिसतायत." नारायण.

"हो छानच दिसतात." ऊर्मिला.

"अगं, आपल्या चिमुकलीचं काय नाव ठेवूया?" नारायण

"तुम्हीच ठरवा." ऊर्मिला.

"आपण छकुलीचं नाव 'नीलकमल' ठेवूया." नारायण उत्साहानं म्हणाला.

"हो, फारच छान आहे." ऊर्मिलाने होकार दिला.

तेव्हापासून छकुली 'नीलकमल' झाली. हे दोघांचं बोलणंच तिचं बारसं झालं. राजकुमार, वहिदा रहेमान यांच्या 'नीलकमल' चित्रपटाचीही त्याला आठवण झाली.

वर्ष उलटते न उलटते तोच दुसऱ्या वेळेला ऊर्मिला गर्भार राहिली. खाजगी दवाखान्यात बाळंत होण्याचा जास्त खर्च येतो म्हणून दुसऱ्या वेळेस तिला अंधेरीच्या म्युन्सिपालटीच्या इस्पितळात टाकण्यात आली.

तिच्या पोटात फार दुखत होतं. त्यावेळेस नारायण कामावर होता. भर दुपारची वेळ. नारायणची आजी पुतळाबया, त्याच्याकडे राहावयास आली होती. कोथिंबिरीच्या वड्या तिला खाऊ घातल्या होत्या. तिच्या पोटात दुखत असताना तिला सारखं लघवीला व्हायचं. तोडणकरणीने ते ओळखलं आणि नारायणच्या पश्चात तिला भरदुपारी म्युन्सिपालटीच्या इस्पितळात पोहचवलं होतं. ह्यावेळेस देखील तिने शेजारधर्म पाळला होता.

ऊर्मिला बाळंत झाली. तिला मुलगा झाला. गोरागोमटा, अत्यंत सुंदर. ऊर्मिलाला फारच आनंद झाला. मुलीच्या पाठीवर मुलगा, तिला आनंदाचं भरत आलं. पहिली बेटी धनाची पेटी झाली होती. तर दुसरा बेटा वंशाचा फेटा झाला होता.

ऊर्मिला स्वत: आईबाप जिवंत असूनदेखील अनाथासारखी जगली होती. पण ही कच्चीबच्ची पाहून मनोमन आनंदी झाली. पुतळाआजीनं तिचं बाळंतपण केलं. मुलगा झाला म्हणून पुतळाआजी तिथं राहिली. पुतळाआजीची ओढ थोरल्या लेकाकडे जास्त होती. आठ दहा दिवसानंतर ती थोरल्या लेकाकडे, लक्ष्मणाकडं गिरगाव मुगभाटात निघून गेली. सखारामनं थोरल्या लेकाचं नाव लक्ष्मण आणि धाकट्याचं राम असं ठेवलं होतं. रामायणातला त्याला प्रथमत: लक्ष्मणच आवडला असेल.

नारायणने सगळ्यांना पेढे वाटले. तोडणकरीनं अन गीताच्या आईने पेढा प्रथमच मागितला, तोंड गोड केलं. बाळ गुटगुटीत होतं. संसाराचा खर्च वाढत होता. तो भार एकट्या नारायणवरच पडत होता. मुलाचं नाव काय ठेवावं, हा प्रश्न त्याच्या मनात सारखा उभा राहत होता. तळ्यातील उगवलेल्या कमळावरून मुलीचं नाव नीलकमल ठेवलं असा विचार करताना तो वर आभाळाकडे पाहत होता. सूर्योदय झाला की तो सकाळी उठल्यावर आभाळाकडे पाहत राहायचा. एकदम त्याला नाव सुचले 'आकाश', एक धरतीवरचं दुसरं आभाळाचं नाव.

नारायणनं ऊर्मिलाला सांगितलं आणि मुलाचं नाव 'आकाश' मुक्रर झालं. आषाढातल्या द्वादशीला भर दुपारी बारा वाजता त्याचा जन्म झाला होता. ऊर्मिलाने ते नाव आनंदाने स्वीकारलं. बारशाबिगर त्यांची नावं ठरवलेली होती. दोघांचीही बारशी झाली नाहीत त्याला कारण म्हणजे तुटपुंजा कारकुनी पगार. नावं ठेवली आणि समारंभाशिवाय नामकरण झालं यात दोघांनाच समाधान मिळालं. बायकोला आणि नवऱ्याला ऋण काढून सण साजरा करायला आवडायचं नाही. शेवटी नावात तरी काय आहे, असं त्याला वाटायचं आणि ही हौस देखील अर्थिक परिस्थितीवरच अवलंबून असते.

वारकरी संप्रदायातल्या वारकऱ्यांची पंढरपूरला जाण्याकरिता आळंदीहून पालखी निघते. ती आषाढातल्या एकादशीला पोहोचते. एकादशी दिवशी बहुतेक वारकऱ्यांचा उपवास असतो अन् बारशीला त्यांचा भर दुपारी उपास सुटत असतो, त्याच वेळेस त्याचा जन्म झाला होता.

नारायणची आई मात्र दुसऱ्या मुलांच्या राडारगाड्यात काम करत असायची. तिला आता काळजी होती नामदेव, दगड्या, लक्षा, काळ्या, गंगी आणि बाळूची. ती गिरगावातल्या बनाम हॉल लेनच्या भाजी बाकड्यावरच नवऱ्यासमवेत राहत होती. नामदेवला सावित्राबाईनं पुण्याला शिकायला ठेवला. तिच्या मुलांची वयं वाढत होती. नारायणची ही सगळी धाकटी एकापाठोपाठ भावंडं.

आकाश जन्माला आला तशी ऊर्मिलाला नोकरी मिळाली. ठाणे जिल्ह्यातल्या उचाट गावात. हे गाव अत्यंत दरिद्री. कोयना प्रकल्पग्रस्तांना दिलेली डोंगराळ

भागातली ही वसाहत. वाडे तालुक्यातले हे भयाण गाव. अगदी जंगलच. अशा गावात ऊर्मिलेला शिक्षिकेचा कॉल आला अन् ते नोकरी करण्यासाठी त्या गावात मुलांसहित राहण्याचे मान्य केले. नारायण आपलं बिऱ्हाड घेऊन त्या गावात मुलांसहित गेला. बायकोला सोबत म्हणून त्याने ताराबाईला बोलावून घेतली. सगळं व्यवस्थित ठाकठीक करून तो मुंबईला नोकरीपायी अंधेरीला झोपड्यात एकटाच राहू लागला. परंतु एकटेपणाची सवय नसल्यामुळं त्याला चार चार दिवसाने उचाटला जाण्याची ओढ लागायची.

असाच एके दिवशी तो उचाट गावी गेला होता. थंडीचे दिवस. कडाक्याची थंडी पडली होती. त्या थंडीत अंगावरची कांबरुणं ओली व्हावीत तशी दवाने गार पडायची. अगदी पाण्यात भिजवून काढल्यागत. ऊर्मिलाचं पोर दोन तीन महिन्यांचं होतं. पोरगी एक वर्षाची झाली होती. रात्री थंडी वाजते म्हणून मध्यरात्री ऊर्मिला पोराला-आकाशला मांडीवर घेऊन चुलीजवळ पाठ करून शेकत बसली होती. नारायणने तिला तसं शेकत बसू नये म्हणून ताकीद देऊन त्या रात्री सारी झोपी गेली.

पहाटे दोन तीनचा सुमार होता. नारायण नीलाला कुशीत घेऊन झोपला होता. त्याची सासू ताराबाई बाजूला पडवीत गोणपाट अंगावर घेऊन झोपली होती. मुलांना सांभाळण्यासाठी मदतीला ताराबाई होती. नारायणने अंगावर गोधडी घेऊन त्यावरून गोणपाट ओढलं होतं. मारून मुटकून झोपला होता. रात्रीची भयाण शांतता, गाव सारं थंडीनं काकडलेलं, झोपी गेलेलं. सुई पडली तरी आवाज येईल एवढी भयाण शांतता.

अशा मध्यप्रहरी ऊर्मिला एकाकी ओरडायला लागली. तिचं ओरडणं झोपेतच नारायणने ऐकलं आणि गोणपाट लांबवर फेकून दिलं. बघतो तर ऊर्मिलाच्या पाठच्या पदरानं धडधडा पेट घेतला होता. अंगातला ब्लाऊजही जळत होता. मांडीवर पडलेलं पोर तिनं बाजूला फेकलं आणि ताड्दिशी ती ओरडतच उठली. बाजूला पोराच्या डाव्या डोळ्यावर धगधगीत विस्तव पडला. तान्हं पोर मोठ्यामोठ्याने ओरडू लागलं. ते घायाळ झालं होतं. एका बाजूला ऊर्मिलाच्या कपड्यानं पेट घेतला होता, ती मोठ्यानं ओरडत होती. "आ....ग.....आ.....ग..."

त्या ओरडण्यामुळं ताराबाई जागी झाली. तिनं लेकीची हालत पाहिली अन् तिनं पण ओरडायला सुरुवात केली, "धावा धा....वा, वाचवा, वाचवा." ताराबाई नुसतीच ऊर बडवत होती. बाजूलाच गवताच्या गंजीचे दोन गठ्ठे पडले होते आणि त्याच दिशेनं ऊर्मिला जीव घेऊन पळण्याचा प्रयत्न करत होती. ओरडण्याच्या आवाजामुळे जागेवरनं नारायण ताडकन उठला होताच. हे सगळं दृश्य पाहून त्याला त्याच्या बालपणी 'वीर गायधनी' हा धडा वाचल्याचं आठवलं. गायधनीने आगीतून माणसांना कसं वाचवलं, याची आठवण येताच त्याने हातातल्या गोधडीसहित गोणपाट घेऊन तो ऊर्मिलाच्या

मागे धावला अन् ऊर्मिला गवताच्या गंजीजवळ पोहोचणार इतक्यात पाहून नारायणने तिला विळखा घातला अन त्या गोधडी गोणपाटात तिला लपेटून टाकली. ती माशासारखी तडफडली. नारायणच्या हाताला आगीचे चटके बसले. ऊर्मिला आगीत भाजून निघाली. तिला विळखा घालताच ती मूर्च्छा येऊन पडली.

ऊर्मिलाला पालथी पाडल्यानंतर नारायणने थोड्या वेळानं पोराकडे पाहिलं, पोरं ओरडत होती. तान्ह्याचा जीव ओरडून ओरडून धायकुतीला आला होता, त्याच्या डाव्या डोळ्याच्या कडेला पडलेला धगधगत्या विस्तवाचा तुकडा नारायणनं हातानं बाजूला काढून फेकून दिला. पोराचं ओरडणंही हळूहळू कमी झालं. ताराबाई ओरडायची कमी झाली. ऊर्मिला बेशुद्धावस्थेत जमिनीवर पालथी पडली होती. ह्या गोंधळामुळं नीला अंथरुणातच जागी होऊन उठून बसली. टकमका पाहत. त्या लहानशा जीवाला काय झालंय ते काहीच कळत नव्हतं.

नारायणने ऊर्मिलाच्या अंगावर गुंडाळलेली गोधडी अलगद बाजूला काढली तर आतून वाफा येत होत्या. ऊर्मिलेच्या पाठीची चामडी भाजल्यामुळं सोलून निघाली होती. अंगावरच्या साडीच्या पदराची राख झाली होती. परकर ढुंगणावर सगळा जळाला होता. आतली लालजर्द चामडी पाहून नारायणचं मन हेलावून गेलं.

पण नारायणनं धीटपणा सोडला नाही. घरवाल्याला जागं केलं, आजूबाजूची चार माणसं गोळा केली, सरपंचाला बोलावलं, सगळी घरात जमा झाली. गावात डॉक्टर नव्हता, दोन मैलावरून डॉक्टरला बोलवायला बैलगाडी जुंपावी लागली आणि डॉक्टरला घेऊन यावं लागलं. नारायणने औषधपाणी केलं. दवादारू, इंजेक्शने झाली, बरनॉलचा लेप दिला.

या संकटातून मुक्त होताच दुसऱ्या आठवड्यात एक दुर्दैवी बातमी ऐकायला मिळाली. गावात कुणीतरी नवखा माणूस आलाय अन् वेशीवर थांबून तो रडतोय असा ऊर्मिलेला निरोप मिळाला. ऊर्मिला आजारीच होती. ताराबाई वेशीवर आली तर तिला धाकटा भाऊ मास्तर हा रडत बसला होता. ताराबाईनं मास्तरला पाहिलं.

"कार, रं, काय झालं रडायला?"

"बाई... आई आली कां गं?"

मास्तरच्या ह्या बोलण्याचा अर्थ ताराबाईला कळेना. ताराबाई मास्तरला बोलून बोलून विचारायला लागली.

"आरं बाबा, सांग की काय झालं?"

"आई.... आठ दिवसांपूर्वीच गेली." असं म्हणताच मास्तरने हंबरडा फोडला. ताराबाई मोठमोठ्यानं रडायला लागली अन् सगळं गाव जमायला लागलं. मास्तरची आई, बनुबाई, आठ दिवसांपूर्वी वारली होती. ह्याच वयस्कर मास्तरने ऊर्मिलाचा सांभाळ केला होता. ऊर्मिलाला तिच्या जीवनात जी माया मिळाली होती ती फक्त

बनूआजीचीच आणि ती तर आता ऊर्मिलाला सोडून गेली.

ऊर्मिला तर अशा आजारी अवस्थेत पडली होती. तिची आजारपणाची बातमी कळताच मास्तर गप्पगार झाला आणि दोघंही घराकडं निमूटपणाने वळले. ऊर्मिलाच्या आजारपणात ही बातमी तिला लवकर सांगितली नाही पण थोड्याच दिवसांत तिला बातमी कळल्यानंतर ती धाय मोकलून रडली आणि पटदिशी दातखिळी बसून मूर्च्छित झाली. नारायणने त्याचवेळी तिच्या तोंडात तर्जनीचं बोट घालून दातखिळी उघडली, कांदा फोडून नाकाला लावला आणि थोड्याच वेळात ती शुद्धीवर आली.

नारायणच्या संसाराचं रहाटगाडं असंच धकाधकीचं चाललं होतं. नीलकमलला वर्षाची होऊनसुद्धा चालता येत नव्हते. तिला पांगूळगाडा आणला. कॉडलिव्हरचं तेल तिच्या पायाला नारायण दररोज चोळून मालीश करत असे. काही दिवसांतच ती चालायला लागली, अन् तिला पाय फुटले. अगदी लुटूलुटूच चालायची.

उचाट या भसाड गावात ऊर्मिला शिक्षिका होती. ती शाळेत गेली होती. ताराबाई तान्ह्या आकाशला घेऊन त्याला पाळण्यात घालून झुलवत बसली होती. पाळणा कसला तो, दोन टोकाला दोऱ्या बांधून जाड कपड्यांचाच त्याने झोका बनवला होता. नारायण सुट्टीत उचाटात आला होता. लुटूलुटू चालणारी छोटी निलू घरात नव्हती.

''काय हो मामी, नीलू कुठं गेली?'' ताराबाईला नारायणने विचारलं.

''मला काय ठावं?'' झोका देत ताराबाई म्हणाली.

''बाहेर पटांगणात तर दिसत नाही.'' नारायण म्हणाला.

''असेल आजूबाजूला.''

नारायण तिला शोधू लागला पण नीलूचा पत्ता नव्हता.

आजूबाजूला गर्द झाडीझुडी होती. छोट्या छोट्या पायवाटा होत्या. एक पायवाट शाळेकडे जाणारी होती. नारायण घाबरला, नीलाला शोधू लागला. शाळेकडे जाणाऱ्या पायवाटेकडनं तो जाऊ लागला. फर्लांगभर गेल्यानंतर त्याला नीलू खेळताना दिसली. नारायणचा जीवात जीव आला.

''काय गं नीलू, काय करतेस? काय हातात घेतलेस ते पाहू?''

नीलाने चिमुकला हात पुढे केला. तिच्या हातात करडीच्या सफेद बिया होत्या. अगदी दातासारख्या, पांढऱ्याशुभ्र. नारायणने तिला कडेवर घेतले व घराकडे वळला. ऊर्मिला शाळेतनं आल्यावर तिला ही हकीगत सांगितली. त्याने सासूबाईला पण तिच्यावर लक्ष ठेवण्यास सांगितले. कारण ती खूपच पायसूर झाली होती. तिच्या हातातल्या करडीच्या बिया त्याने ऊर्मिलाला दाखवल्या आणि त्या फळीवर ठेवल्या.

◆

**ना**रायण आयकर खात्यात कारकुनी करत होता. बायको उचाटला होती. त्याचे जेवणाचे हाल चालले होते. एकटेपणाचा त्याला कंटाळा येई. अशावेळी ऑफिसातल्या सांस्कृतिक कार्यक्रमात तो भाग घेत असे. उपेन्द्रनाथ अश्कच्या 'अंजोदीदी' ह्या हिन्दी नाटकात हिरोची भूमिका तो करत होता. पण तो काम करत असताना नाराज असे.

"का रे, हल्ली तू काम करताना नाराज का असतोस?"

असा प्रश्न नामदेव दळवी ह्या मित्राने त्याला सहज विचारला. तोही नाटकात काम करीत होता. नारायण गप्पच होता.

"काय प्रॉब्लेम आहे का?" परत नामदेव दळवीने विचारलं.

नारायणने बायकोच्या अपघाताची सर्व हकीगत सांगितली.

"अरे मग तुला मूड येत नसेल तर तुझी ही भूमिका दुसऱ्याला करू दे." नामदेव दळवीने सांगितले. नारायण गप्पच.

"अरे सहारे, तू ही भूमिका करशील काय ?" दळवीने दुसऱ्या एका मित्राला विचारलं. हा देखील आयकर कार्यालयात कामाला होता.

"हाँ भाई हम करेंगे" असं सहारे म्हणाला. सहारे हा मूळचा नागपूरचा होता. नाऱ्याला तसा खरा मूड येतच नव्हता. बायको जबर भाजली होती. मुलं लहान होती. संसाराच्या काळजीनं, नैराश्यामुळं नाटकात काम करण्याचा त्याला मूड येत नव्हता आणि त्या नाटकातील हिरोची भूमिका करण्याचे काम सहारे या मित्राला देऊन टाकले. हे नाटक राज्यस्पर्धेसाठी जाणार होतं. याआधीही त्याने 'सफरके साथी' 'दीदी', (पु. लं.चे 'सुंदर मी होणार.') 'ताश के पत्ते' 'बाकी इतिहास' इत्यादी हिंदी नाटकातून पुरस्कार मिळवले होते.

नारायणला भावंडांच्या नोकरीचीही काळजी अधूनमधून वाटायची. मोठा भाऊ असल्याने कर्तव्य म्हणून काहीतरी आपण त्यांच्यासाठी केलं पाहिजे यासाठी तो रात्रंदिवस आपल्या मनात काळजी करायचा. नारायणचा धाकटा भाऊ नामदेव

पुण्याला वाणिज्य शाखेत होता. इकडे मुंबईत नारायणने नामदेवकरिता बँक ऑफ बडोदामध्ये कारकुनाकरता अर्ज केला होता.

एके दिवशी नारायण फ्ल्यूने आजारी होता. इतक्यात भर दुपारी अंधेरीच्या झोपड्यात एक टपाल पडले. टपाल फोडले. नारायणने वाचून पाहिले. नामदेवला बँकेतर्फे लेखी चाचणीकरिता बोलाविले होते. नामदेव कर्मधर्मसंयोगाने मुंबईत आला होता. त्याचा मुक्काम गिरगावच्या भाजीबाजारात होता. टपाल आले त्याच दिवशी सकाळी दहाला लेखी चाचणी होती. टपाल दुपारी मिळाले होते.

नारायणने ते आजारी अवस्थेत वाचले अन् हळहळला. पण त्याला राहवेना. तो तशाच आजारी अवस्थेत अंधेरीवरून गिरगावाला पोहोचला. तेथे नामदेवची गाठ पडली, नामदेवला ते टपाल दाखवले. नामदेवने वाचून म्हणाला "आता लेखी चाचणी झाली असेल, आता काही जाण्यात अर्थ नाही." परंतु नारायण नामदेवला आग्रह करीत होता.

"अरे आपण गरीब माणसं, आपण जिद्दीने लढलं पाहिजे. कॉल आलाय उशिरा. तिथं कार्यालयात जाऊन चौकशी केली पाहिजे. एरव्ही वेळ तर निघून गेली आहे. प्रयत्न म्हणून चौकशी करायला काय हरकत आहे? नाहीतरी आपल्याला न जाऊन ही नोकरी मिळणार नाही, जाऊन एक वेळेस संधी घेतली तर काय बिघडणार आहे? तू फक्त टॅक्सी बोलव, मला चालवत नाहीए, तापाने मला जास्त बोलवतही न्हाय."

दादाचे हे आग्रहाचे बोलणे आणि त्याची झालेली केविलवाणी परिस्थिती नामदेवला पाहवेना.

केवळ नारायणच्या आग्रहाखातर त्याने एक टॅक्सी बोलावली व दोघेही बॅलार्ड पियरला आले. नारायणने बँकेत पत्र दाखविले. अशा बऱ्याच तक्रारी बँकेला मिळाल्या होत्या. बँकेने अशा उमेदवारांना लेखी चाचणीची आठवड्यानंतरची नवीन तारीख दिली, त्यात नामदेवचाही नंबर लागला.

नारायणचा आग्रह नामदेवचा कामी आला. ठरलेल्या दिवशी नामदेव लेखी चाचणीला गेला आणि त्यात उत्तीर्ण होऊन त्याला बँकेची नोकरी मिळाली. नारायणच्या प्रयत्नवादाचा विजय झाला. नामदेवच्या जीवनाला दिशा मिळाली.

ठाणे जिल्ह्यात ग्रामीण भागात उचाटला काम करणे ऊर्मिलेला जड जात होते. तिची देसाई गावात बदली झाली होती. खिडकाळी या जवळच्या गावातून देसाई येथे जाण्याची वाट होती. जवळच्या खेड्यात एका नर्सचा खून झाला होता. तिचे नाव मंदा पाटणकर. लोकल ट्रेनमधून प्रवास करताना दिवा घाटात तिचा निर्घृण खून झाला होता.

एकदा एक काँग्रेस कार्यकर्ता सपासप पावलं टाकत खिडकाळीच्या पायवाटेनं चालला होता. खिडकाळीला शंकराचे मोठे देऊळ आहे. तो नित्यनेमाने शिवपूजा करत असे. ऊर्मिला त्याच वाटेनं शाळेकडं जात असे. ठाणे जिल्ह्यात उचाटजवळ

देसाई नावाचं खेडं आहे. आजूबाजूला गर्द झाडी, पावसाचे दिवस. रस्त्यात सगळा चिखल साठलेला. चिखलातून चालताना पायातील चपला गच्च व्हायच्या, पाऊल पुढे टाकताना जड व्हायचे.

तो काँग्रेस कार्यकर्ता पुढे पुढे झपाझप चालला होता आणि त्याच्यापाठी तीनचार मारेकरी धावत येत होते. ऊर्मिलाला काही कळलेच नाही. काँग्रेस कार्यकर्ता त्या शिवमंदिराजवळ पोहोचला आणि त्या मारेकऱ्यांनी त्याच्यावर घाव घातला. दोन मारेकऱ्यांनी त्याला धरून ठेवले. त्यातल्या एकाने तोंड दाबून ठेवले आणि तिसऱ्याने त्याच्या डोक्यात सपासप कुऱ्हाडीचे घाव घातले. तो रक्ताने न्हाऊन निघाला. शाळेत जाताना ऊर्मिलाने हे दृश्य पाहिले होते. तिच्या अंगावर काटा उभा राहिला. ती भेदरून गेली. तिचे पाय लटलट कापायला लागले. त्या पायवाटेतनं पुढे जाण्याचा तिला धीर होईना.

"बाई घाबरू नका, जा पुढे जा." असं तिला एक मारेकरी म्हणाला. ऊर्मिलानं तो आवाजच ऐकला. त्या मारेकऱ्याच्या चेहऱ्याकडंपण तिनं पाहिलं नाही. ती तशीच पायवाटेनं पुढं जाऊ लागली. वाटेतनं सरासरा सापपण निघून जायचे. डबक्या-डबक्यातून बेडकांचे आवाज ऐकू यायचे. खेकडे मध्येच पायावर चढायचे. सगळा चिखलच चिखल, त्या शिवभक्ताचा झालेला खून. तिनं कसंतरी करून देसाई शाळा गाठली.

ही गोष्ट पोलिसांना कळल्यावर ते मारेकऱ्यांचा शोध घेऊ लागले. त्यातलाच एक मारेकरी त्या गावातल्या झाडावर लपून बसला होता.

संध्याकाळी शाळा सुटली, दोन शिक्षकी शाळा. दुसरे एक तावडे गुरुजी होते.

"अहो बाई, माझं सामान तुमच्याकडं ठेवता का?" असं तावडेंनी ऊर्मिलेला विचारलं. एकाच शाळेतले असल्यामुळे नाही कसं म्हणणार, म्हणून ऊर्मिला हो म्हणाली.

तावडे गुरुजी यांनी कागदात गुंडाळलेली एक वस्तू ऊर्मिलेच्या हातात दिली. ती तिने बॅगेत ठेवली. देसाई गावातून खिडकाळीकडे यायला बस मिळत नसे. येणाऱ्या जाणाऱ्या ट्रकमधूनच प्रवास करावा लागत असे. खिडकाळीला जाण्याकरिता त्यांना एक ट्रक मिळाला. त्या ट्रकमध्ये ते दोघेही चढले. तो ट्रक ड्रायव्हर तावडेंना ओळखत होता व शिक्षिकेलाही.

"काय मास्तर, आमची वस्तू आणली का?" ट्रक ड्रायव्हरने तावडेंना विचारले.

"हो आणली की, बाई ती तुमच्या बॅगेतली वस्तू द्या हो." ऊर्मिलाकडे पाहत तावडे बोलला. ऊर्मिलाने बॅगेतली वस्तू काढून दिली. ऊर्मिलाला नंतर कळले की ती दारूची बाटली होती. हे कळताक्षणीच तावडेचे व ऊर्मिलाचे दुसऱ्या दिवशी भांडण झाले. ऊर्मिलाला जिल्हा परिषदेची नोकरीच नको असे वाटायला लागले.

मुंबई महापालिकेपेक्षा जिल्हा परिषदेला पगार कमी होता.

जिल्हा परिषदेतील नोकरीपेक्षा मुंबई म्युन्सिपालटीत नोकरी मिळावी अशी ऊर्मिला व नारायणची इच्छा होती. तसा त्यांचा प्रयत्न चालूही होता. शिक्षणाधिकारी माधुरीबेन शहा यांना भेटावं आणि आपल्या दारिद्रयाची कैफियत त्यांच्यापुढं मांडावी असं नारायणला वारंवार वाटायला लागलं.

निदान ऊर्मिलाला मुंबईला नोकरी मिळाली तर घरगाडा तरी सुरळीत चालेल ह्या भावनेनं त्यानं ऊर्मिलाला विचारलं.

"उर्मे, आपण इ. ओ. कडे जायचं का?"

"कुठं?"

"त्यांच्या घरी"

"त्या कुठे राहतात?"

"ते शोधून काढू?"

"ठीक आहे तर चला."

अशा विचारानं ऊर्मिला व नारायण इ. ओ. चा (एज्युकेशन ऑफीसर) पत्ता शोधत शोधत वाळकेश्वराच्या जवळ असणाऱ्या एका इमारतीच्या पाचव्या मजल्यावर पोहोचले. ऊर्मिला लटलट कापत होती. नारायणच्या मनात धडकी भरत होती. परंतु त्याने दारावरची बेल वाजवली. काही क्षणातच गाऊनमधल्या गोऱ्या गोमट्या एका तरुणीने दरवाजा उघडला. तिने इंग्रजीतच विचारायला सुरुवात केली.

"हुम डु यु वॉन्ट?"

"मॅडम माधुरीबेन शहा"

"बट शी इज नॉट हिअर ॲट प्रेझेंट?"

"व्हेअर इज शी?"

"शी इज इन अ कॉन्फरन्स" असं त्या तरुणीने सांगताच नारायण गर्भगळीत झाला. एवढे प्रयत्न करूनही पालथ्या घड्यावर पाणी पडणार. आता काय करायचे? असा विचार करतच नारायणने त्या युवतीला पाणी मागितले.

नारायणच्या घशाला कोरड पडली होती.

त्या युवतीने दरवाजा उघडला व दोघांनाही आत घेतले. एका रंगीत सोफ्यावर बसायला संगितले अन् ती पाणी आणायला किचनमध्ये गेली. नारायण व ऊर्मिला दोघेही तो दिवाणखाना पाहण्यात गर्क झाले. तो सुंदरसा सुबक असा प्रशस्त दिवाणखाना, भिंतीवरचे तैलचित्र, काचेची शोकेस, बुक शेल्फ, आधुनिक शिल्पकलेच्या मूर्त्या, भारी किमतीचा गालीचा, कोपऱ्यातले रंगीबेरंगी फोन, सगळे काही देखणे होते. ऊर्मिला हे पाहून भविष्यातली सुखस्वप्ने पाहत होती. माझा संसार असा करता

येईल का, याबद्दल मनसुबे रचत होती. नारायणही सगळा शो पाहत होता.

इतक्यात ती युवती दोन काचेच्या ग्लासात थंडगार फ्रीजमधले पाणी घेऊन आली. नारायणने व ऊर्मिलेने ते पाणी घेतले व दोघांनीही ते गटागटा पिऊन टाकले. ती युवती दोघांनाही न्याहाळत होती. हे दोघे पति-पत्नी असावेत हे तिला मनोमन कळले होते.

"मॅडम, आपण हा अर्ज बाईसाहेबांना द्याल का?" असं नारायणने त्या युवतीला एक टंकलिखित अर्जाची प्रत देत म्हटले.

"हो, पण तुम्ही ऑफिसवर दिलात तर बरं होईल." युवती म्हणाली.

"ऑफिसवर जाऊन आलो पण बाईसाहेब भेटल्या नाहीत." असं ऊर्मिलाने शांतपणाने सांगितले. तिने ऊर्मिलाकडे पाहिले.

"ठीक आहे. बाईसाहेब कॉन्फरन्सवरून आल्या की मी त्यांच्याजवळ हा अर्ज देते."

"आपणही हिला नोकरी देण्याविषयी बाईसाहेबांना सांगावं." नारायण त्या युवतीला विनंतीच्या सुरात बोलला. हे सर्व संभाषणही इंग्रजीतूनच चाललं होतं.

"ठीक आहे."

असं त्या युवतीने आश्वासन देताच ते दोघेही उठले अन् तिचे आभार मानून त्या इमारतीतून बाहेर पडले.

दुसऱ्या दिवशी दोघेही मुंबई महानगरपालिकेच्या शिक्षण खात्यात बोरीबंदरच्या ऑफिसमध्ये गेले. तेथे इ. ओ. ला भेटण्याकरिता बऱ्याच जणांनी रांग लावली होती. ऊर्मिलाचा नंबर आला. ऊर्मिलासोबत नारायणही होता. ते दोघेही त्यांच्या केबिनमध्ये गेले. ऊर्मिलाची छाती धडधडत होती.

"हं, काय आहे?" माधुरीबेन शहा म्हणाल्या.

"मी ऊर्मिला बागडे, तुमच्याकडे शिक्षिकापदासाठी अर्ज केला आहे." घाबरत घाबरत ऊर्मिला म्हणाली.

"तू घरी कशाला आली होतीस?" दटावून माधुरीबेन म्हणाल्या आणि ऊर्मिलाला आपोआप रडू कोसळले.

"चल रडू नकोस." असं म्हणून त्यांनी बेल मारली, हेडक्लार्क आतमध्ये आला.

"शिक्षकांची फाईल कुठे आहे?" त्याला माधुरीबेननी विचारले आणि त्याने चटकन रॅकवरची फाईल काढून दिली.

"हिच्या नेमणुकीची ऑर्डर काढा." असा आदेश त्यांनी हेडक्लार्कला दिला. हेडक्लार्क ऊर्मिला व नारायणकडे पाहू लागला.

"ठीक आहे तुम्ही जाऊ शकता." त्यांनी प्रेमळ स्वरात सांगितले.

ऊर्मिला व नारायण केबिनच्या बाहेर आले. ऊर्मिलाने पुन्हा स्वत:चे डोळे

पुसले. आपल्याला नोकरीचा कॉल मिळेल या बातमीनं तिचं मन आनंदून गेलं होतं. नारायणला आपल्या कच्च्याबच्च्यांची आठवण झाली. ते दोघेही आपल्या झोपड्याकडे निघाले. तिच्या पाणावलेल्या डोळ्यात आनंदाश्रूंनी जागा घेतली.

पुढच्याच आठवड्यात उर्मिलेला कॉल आला आणि तिला मुंबई महानगरपालिकेच्या एका शाळेत शिक्षिकेची नोकरी मिळाली. नारायणच्या प्रयत्नाचा हा दुसरा विजय होता. नारायणच्या प्रगतीची वाटचाल होण्याचा मार्ग हळूहळू मोकळा होत होता.

बेकार शिक्षकांना हळूहळू कॉल यायला लागले आणि त्यांना नोकऱ्याही मिळाल्या. ऊर्मिलेला नोकरी मिळाल्यामुळे नारायणचे कर्ज फिटायला मदत झाली. आर्थिक बळ थोडं थोडं वाढत गेलं. मुलं इंग्रजी शाळेत शिकायला लागली. काही काळ नामदेवसुद्धा स्वत:चं घर घेण्याअगोदर नारायणजवळ राहत होता. ताराबाई घरकाम करण्यात रस घेत होती. नारायणचं दररोज वर्तमानपत्र वाचणं हा एक नित्यनियम होता. अन्यायाच्या, संकटांच्या बातम्या वाचताना त्याला गोरगरिबांचा कळवळा ताबडतोब यायचा.

बोरीवली पूर्व भागात पश्चिम द्रुतगती मार्गालाच लागून झोपडपट्ट्या उभ्या होत्या. तिथं मराठवाडा विद्यापीठ नामांतराची सभा चालली होती. ह्या सभा अधूनमधून होत राहायच्या. नारायणला मिटींगला बोलावले होते. ''नवशक्ती''चे पत्रकार निंबकरांनादेखील आमंत्रण होतं. नारायणचा मित्र अशोक गरोडीयाही त्याच्यासमवेत होता.

''हे पाहा, डॉ. बाबासाहेब आंबेडकरांनी शिका, संघटित व्हा, संघर्ष करा हा मूलमंत्र सगळ्यांनाच दिला आहे. मराठवाडा विद्यापीठाचे नामांतर व्हावे असे दलितांना वाटते. पण नामांतराच्या लढ्यात ज्यांची जीवितहानी झालेली आहे त्याला जबाबदार कोण आहेत? त्यांची मुलंबाळं उपाशी मरताहेत त्यांचा प्रश्न कसा सुटणार? त्याला भाकरीचंही पीठ मिळत नाही त्याला विद्यापीठाचा अर्थ काय कळणार?'' असे विचार नारायण त्या सभेपुढे त्वेषाने गांडत होता.

इतक्यात सभेत गलका व्हायला लागला. ''मराठवाडा विद्यापीठ नामांतर झालंच पाहिजे.'', ''डॉ. बाबासाहेब आंबेडकरांचा विजय असो.'' अशा घोषणा व्हायला लागल्या. त्या सभेतला एक घोळका नारायणच्या दिशेने येऊ लागला आणि तो जत्था नारायणला भाषण करू देईना. पत्रकार निंबकर म्हणाले, ''बागडे, तुम्ही काय बोललात, हे त्यांना नेमके कळलेलेच नाही. तुम्ही भाषण थांबवा.''

नारायणने भाषण थांबवलं. तो गप्प राहिला. काही कार्यकर्ते नारायणच्या विरोधात तावातावाने घोळक्या घोळक्यातून बोलू लागले. अशोक गरोडीया उठला आणि नारायणच्या कानात कुजबुजला. नारायण तिथून सटकला तो थेट नाक्यावर येऊन इकडेतिकडे न्याहाळत उभा राहिला. निबकरांनी व गरोडीयांनी त्या घोळक्याची समजूत घातली व तो घोळका शांत झाला. ती सभा नंतर शांततेनं पार पडली.

नाक्यावर उभा राहिलेला नारायण वाटेतच न्याहाळताना थबकला. तिथं एक दीनवाणं कुटुंब एका खोप्यात पसारा मांडून बसलं होतं. नारायणने विचारलं, ''तुम्ही कुठल्या गावचे?''

तिथं विडी फुंकत असलेला म्हातारा म्हणाला, ''आम्ही औरंगाबादचे.''

''तुम्ही इथे कसे आलात?'' नारायणने विचारलं. त्याला देखील टाईमपास करायचा होता. अशोकची वाट पाहायची होती.

''आमच्या पोटाला काय तिथं मिळत न्हाय, अन् आम्हाला माराहाण करत्यात. मारहाण कशाबद्दल तर आम्ही बौद्ध आहोत म्हणून.''

''असं होय,'' नारायण म्हणाला. ''तुमचं आडनाव काय?''

''गायकवाड.''

''तुम्ही बौद्ध आहात काय?''

''न्हाय, आम्ही किरीस्ताव झालोय.''

''म्हणजे तुम्ही ख्रिश्चन धर्म स्वीकारलात काय?''

''व्हय.''

''त्याचं कारण?''

''आमच्या बौद्धवाड्यावर हल्ला झाला. आम्हाला मारहाण केली. आम्हाला आमच्या झोपड्यातून हाकलून लावलं. आधार, आसरा आम्हाला कुठंच नव्हता.'' तो उद्वेगाने सांगत होता.

''मग तुम्हाला आधार कुणी दिला?''

''किरीस्तावांनी.''

''मग धर्म का बदलला?''

''आम्हाला त्यांनी खायला प्यायला घातलं, आधार दिला, त्यांनी सांगितलं धर्म बदला.''

''म्हणून तुम्ही धर्म बदललात का?''

''धर्म कशाला म्हणतात, आमाला काय म्हायत न्हाय. आमी गरीब माणसं. रोजंदारी करणारी, पोटाला मिळालं तिथं खायचं, राहायला मिळल तिथं राहायचं. बुद्ध धर्म काय अन् किरिस्ताव धर्म काय, याचं आम्हाला काय देणंघेणं नाय. आमच्या पोरानला शिक्षान पण मिळत नाय.'' तो म्हातारा अगदी दीनवाणीनं, काकुळतीनं सांगत होता.

नारायणनं झोपड्यातनं उभ्या असलेल्या आठ वर्षाच्या मुलाला पाहिले अन् विचारलं.

''याला शाळेत टाकले का?''

''व्हय शाळेत टाकलंया.''

''कुठल्या शाळेत.''

"म्युन्सिपाल्टीत."

नारायण अशी विचारपूस करत असतानाच अशोक गरोडीया त्याला संजय गांधी उद्यानाजवळ वाटेतच भेटला. नारायण आणि तो तिथून झपाट्याने बोलणं अर्ध्यावरच टाकून गेले.

ही बातमी दुसऱ्या दिवशी त्याने ऊर्मिलाला सांगितली. ती दचकून म्हणाली.

"अहो, गायकवाड नावाच्या मुलाला शाळेत घातलंय. तो अगोदरच बौद्ध होता पण त्याने ख्रिश्चन म्हणून त्या मुलाला दाखल केलंय! हे कसं काय मला कळलंच नाही."

"अगं ते तुला कळायचं नाही." असं म्हणून नारायण गप्प बसला. त्याला सामाजिक प्रश्नातले, चळवळीतले खाचखळगे ठाऊक होते. हे द्वंद्व असंच चालणार होतं. धर्मांतराचं फॅड त्याच्या लक्षात येत होतं चळवळीच्या अनुभवामुळं.

अंधेरीच्या झोपडपट्टीत एकदा सत्यनारायणाच्या महापूजेचा कार्यक्रम आयोजित केला होता. त्या पूजेनिमित्त किमान एकवीस रुपये प्रत्येक झोपडीवासीयांनी द्यावे असा सेनेच्या कार्यकर्त्यांनी आग्रह धरून चाळ कमिटीच्या काही लोकांनी ठराव केला आणि झोपडपट्टीत दंडेलशाहीला सुरुवात केली. दमदाटीमुळे कैक लोक परिस्थिती नसतानाही ती वर्गणी आग्रहाने देत होते.

अशावेळी नारायणच्या झोपड्याजवळ नऊदहा कार्यकर्ते आले आणि नारायणजवळ एकवीस रुपयांची मागणी करू लागले. नारायणने फक्त अडीच रुपये त्यांच्यापुढे केले. हे पाहून काही कार्यकर्ते नारायणवर खवळले. एक म्होरक्या कार्यकर्ता बोलू लागला, "काय चेष्टा लावली काय? एकवीस रुपये वर्गणी देण्याचा आमचा ठराव आहे. एकवीस रुपये द्या."

"एकवीस रुपये मी देणार नाही. अडीच रुपये घ्यायचे तर घ्या." नारायण म्हणाला.

"अहो, एकवीस रुपये सगळे देत आहेत. तुम्ही अडवता कशाला?" एकजण.

"तुम्ही सगळ्या वर्गणीचे काय करणार आहात?" नारायण.

"सत्यनारायणाची पूजा घालणार आहोत."

"पूजेला एवढा खर्च?"

"म्हणजे? महागाई किती झालीय?"

"महाराष्ट्रात दुष्काळ पडलाय हे तुम्हा सर्वांना ठाऊक आहे ना?"

"हो."

"लोक उपाशी मरताहेत, हे तुम्हाला ठाऊक आहे का?"

"तुम्हाला काय म्हणावयाचे आहे?" संतापाने त्यांच्यातला एका कार्यकर्ता बोलत होता.

"दुष्काळी गावातून जे लोक उपाशी मरताहेत त्यांच्यासाठी तुम्ही सत्यनारायणाच्या

पूजेतून आणि मिळालेल्या वर्गणीतून शंभर शंभर किलोची दोन गव्हाची पोती पाठवून देत असाल तर मी तुम्हाला एकवीस रुपयांऐवजी एकावन्न रुपये द्यायला तयार आहे.''

नारायणच्या या अटींचा कार्यकर्त्यांना राग आला.

''हे बघा, आम्हाला तत्त्वज्ञान शिकवू नका.'' तो म्होरक्या कार्यकर्ता ओरडतच होता.

''मी फक्त शहाण्या माणसांना तत्त्वज्ञान शिकवत असतो.'' नारायण.

''म्हणजे आम्ही वर्गणी मागणारे मूर्ख आहोत काय?'' कार्यकर्ता.

''मी असं कुठं म्हटलं?'' नारायणने असं उत्तर दिलं आणि घरातले रेशनकार्ड आणले आणि पुढं केले.

''हे बघा, हलका गहू फक्त ९२ पैसे किलो आहे, दोन क्विंटल गहू दुष्काळी भागाला पाठवायला काय हरकत आहे?''

''हे बघा तुम्हाला किमान अकरा रुपये द्यायचे नसतील तर देऊ नका पण आम्हाला जास्त शहाणपणा शिकवू नका. आम्ही पाहून घेऊ.'' असं म्हणत तो म्होरक्या कार्यकर्ता सगळ्या मंडळींना घेऊन पुढच्या दरवाजावर तावातावाने निघून गेला.

''बघतो कसा नळावर पाणी भरतो ते'' असा सूर नारायणने ऐकला होता.

ऊर्मिलाला सार्वजनिक नळावर पाणी भरू न देण्याचा प्रकार झाला पण ऊर्मिलाने पोलिस स्टेशनात तक्रार नोंदवून मग्रूर समाजकंटकांची जिरवली व बिनधास्त पाणी भरू लागली. कालांतराने कळले की तो म्होरक्या सार्वजनिक वर्गणीतली बरिचशी रक्कम अफरातफर करून त्या झोपडपट्टीतून निघून गेला. धार्मिक कार्याच्या नावावर गोळा केली जाणारी रक्कम दारू-पाण्यावरही काही कार्यकर्त्यांनी खर्च केली असे नंतर कळले.

नारायणच्या सामाजिक जाणिवेचं दर्शन हळूहळू लोकांना व्हायला लागले.त्याच्या बोलण्यातली सत्यता लोकांना जाणवू लागली परंतु कार्यकर्त्यांच्या दंडेलशाहीच्या स्वभावामुळे नारायणला साथ मिळत नव्हती आणि नारायणचा स्वभाव सरळमार्गी होता. त्यामुळे त्याला दंडेलशाहीची भीती मुळीच वाटत नव्हती. नारायण तसा मुळातच चळवळ्या स्वभावाचा, निर्भीड प्रकृतीचा स्पष्टवक्ता होता.

दलित मित्र शंकरराव अडसूळ हे नारायणच्या आजीचे धाकटे बंधू. ते स्वातंत्र्यसैनिक होते. त्यांनी एकदा नारायणला घरी बोलावलं. नारायण त्यांच्या घरी कधीच जात नसे. लहानपणी त्याच्या आजीनं त्याला बॉम्बे सेंट्रलच्या जवळ असणाऱ्या कलकत्ता इस्टेटमध्ये आणल्याचं आठवलं होतं. शंकररावांची पत्नी अर्धांगवायूने वारली होती. तसं अडसुळांचं कुणाशी सहसा जमत नसे.

''हे पाहिलंस का? चिकट बुक.'' असं म्हणत अडसुळांनी चाळीस वर्षाच्या

कार्याच्या वर्तमानपत्रांच्या कात्रणांचे एक छोटं बुक नारायणच्या हाती दिलं. नारायणनं ते चाळून चाळून पाहिलं व आश्चर्यचकित झाला. कारण नारायणसुद्धा वर्तमानपत्रांतून थोडंफार लिहायचा, पण असं चिकटबुक त्याने बनवलं नव्हतं.

"छान आहे,तुमचं बरंच कार्य आहे हे निदान या चिकटबुकावरून तरी कळलं." नारायण.

"तू पण असं चिकटबुक बनव." असा सल्ला त्यांनी दिला.

"बनवीन आणि तुमच्याबद्दलही वर्तमानपत्रात लिहीन." असं सांगताच अडसूळ बाबा खुश झाले. त्या खुशीत म्हणाले,

"थांब कॉफी करतो."

"नको, नको." असा नकार देऊनही शेवटी त्यांनी स्टोव्ह पेटवायला सुरुवात केली. तापट स्वभावामुळं नारायण त्यांच्यापुढं काही बोलला नाही.

अंगात खादीची बंडी, खादीची अर्धी चड्डी, डोक्यावर पिकलेले पांढरे केस आणि हातभर पांढरी लोंबकळणारी दाढी. स्टोव्हला पंप मारताना त्यांची दाढी लोंबत होती. जोरजोरात ते पंप मारत होते. रॉकेल भर्रकन वर आलं आणि त्या काटक म्हाताऱ्याने स्टोव्हला पेटलेली काडी लावली तसं रॉकेल भर्रकन जळू लागलं. परत ते पम्प मारू लागले आणि पंम्प मारता मारता परत त्यांची लोंबकणारी दाढी त्या स्टोव्हच्या आगीवर पडली तशी ती भराभर जळायला लागली. दाढी जळता जळता अडसूळ पटकन उभे राहिले, दाढी जळत जळत वर गेली अन् तिचा पार भुगा झाला. पांढऱ्या केसांचा झालेला काळा भुगा त्यांनी हातात घेतला होता. त्या दलित मित्राला आपली दाढी जळाल्याचे पाहून फार वाईट वाटले. घरातला आरसा पटदिशी घेतला अन् ते चेहरा पाहू लागले. दाढी जळाल्यामुळे चेहरा काळसर झालेला दिसत होता.

अगोदरच काटक अंग, बुटके शरीर अन् त्या बुटक्या शरीरातला बुटका चेहरा. त्या पांढऱ्या दाढीमुळं ऋषिमुनीसारखा भारदस्त वाटायचा परंतु दाढी जळाल्याचे पाहून त्यांना वाईट वाटले. नारायण अवाक् होऊन त्यांच्या चेहेऱ्याकडे पाहत होता. थोडक्यात निभावलं होतं. दलित मित्राचे चिकटबुक नारायणच्या हातात होते.

"दलित मित्र शंकररावांची दाढी जळून खाक. या मथळ्याची बातमी मी पेपरला देऊ का?" असं नारायणने विचारले.

"अरे चेष्टा आहे का? ही सत्य परिस्थिती आहे. निळुभाऊ ही बातमी ताबडतोब देतील."

दलित मित्राला ही बातमी 'नवाकाळ'मध्ये यावी असे मनापासून वाटत होते. नारायणला त्याही अवस्थेत त्यांनी स्वत: कॉफी करून दिली व मगच सोडले. नारायण तेथून थेट अंधेरीच्या झोपडीकडे वळला.

◆

**झो**पडपट्टीतील घराच्या एका कोपऱ्यात दरवाजाला चिकटूनच पांचाळ बसले होते. इतक्यात नारायण त्यांच्या दरवाजाशेजारी आला. त्याचेच ते शेजारी होते. मेघाचे वडील, रजनी तिची आई जमिनीवर बसून ढोलकीवर त्यांनी डावा पाय उभा ठेवला होता. अधून मधून ते ढोलकी वाजवत होते. सहा वर्षांची मेघा स्वच्छ कपडे घालून बसलेली. नाकातनं थोडा थोडा शेंबूड गळायचा. ती मध्येच फुर्रकन ओढायची. समोरच त्यांच्या हातात एक छोटा पुष्पहार होता. एका प्लेटमध्ये लिमलेटच्या गोळ्या ठेवलेल्या होत्या.

"काय पांचाळ, कसं काय?" नारायणने सहज विचारलं.

"आमच्या मेघाचा आज वाढदिवस आहे, तिला सहा वर्षे झाली." पांचाळ.

"अरे व्वा, मला ठाऊकच नव्हतं." असं नारायण आश्चर्याने म्हणाला, इतक्यात तिथं लहानसहान पाचसहा मुलं जमली. पांचाळ ढोलकी वाजवत होते. अधूनमधून मराठी गाणी म्हणायचे. एक गाणं म्हणून झालं की थांबायचे. मेघा मध्ये मध्येच फुरफुरायची; नाकातला शेंबूड वरवर खेचायची.

मध्येच पांचाळ म्हणाले, "पाहा मुलांनो, आज मेघाचा वाढदिवस आहे. ह्या गोळ्या घ्या प्रत्येकाला एक एक." त्यांनी पाचसहा मुलांना एक एक गोळी दिली. प्रत्येकाने हसत हसत ती घेतली. त्यातली काही शरमलेली. नारायण म्हणाला, "हॅपी बर्थ डे टू यू."

"हॅपी बर्थ डे टू यू, मेघा. अरे मुलांनो सर्वांनी म्हणा, 'हॅपी बर्थ डे टू यू मेघा." सर्व मुलं नारायणकडे उत्सुकतेनं पाहत होती. 'हॅपी बर्थ डे' हे शब्द बोबड्या बोलात उच्चारताना त्यांना काहीतरी नवीन वाटत होतं. नारायणनेसुद्धा मुलांचा वाढदिवस कधी साजरा केला नव्हता. मुलं गोळ्या चोखायला लागली की पांचाळांनी मेघाच्या गळ्यात तो चार आण्याचा पुष्पहार घातला आणि एकटेच टाळ्या वाजवायला लागले. त्याबरोबर मुलंही टाळ्या वाजवायला लागली. नारायण पुन्हा पुन्हा बोलू लागला

"हॅपी बर्थ डे टू मेघा.

हॅपी बर्थ डे टू मेघा."

पांचाळने एक गोळी नारायणच्या हातावर ठेवली हे पाहून रजनीताईलाही आनंद झाला. ती कौतुकाने लेकीकडे पाहत होती. नारायणने ती गोळी नीलकमलला दिली. तीही चोखू लागली.

पांचाळांनी मेघाचा वाढदिवस आनंदाने साजरा केला. गोरगरिबांचा आनंद हा असा असतो पण श्रीमंत व गरीब यांच्या आनंदात वेगळा काही फरक नसतो कारण आनंदाचे मूल्यमापन होत नसते. केवळ आनंद व्यक्त करण्यावर अवलंबलेले मूल्यमापन पैशावर अवलंबून नसते. मेघाचा वाढदिवस पाहिल्यानंतर नारायणही आपल्या मुलांचा वाढदिवस साजरा करू लागला.

तेव्हा वाढदिवस साजरे करण्याचे एवढे पेव फुटलेले नव्हते. लाखो रुपये खर्च करून वाढदिवस साजरा करतात हे त्याला ठाऊकच नव्हते. फूटपायरीवरून झोपड्याकडे वळलेल्या माणसांना भूक कशी भागवायची, हीच चिंता असते.

नारायणच्या घरी निरनिराळे समाजकार्यकर्ते यायला लागले. अगोदरच लहान झोपडे. त्या झोपड्यात उठाय बसायची अडचण व्हायची. एखादं चांगलं घर घ्यावं म्हणून त्याला काही कार्यकर्ते कधी कधी सुनवायचे, पण घरांचे भडकते भाव पाहून नारायणला ते शक्य नव्हते. शिवाय नारायण हा दीनदरिद्री लोकांकरिता झटणारा समाजसेवक. त्यामुळे त्याच्याच खिशाला चाट बसायची.

नारायणला झोपडं मिळालं तसं नामदेवलाही घेऊन यावं या भावनेनं आईनं झोपड्या शोधायला सुरुवात केली. पाहता पाहता तिला धारावीची झोपडपट्टी सापडली. श्रीधर कोळ्याने बिनधास्तपणे अनधिकृत झोपड्या बांधल्या होत्या.

धारावी म्हणजे आशिया खंडातील सर्वांत मोठी गलिच्छ वस्ती. अशा दलदल वस्तीत धारावी कामगार कल्याण केंद्रामागे झोपड्यांची वसाहत उभी राहत होती. सर्वत्र दलदल, डुकरांचे कळपच्या कळप, मच्छर, माशा, डासांचा सतत उपद्रव, संडास बाथरूम तर नाहीच; पिण्याचे पाणीही नाहीच. दिवे कुठून असणार? हे झोपडं पाहावयास नारायण व कांतीलालही गेले होते.

"काय रे नारायण, हे दलदलीतलं झोपडं तुला पसंत आहे का?" कांतीलाल नारायणला विचारत होता.

"अरे बाबा, आईला जे पसंत पडेल ते खरं." आईला ऐकू जाणार नाही या आवाजात नारायण त्याला सांगत होता.

"अरे पण किती दलदल आहे, इथं संडासपण नाहीत." कांतीलाल पुन्हा बोलला.

"अरे, पण आपण काय करणार? आईला पसंत पडलं म्हणजे झालं." नारायण पुन्हा म्हणाला.

गुडघाभर चिखल तुडवत तुडवत नारायण, कांतीलाल व आईने झोपड्याची पाहणी केली. दहा बाय वीसचे झोपडे पाहिले. पत्र्याच्या पानांच्या भिंती, वर ॲसबेस्टॉसचे पत्रे, दोनचार लाकडाच्या तुळया, खाली सिमेंटचा केलेला कोबा. नारायणने व आईने श्रीधर कोळ्याशी सौदा केला व दीडहजार रुपयाला झोपडे घेतले.

एकदाचे झोपडे मिळाले आणि आईने गिरगावच्या भाजी बाजारातला पसारा चटईचिम्पाटासकट त्या झोपड्यात आणला. नामदेवच्या नावावर तिने झोपडं घेतलं होतं. धारावीच्या झोपड्यात नारायणचे भाऊ दगड्या, लक्ष्या, काळ्या, बाळ्या व नामदेव आणि बहीण गंगी एकत्र राहू लागली. रामभाऊ, नारायणचा बाप आयताच धारावीच्या घरात शिरला. त्याला बरंच झालं, धारावीच्या वस्तीत त्याला हातभट्टीचीही प्यायला मिळू लागली.

नारायणही वेळात वेळ काढून त्या धारावी वस्तीत फिरू लागला. धारावीतल्या बऱ्याचशा गलिच्छ वस्तीची त्याने पाहाणी केली. बहुतांशी आर्थिकदृष्ट्या मागासलेले लोक त्या वस्तीत राहताहेत याचा त्याने आढावा घेतला. ज्या भागात नामदेवचे घर होते, ती तर अत्यंत गलिच्छ वस्ती होती. घरात शिरताना गुडघाभर दलदलीतून जावे लागे. पावसाळ्यात तर सगळे सांडपाणी घरात शिरायचे. घरातल्या लोखंडी पलंगापर्यंत पाणी साठायचे. सगळे मलमूत्र पाण्यावर तरंगायचे, त्यात बेडकंही असायची.

हे सगळं दृश्य पाहून नारायणला वाटायला लागले ही जागा माणसे राहण्याच्या लायकीची नाही. ह्या जागेची सुधारणा करणे आवश्यक आहे. त्याने नामदेवला बोलावून घेतले व या भागात साफसफाई व गलिच्छ वस्ती सुधारणेकरिता एखादी समिती नेमावी असे सुचवले. नामदेवलाही दादाची सूचना आवडली. त्याने तिथल्या रहिवाशांची सभा आयोजित केली.

नारायणने ती सभा नामदेवच्याच घराच्या ओट्यावर आयोजित केली. तेथे मास्तर खोलकुटे, प्रल्हाद शिखरे, मधु खोलकटे, कृष्णा तावडे, जनार्दन तावडे, चंद्रकात पट्टेकर, विठ्ठल क्षीरसागर आदी मंडळी उपस्थित होती. या मंडळींनी चाळ समिती स्थापन करण्याचा प्रस्ताव केला

नारायणने सगळ्यांना मार्गदर्शन केले.

"आपल्या गलिच्छ वस्तीची सुधारणा करून घेण्याकरिता एक जागरूक चाळ समिती अस्तित्वात असणे आवश्यक आहे. येथील सगळ्या रहिवाशांनी सहकार्य दिले तर इथे नागरी सुधारणा होऊन स्वच्छता नांदू शकेल. संडास बाथरूम आदींची

सोय होईल, पाणी जवळपास मिळेल, घराघरातून विजेचे दिवे लखलखतील. सुंदरसे रस्तेही आपल्याला तयार करून मिळतील परंतु यासाठी सर्वांनी एकत्र येणे आवश्यक आहे. संघटित होणे निकडीचे आहे, जर संघटित झालात तरच हे नागरी हिताचे कार्य आपल्याला पार पाडता येईल.''

नारायणच्या या मार्गदर्शनानंतर सर्व कार्यकर्त्यांनी चाळ समिती नेमण्यास होकार दिला. नामदेवने समितीला 'उत्कर्ष चाळ समिती' असे नाव देण्याबद्दल प्रस्ताव मांडला व तो एकमुखी पास झाला. सगळ्या रहिवाशांनी नारायणवर विश्वास टाकला. नारायणने धारावीच्या ह्या वस्तीची सुधारणा घडवून आणण्याचा विडा उचलला व तो त्याप्रमाणे कामाला लागला.

प्रत्येकाच्या घरागणीस नारायणने एकेक फाईल तयार केली. प्रत्येकाचा अर्ज वेगवेगळ्या स्वरूपात लिहून संबंधित प्रशासनाशी तो झगडू लागला. संबंधित भागातील लोकप्रतिनिधींना तो शिष्टमंडळासहित वेळोवेळी भेटला, संबंधित अधिकाऱ्यांना निवेदनेही दिली. परंतु त्याचा लवकर परिणाम होईना.

मग नारायणने तेथील सुधारणेकरिता लेखणी शस्त्र उचलले व तक्रारी वृत्तपत्रांतून मांडल्या, ह्या तक्रारींवर मुंबई महापालिकेचे खुलासे होऊ लागले. खुलासे कसे खोटे आहेत, हे नारायणने सप्रमाण सिद्ध करून दाखविले. उत्कर्ष चाळ समितीच्या कार्यकर्त्यांना त्याने वेळोवेळी जागृत ठेवले. परिणामी तेथील भागाला लोक 'उत्कर्ष नगर' म्हणून ओळखायला लागले. वृत्तपत्रातून नारायण बागडेंच्या तक्रारींची दखल घेतली गेली. तेथील रहिवाशांच्या अर्ज विनंत्यांचा विचार केला जाऊ लागला.

त्याचवेळेस (१९७५ जून ते १९७७ मार्च) भारतात आणीबाणीचे पर्व चालू होते. त्या गलिच्छ वस्तीत अभियंते येऊन मोजमाप घेऊ लागले. रस्त्यांची आखणी नारायणच्या नेतृत्वाखाली झाली, नळासाठी मोऱ्यांच्या जागा नारायणने निश्चित करून दिल्या. संडास बांधण्यासाठीही जागा दाखवून दिली. मुंबई महानगरपालिकेच्या अखत्यारीतली जागा असल्यामुळे कामे धडाधड होऊ लागली. सिमेंट कॉंक्रीटच्या पायवाटा तयार झाल्या, त्याला सांडपाण्याचे नालेही काढण्यात आले. दोन तीनशे फुटांवर आजूबाजूला एकूण वीस संडास बांधण्यात आले. वीज खात्याकडून विजेचाही बंदोबस्त करण्यात आला.

संडासाचे बांधकाम चालू असताना एका गुंडाने एक दोन मजुरांना येऊन मारले. त्या गुंडाने नारायणवरही मारेकरी पाठवले. ही बातमी नारायणचा कार्यकर्ता कृष्णा तावडे याने नारायणला रात्री माहीम स्टेशनवरच आगाऊ दिली.

''दादा, आज तुम्ही धारावीत येऊ नका.''

''का?''

''येशा कोळ्याने तुम्हाला मारायची तयारी केलीय. संडास बांधणाऱ्या मजुरांनाही

त्याने मारहाण केलीय.''

''तुम्ही काय पाहत राहिलात?''

''नाही, आम्ही पोलिस स्टेशनात जाऊन तशी तक्रार नोंदवली.''

''मग पोलिसांनी कारवाई केली की नाही?''

''हो, पोलिस त्याच्या शोधात आहेत, तो कुठंतरी फरारी झालाय.''

''मग संडासांचे कामाचे काय?''

''ते बंद पडलंय. तो मजूर इस्पितळात गेलाय. त्याच्या डोक्याला सहा टाके पडलेत.''

''पण येशाने त्याला का मारलं?''

''त्याला तिथं झोपड्या बांधायच्या होत्या.''

''असं काय?''

''होय.''

''ठीक आहे आत्ताची वेळ तुम्ही निभावून न्या. उद्या काय ते पाहू.'' असं म्हणत नारायण कृष्णा तावडेच्या सल्ल्यानुसार तिथून निघून गेला.

दुसऱ्या दिवशी पोलिस नियंत्रणाखाली नारायणने संडासाचे बांधकाम सुरू करायला लावले. ते थोड्याच दिवसांत पूर्ण झाले. नारायणचे स्वप्न साकार झाले होते.

नारायणने दोन ऑक्टोबर रोजी गांधी जयंतीबरोबर; शास्त्री जयंतीच्या कार्यक्रमांनाही तेथे प्रारंभ केला. एकदा दारूबंदीवर तेथे कार्यक्रम आयोजित केला होता. सभा चालू होती आणि त्या चाळसमितीचा खजिनदार मधु खोलकुटे हा दारू पिऊन तर्रर होता. नारायणचे झोपडपट्टीवासीयांना मार्गदर्शन चालले होते.

''अरं दादा, ही मिटींग लावायची न्हाय.'' दारू पिऊन तर्र झालेला मधु खोलकुटे म्हणत होता.

''मधू, तू गप्प रहा.'' नारायण त्वेषाने बोलला

''नाय नाय, च्या आयला इथली माणसं बरोबर न्हाईत.'' मधू.

''मधू, पुन्हा सांगतो तू गप्प रहा.'' नारायण पुन्हा बोलला. इतक्यात खुर्चीवरून मधू पडला. लोक हसले.

''अरे तुम्ही गप्प राहता काय?''

प्रल्हादने मधूला दम दिला. नारायणने भाषण बंद केले आणि काही कार्यकर्ते पडलेल्या मधूला उचलून घेऊन जाऊ लागले. त्यातही तो सगळ्यांना हिसके देत होता. त्याच्या घराजवळ नेईपर्यंत तो लेंग्यात फळाफळा मुतला, तसा कार्यकर्त्यांनी त्याला त्याच्या झोपड्याच्या ओट्यावर निजवला. नारायणने सभा आटोपती घेतली. झोपडपट्टीतल्या सुधारणा करणे एकवेळ सोपे आहे परंतु माणसांची मने सुधरवणे

तेवढे सोपे नाही याची नारायणला जाण व्हायला लागली.

चाळीस संडास, आठ नळ, दोन हजार चौरस मिटरच्या सिमेंट काँक्रीटच्या पायवाटा, सांडपाणी वाहून नेणारी गटारे, पाचशे घरांतून वीज इत्यादी सोयी उत्कर्ष नगरात उत्कर्ष घडवून आणण्यासाठी नारायणने जीवाचे रान केले. तेथील नागरिकांनी नारायणचा सत्कार घडवून आणला. या सत्कारप्रसंगी एक कम्युनिस्ट कार्यकर्ता, सदानंद शेट्टी, हा अध्यक्षस्थानी होता. तो अध्यक्षस्थानावरून मोडक्या तोडक्या मराठी भाषेत बोलत होता.

"या धारावी झोपडपट्टीत सुधारणा करायची मंजे लय कठीण काम पण इथल्या नारायणने सगळ्यांच्या घरात नारायण निर्माण केला हाय. आता सगळ्याला घराघरात सत्यनारायणाची पूजा करायला काय हरकत नाय. पन आम्ही आज खरी पूजा ह्या नारायणाची करणार हाय." असं म्हणून नारायणच्या गळ्यात धारावीच्या नागरिकांतर्फे पुष्पहार घालण्यात आला. सगळीकडे टाळ्यांचा कडकडाट झाला. नारायणची स्तुती करणारी भाषणे प्रल्हाद शिखरे, विठ्ठल क्षीरसागर, मास्तर खोलकुटे, कृष्णा तावडे इत्यादींनी केली व सगळ्या रहिवाशांतर्फे नारायणला एक हजार एक रुपयांची थैली अर्पण करण्यात आली.

सभा आटोपून नारायण नामदेवच्या धारावीच्या घरात आला. आईनं जेवण तयारच करून ठेवलं होतं.

"नारायण जेवायला बस." आई

नारायण नामदेवबरोबर जेवायला बसला. रामभाऊ दारू पिऊन तर्रर झाला होता. त्याला लेकाच्या कर्तृत्वाचं काही देणंघेणं नव्हतं.

'जेव नारायण जे... व., जे... व, नाव कमव, नाव कमव, असंच नाव कमव.' असं म्हणत तो पलंगावर कोलमडला.

नारायण बापाच्या अवस्थेकडं पाहत होता. आईनं पलंगावरून त्याच्या लोंबकळणाऱ्या दोन्ही तंगड्या हातात धरून पलंगावर ठेवल्या. धोतरात तो मुतला होता. पोरांची मान शरमेनं खाली जात होती पण त्याला काही इलाज नव्हता. नारायण जेवण उरकून अंधेरीकडे वळला. बापाच्या मुताचा दर्पवास त्याला सहन होत नव्हता आणि त्यावेळेस त्याला शिवांबूचे महत्त्वही माहीत नव्हते.

रात्रीची वेळ होती. अकरा वाजून गेले होते. नारायण निवांतपणे अंधेरीच्या झोपड्यात झोपला होता. ऊर्मिला पोरांना कुशीत घेऊन निजली होती. अमावस्येची ती रात्र होती. रामभाऊची आई पुतळाबाई ही त्यादिवशी पडवीत झोपली होती. इतक्यात दारावर कुणाची तरी थाप पडली. दोनतीन वेळा कडीचाही आवाज झाला.

"नारायण... नारायण" अशी बाहेरून हाळी आली. नारायण खडबडून जागा

झाला. पडवीत झोपलेली पुतळाबाई सुद्धा उठली. नारायणने दरवाजा उघडला पाहतो तर समोर आई उभी होती. ती एवढ्या रात्री धारावीहून लगबगीनं आली होती.

"काय झालं गं आई?"

"आरं, तुझा बाप बेसुध झालाय."

"का? काय झालं?"

"कुणास ठावं? एकाकी झालं."

"कधी झालं?" पुतळाबाईनं लेकाची अवस्था ऐकून मध्येच घाबरून विचारलं.

"सकाळपासून," सावित्राबाईनं सासूला उत्तर दिलं. परत घाईत बोलली.

"चल लवकर निघ."

नारायणनं लगबगीनं कपडे चढवले. ऊर्मिलाला उठवली. तिला सर्व हकीगत सांगितली. धारावीला जाऊन येतो, तू पोरांच्यावर लक्ष ठेव म्हणाला. तो आई व आजीसोबत रात्रीच धारावीला निघून आला.

रामभाऊ धारावीच्या झोपड्यात आडवा पडला होता. लक्षा, काळ्या, बाळ्या झोपले होते. गंगी ताठत डुलक्या खात होती. नारायणने बापाच्या चेहऱ्याकडे पाहिले. पुतळा आजी बेशुद्ध झालेल्या लेकाच्या चेहऱ्याकडे पाहून मनातल्या मनात कळवळत होती.

"का रे; रे राम, दारू पिऊन जीवाला किती तरास करून घितूयास बघ." असं म्हणून पुतळाबाई हळूहळू हाणून घेत होती. आईची मायाच वेगळी. कितीही लेक वंगाळ असला तरी आईची माया ही नामानिराळीच. तिला जगात तोडच नसते. नारायण बापाच्या चेहऱ्याकडे पाहत होता.

इतक्यात बापाच्या तोंडातून भळाभळा रक्त वाहताना त्याने पाहिलं. एका अंगावरचं त्याच्या वारं चाललं होतं. नारायणने ओळखलं, ह्याला अर्धांगवायूचा झटका येत आहे. आईनं त्याच्या तोंडावरचं रक्त पुसलं. पुतळाआजी कपाळाला हात लावून बसली होती. नामदेव पलंगाला टेकून पेंगत होता.

भाऊ आता जगेल की नाही हा विचार नारायणच्या मनात येत होता. पोरासोरांची अजून लग्न एवं झाली नव्हती. बाप मेला तर कसं व्हायचं?

त्या धास्तीनं त्याच्या डोळ्यातनं आसवं गळायला लागली. त्याला बापाची ही करुण अवस्था पाहवत नव्हती.

रात्रीचा एक वाजला होता.

"आजूबाजूला कुणी जागं आहे का ते मी पाहून येतो. डॉक्टर आताच बघायला पाहिजे." असं नारायणने आईला सांगितलं आणि झोपडपट्टीत माणसं शोधू लागला. परंतु त्या भयाण रात्री कुत्रंही जागं नव्हतं. आजूबाजूच्या कुणालातरी जागं करावं ह्या भावनेनं त्यानं चंद्रकांत पट्टेकर नावाच्या घराच्या शेजाऱ्याचा कोपऱ्यावरच्या इसमाचा

दरवाजा ठोठावला. तो बिचारा नुकताच रात्रपाळीवरनं येऊन लवंडला होता. नारायणची हाक ऐकताच तो उठला.

“का, काय झालं?”

“भाऊ जास्त आजारी आहे, बेशुद्ध पडलाय.”

“काय म्हणताय, सकाळी तर ठीक होता.”

“होय, सकाळपासूनच त्याला रक्ताच्या उलट्या होऊ लागल्या.” असं नारायणने सांगत सांगत पट्टेकराला घरात आणलं. त्यानं रामभाऊची हालत पाहिली. रामभाऊ बेशुद्धावस्थेत रक्त ओकतच होता. रात्र वाढत चालली होती. दोन वाजले होते.

“आता तुम्हाला रात्रीचा डॉक्टर कुठे भेटणार?” पट्टेकर बोलत होता. तो इथला जुना रहिवाशी होता.

“कुठंच भेटणार न्हाई का?”

“छे.”

“टॅक्सीबिक्सी तरी मिळेल का?”

“आता शक्यच नाही.”

पट्टेकरानं नारायणला नाउमेद केलं आणि शेजारधर्म म्हणून पाच मिनिटं सहानुभूती दाखवून झोपायला गेला. नारायण बापाकडे पाहत होता. हातातल्या घड्याळाकडेही पाहत होता.

“नारायण तू घडीभर लवंड, आपून उजाडल्या उजाडल्या इस्पितळात जाऊ.” आई नारायणला सांगत होती. नारायण पलंगावर नामदेवच्या बाजूलाच थोडावेळ लवंडला.

पहाट व्हायला लागली. आई भाऊजवळ रातसार जागीच होती. पुतळाबाई लेकाकडं पाहून डुलक्या घ्यायची, मध्ये-मध्येच ती जागी व्हायची. लेकाच्या तोंडावरच्या माशा हाकलायची. दिवा रातसार जळत होता.

नारायण तासभरात उठला. चूळ भरली. लगेच रामभाऊच्या मेव्हण्याकडं गेला. तो तिथून दोन तीन फर्लांगावर राहत होता. त्याला बोलावून आणला. टॅक्सीही आणली. सकाळी सकाळीच बापाला टॅक्सीत घातला. तो बेशुद्धच होता. त्याला अंधेरीच्या दवाखान्यात आणले. तिथं डॉक्टर नव्हता. डॉक्टरला घरी निरोप पाठवून बोलावून घेतलं. बापाच्या नावाचा केसपेपर तयार केला. त्याची शारीरिक तपासणी केली आणि नानावटी इस्पितळात दाखल करण्याची चिठ्ठी घेतली.

तीच टॅक्सी नारायणनं नानावटीत फिरवली. आई सोबत होतीच. बाप बेशुद्ध होता. नानावटीत आणला खरा पण तिथे जागा नाही म्हणून चक्क सांगितलं. नानावटीतनं नारायणने माहीमच्या नॅशनल हॉस्पिटलला फोन लावला. तिथं दाखल करून घेतलं जाईल असं आश्वासन मिळताच त्यानं तीच टॅक्सी माहीमच्या नॅशनल

हॉस्पिटलमध्ये वळवायला सांगितली.

नॅशनल हॉस्पिटलमध्ये नारायणला बेशुद्ध बापासहित बराच वेळ रखडावं लागलं. सुमारे तासाभराने डॉक्टर आले, परत तपासणी झाली, दाखल करून घेण्याची कागदपत्रे बनवली गेली. दाखल करण्याची फी एकदम सातशे रुपये मागितली. नारायणच्या खिशात तेवढे पैसे नव्हते. तेव्हां तिथल्या मेडीकल ऑफिसरला त्यानं विचारलं.

''मी केंद्रीय कर्मचारी आहे. नानावटी इस्पितळात माझ्या वडिलांना दाखल करून घेण्याकरता इस्पितळाची चिठ्ठी दिली होती, ही पाहा.'' असं म्हणत नारायणने चिठ्ठी दाखवली.

''नानावटीची ही चिठ्ठी चालणार नाही. आमच्या इस्पितळाच्या दाखल पत्रिकेशिवाय तुमच्या वडिलांना दाखल करून घेतले जाणार नाही.'' असं त्या मेडीकल ऑफिसरने बजावून सांगताच नारायणनं खिशातले तीनशे रुपये त्या अधिकाऱ्यांपुढं ठेवले आणि सौजन्याने सांगितले.

''हे पाहा, माझ्याजवळ तूर्त तरी एवढेच पैसे आहेत. हे आपण घ्या आणि प्रथमत: माझ्या वडलांना दाखल करून घ्या. तुम्हाला हात जोडून मी विनंती करत आहे.''

नारायणची गयावया पाहून त्या अधिकाऱ्याला त्याची दया आली आणि त्यानं रामभाऊला दाखल करून घेतलं. नारायण अंधेरीतल्या दवाखान्याकडे नॅशनल इस्पितळाची दाखल पत्रिका आणण्याकरता निघून गेला. तासाभरातच ती दाखल पत्रिका घाईघाईतच घेऊन आला. बरेचसे डॉक्टर रामभाऊची तपासणी करत होते.

''दारू पितो का? त्याचे प्रमाण काय?''

''विड्या पितो काय? असे कधी झाले होते का? असा अॅटॅक तुमच्या घरात कुणाला आला होता का?''

''वय काय?'' या सगळ्या प्रश्नांची उत्तर नारायण त्या विचारणाऱ्या प्रमुख डॉक्टरांना देत होता. नारायणने सांगितलेली माहिती डॉक्टर लिहून घेत होते. थोड्याच वेळात सलाईन लावण्यात आलं आणि प्रमुख डॉक्टरांनी शिकाऊ डॉक्टरांना काही सूचना दिल्या आणि निघून गेले.

रामभाऊ सतत तीन दिवस बेशुद्ध होता. आईनं इस्पितळातनंच वाग्जाईला नवस केला होता, 'पोरांचा बाप वाचू दे' म्हणून. तीन दिवसांनंतर रामभाऊ शुद्धीत आला. त्याने डोळे उघडले. टकामका पहायला लागला. नारायण-नामदेव आईसोबत त्याची रात्रंदिवस सेवा करीत होते. बाकीच्या पोरांनी जवळजवळ बापाकडं दुर्लक्षच केलं होतं.

नारायणच्या अविरत प्रयत्नांमुळं आणि आईच्या सेवेमुळं भाऊचा जीव वाचला

होता. तीन आठवड्याच्या आतच भाऊ ठणठणीत झाला. अर्धांगवायूचा  झटका आलेला सुदैवाने गेला. ह्याला नशीब म्हणतातं. ह्या पेशन्टला तुम्ही वेळेत आणला नसता तर मात्र हा लुळापांगळा झाला असता असं डॉक्टरांनी सांगितलं.

यातून भाऊ बचावला. नवऱ्याच्या बरेपणासाठी केलेला नवस फेडण्यासाठी तिनं नारायणला आणि भाऊला घेतला व गावाला निघून गेली. फलटण तालुक्यातील आरडगावात वाग्जईला आडजूड झाली. नवस फेडला गेला. नारायणने सगळा खर्च केला. बापाचा जीव वाचल्याबद्दल त्याला आनंद झाला होता. बाप बरा होता क्षणीच त्यानं दारूचं व्यसन सोडून द्यावं म्हणून भाऊला सांगून पाहिलं पण सगळं पालथ्या घड्यावर पाणी. कुणाच्याही स्वभावाला औषध नसतं. रामभाऊचं व्यसन हा त्याचा स्वभाव होता.

नारायण स्वत: अंधेरीच्या झोपडपट्टीत राहूनही त्याला धारावीच्या झोपडपट्ट्यांच्या सुधारणेची ओढ लागली होती. तेथील वातावरण लोकांच्या आरोग्यास हानिकारक असं होतं. तेथील लोक दारिद्र्यावस्थेत जीवन कंठीत होते. मुलं अर्धशिक्षित राहायची. शिका, संघटित व्हा व लढा या डॉ. आंबेडकरांच्या संदेशाप्रमाणे तो स्वत: कार्यरत होता. धारावीच्या तीन लाख लोकसंख्या असलेल्या वस्ती वस्तीतून तो फिरला. पाच पाच, दहा दहा फुटांवर असलेल्या, मोडक्या तोडक्या, जुन्यापान्या पत्र्यांच्या झोपड्या. ना सांडपाण्याची व्यवस्था, ना स्वच्छता, सर्वत्र रोगराईचं जिणं, सर्वत्र दलित लोकांची वसाहत. या वसाहतीत सर्वत्र दारिद्र्यच दारिद्र्य.

एकमेकांस खेटून उभ्या राहिलेल्या ह्या जीर्ण झोपड्या पाहिल्या की नारायण तळमळायचा. पण नुसते तळमळून काय फायदा? यासाठी कार्यकर्त्यांचा फौजफाटा हवाय हे नारायण जाणून होता. अखिल धारावी विकास नागरिक समिती निर्माण करून जागोजाग नागरी सुधारणा घडवून आणाव्यात म्हणून नारायण नामदेवसहित जागोजाग भटकू लागला. काही कार्यकर्त्यांचे मोहोळ तयार करून त्याने 'अखिल धारावी विकास नागरिक समिती' स्थापित केली. सगळ्या ठिकाणी जाऊन तो मार्गदर्शन करू लागला. झोपडपट्ट्यांतून काही ठिकाणी  हालचाल होऊ लागली. केवळ शासनावर हा प्रश्न झोपवून उपयोगाचे नाही. किंबहुना लोकप्रतिनिधी  न होता समाजसेवक बनून हे कार्य करणं शक्य होतं. नि:पक्षीय कार्यकर्तेच असले सेवाभावी कार्य करू शकतात म्हणून तो प्रयत्नशील राहिला. त्यानं नारायणला बरेचसे यश मिळायला लागले. त्याच्या निस्वार्थीपणामुळे हे सर्व घडत होते.

या झोपडपट्टीच्या कार्यामुळे नारायणला बाहेरचीही वरवर आमंत्रणे मिळायला लागली. यावेळेस फक्रुद्दीन अली अहंमद हे भारताचे राष्ट्रपती होते. नारायणच्या या

कार्यक्रमांबद्दल कार्याबद्दल राष्ट्रपतींकडूनही याला शुभेच्छा संदेश मिळाला होता. त्यावेळेस नारायण एकदम आनंदून गेला व ह्या कार्याला आणखी जोमाने लागला.

एके दिवशी नारायण व नामदेववर आफत आली. धारावी पोलिस स्टेशनमध्ये काही पोलिस त्यांना चौकशीसाठी घेऊन गेले. एक पी. एस. आय. त्यांना दम देऊन विचारत होता.

"सांगा, तो तुमचा स्लम लॉर्ड कुठाय?"

"आम्हाला ठाऊक नाही." नारायण खंबीरपणाने उत्तर देत होता.

"मग तुम्हालाही बंद करून टाकायला पाहिजे," पी. एस. आय. जोरजोरात बोलत होता.

"हे बघा, आम्ही समाजकंटक नाही. हा पाहिलात पत्रव्यवहार. हा पाहा." असं म्हणून नारायणने धारावीच्या सगळ्या समाजकार्याची फाईलच त्या पी. एस. आयच्या हातात दिली. सगळी पत्रे वाचता वाचता त्याने राष्ट्रपतीच्या संदेशाचे पत्र वाचले अन् पी. एस. आय. एकदम गप्पगार झाला. तो जेवढा तावातावाने बोलत होता तेवढाच नरम झाला. त्याने नारायण व नामदेवला अदबीने बसायला खुर्च्या दिल्या. नारायण व नामदेव खुर्च्यांवर बसले.

"हे पाहा इन्स्पेक्टर महोदय, कोण समाजकंटक कुठे राहतो यावर लक्ष ठेवण्याचे कार्य करीत आहोत, किंबहुना तुम्ही आमच्यासारख्या लोकांना सहकार्य द्यायला पाहिजे." नारायण बोलला.

"ठीक आहे, आम्ही तुम्हाला सहकार्य देऊच पण तुम्ही माहिती आम्हाला दिली पाहिजे." पी. एस. आय.

"आम्हाला ठाऊक असल्यास आम्ही आपल्याला माहिती अवश्य देऊ," शांतपणाने नारायण बोलला.

पी. एस. आय. एकदम नरम होऊन बोलत होता. नारायणने तात्काळ त्याच्याशी हात मिळविला व तो नामदेवसहित धारावी पोलिस स्टेशनमधून बाहेर पडला.

धारावीचे कार्य चाललेले असताना एके दिवशी संध्याकाळी सातच्या सुमारास स्वत:च्या अंधेरीच्या झोपड्यात नारायण ऑफीसमधून लवकर घरी आला होता.

त्याला वाटत असलेल्या कळकळीमुळे तो सार्वजनिक कामात अधिकाधिक गुंतत चालला होता. तेथे त्याला एक वेगळीच दुर्दैवी घटना ऐकायला मिळाली. गुंदवली गावठाण तळ्याजवळ असणाऱ्या एका गटाराच्या नाल्यातून वाहत जाऊन एका कोवळ्या सहा वर्षाच्या मुलीचा अंत झाला होता. झोपडपट्टीतील सात आठ हजार लोक हळहळत होते. नारायणचे घरात पाऊल पडताच ऊर्मिलाने नवऱ्याला माहिती दिली.

"बाजूच्या नाल्यातील गटारातून सुषमा ही सहा वर्षाची मुलगी वाहून गेली. तुम्ही जरा तिकडं लक्ष देता का? आपली नीला पण तेवढीच आहे, ती पण तळ्यावर कधीकधी खेळायला जाते."

"मुलगी सापडली का?"

"हो, फायरब्रिगेडवाल्यांनी काढली."

"ठीकय, मी तळ्यावरून येतो." असं म्हणत हातातली बॅग तशीच नारायणने घरात टाकली आणि शंभर फुटांवरच असलेल्या वस्तीत जाऊन तो पाहणी करायला लागला. एव्हाना सार्वजनिक कामात लक्ष घालणारा म्हणून नारायण ओळखला जाऊ लागला होता. त्याला विचारपूस करता करताच तळ्यावरची माणसं जमायला लागली. नारायणच्या सामाजिक कार्याबद्दल त्यांनी ऐकले होते. आजूबाजूच्या परिसरातले केशव कुंभार, बाबू हरीगला अशी अनेक मंडळी तिथे जमली. त्या माणसांसोबत रात्री अंधार असल्यामुळे त्याने बॅटरी घेऊन सगळी तपासणी सुरू केली. त्या तळ्याजवळ आदिवासी पाडा होता. त्यातले सगळेच अर्धशिक्षित कामगार वर्गातले सगळे लोक त्या मुलीच्या मृत्यूने हबकले होते. नारायणने ताबडतोब तळ्यावरच्या झोपडपट्टीतल्या सगळ्या लोकांची तातडीची मिटींग घेतली. यावेळेस सगळे रहिवासी झाडून हजर झाले होते.

"हे पाहा मंडळी, ह्या मुलीचा मृत्यू म्हणजे इथं कर्दनकाळच आहे. या तळ्याला बांध घातला पाहिजे. त्या नाल्यात मुलगी पडली त्या नाल्यावर झाकण पाहिजे. येणाऱ्या जाणाऱ्याला त्रास होऊ नये म्हणून इथं पाईपाचा आधार हवाय. विजेची व्यवस्था पण आवश्यक आहे. शिवाय तुमच्या पिण्याच्या पाण्याची सोयसुद्धा नाही. हे सगळं कार्य करून घेण्यासाठी संघटन हवे. ते तुम्ही करत असाल तरच मी तुम्हाला सहकार्य देऊ शकेन. यासाठी सगळ्यांनी एकत्र यायला हवं."

असं समजावून सांगत असतानाच नारायणच्या म्हणण्याला सर्वांनी होकार दिला. नारायणच्या सल्ल्यानुसार केशव कुंभारला अध्यक्ष नेमण्यात आले व हरीश नाक्ती याच्याकडे चिटणीसपद देण्यात आले. एकता चाळ समितीची स्थापना करण्यात आली. जाग्यावरच कागदपत्र व निवेदन देण्यासाठी काही वर्गणी गोळा करण्यात येऊन नारायणने इथल्या वसाहतीची सुधारणा करण्याची हमी घेतली.

ती रात्र नारायणने तशीच जागून काढली. एका रात्रीत नागरी सुधारणेकरिता सर्वांचे अर्ज एकट्या नारायणने तयार केले कारण नारायणाशिवाय ह्या कार्याची माहिती व बारकावे कुणालाच माहीत नव्हते. हे काम कुठल्याही परिस्थितीत पार पाडावयाचे हे त्याने मनोमन ठरवले होते. त्या कोवळ्या मुलीच्या मृत्यूनं त्यांचं मन हेलावून गेल होतं. दुःखाचं सावट पडलं होतं.

दुसऱ्या दिवशी नारायणने झोपडपट्टीतल्या लोकांचे शिष्टमंडळ घेऊन संबंधित अधिकाऱ्यांच्या व मंत्रीमहोदयांच्या गाठीभेटी घेतल्या. त्याने सगळा पत्रव्यवहार महाराष्ट्र राज्यापासून ते थेट पंतप्रधानांपर्यंत केला. पत्रांची उत्तरे झपाट्याने येऊ लागली, सगळी चौकशी होऊ लागली. तळ्यावरची जागा कुणाची आहे, याचा शोध होऊ लागला. शेवटी कळले ती जागा कलेक्टरांच्या ताब्यातील आहे. सरकारी खात्यातले अभियंते येऊन चौकशी करून गेले.

गलिच्छ वस्ती सुधार महामंडळाने नारायणला या जागेतील सुधारणेकरिता बोलावून घेतले. नारायण सचिवालयातल्या मुख्य अधिकाऱ्यांसमक्ष झोपडपट्टीवासीयांच्या शिष्टमंडळासहित हजर झाला. मिटींगला चौकशी केलेले अभियंतेही हजर होते.

"बोला बागडे, तुम्ही केलेल्या अंधेरीतल्या झोपडपट्टीवासीयांची तक्रार आम्हाला मिळाली आहे. सगळ्या मंत्रीमहोदयांची पत्रे व तुमच्या वृत्तपत्राची कात्रणेही आमच्याकडे पोहोचली आहेत. तुम्हाला नेमकं काय हवंय?"

असं गलिच्छ वस्ती सुधार महामंडळाचे मुख्य अधिकारी सु. भि. साळवी नारायणला विचारत होते.

"साळवी साहेब, एका गरीब कामगाराच्या मुलीचा नागरी सुधारणेअभावी नाहक बळी घेतला गेला आहे. एवढ्या मोठ्या प्रचंड वसाहतीत कैक छोटी छोटी मुले त्या तळ्यावर खेळायला जातात. आज एका मुलीचा नाहक बळी गेला आहे, उद्या आणखीही मुलांचा नाहक बळी जाऊ शकतो. याकरिता शासनाने त्वरित लक्ष घातले पाहिजे." हे नारायणचे म्हणणे साळवींनी ऐकून घेतले व अभियंत्यांचा रिपोर्ट वाचला. त्या रिपोर्टमध्ये इथं नागरी सुधारणांची आवश्यकता नाही असा शेरा मारला होता. या संदर्भात स्वत: साळवींनीच त्या अभियंत्याला उलटसुलट विचारले. असे विचारताच तो अभियंता गोंधळून गेला व निरुत्तर झाला.

"साहेब, आमच्या इथं जे तळं आहे ते प्रथमत: बुजवलं जावं किंवा त्याला प्रथमत: बांध तरी घातला जावा. कारण या तळ्यातील वाहत्या पाण्याच्या प्रचंड दाबामुळेच हा प्रकार घडलेला आहे. कारण ते पाणी एक फूट व्यासाच्या लोखंडी पाईपमधून जोरदार प्रवाहाने वाहते." "अहो पण ते स्लम इम्प्रूव्हमेन्ट ॲक्टमध्ये बसत नाही."

असं साळवी अदबीने नारायणला सांगत होते. नारायणच्या बरोबर असलेलं शिष्टमंडळ नुसतंच टकामका पाहत होते. त्यांना सरकारी कारभारातले कळतच नव्हते.

"मग कायद्यात काय बसते?" अशी कोपरखळी नारायणने हसत हसत मारली.

"कायद्यात असेल तेच आम्ही देणार," साळवी समजावून सांगण्याचा प्रयत्न

करत होते.

"समजा, हीच मुलगी जर एखाद्या मंत्रीमहोदयाची असती तर एका रात्रीत तुम्ही कायदा तयार करू शकला असता. एका रात्रीत त्या तळ्यावर सातमाळ्याची तुम्ही इमारत बांधली असती." त्या नारायणच्या परखड बोलण्याने अधिकारी महोदय नारायणकडे टक लावून पहायला लागले. न जाणे त्यांना काय वाटले कुणास ठाऊक.

"ठीक आहे मी पाहतो." असं म्हणत त्या अधिकाऱ्याने फाईल बंद केली. नारायणने त्या अधिकाऱ्याशी हस्तांदोलन केले व शिष्टमंडळासहित त्या कचेरीतून बाहेर पडायला लागला. इतक्यात त्या सनदी अधिकारी महोदयाने नारायणला हाक मारून परत बोलावून घेतले.

"काय हो, तुम्ही कुठल्या पक्षांत वगैरे काम करता काय?'

"अहो गोरगरिबांच्या कामासाठी पक्ष हवाय का?" "तसं नव्हे सहज विचारलं." अधिकाऱ्याच्या या बोलण्यासरशी नारायण गालात हसला. "मी स्वतंत्रपणे हे कार्य करतोय."

"चांगलं आहे, तुमच्या ह्या प्रश्नासाठी मिटींगमध्ये मी जास्तीत जास्त रक्कम मंजूर करून घेईन व तुमचे कार्य पुरे करीन. तुमच्यासारख्या नि:स्वार्थी कार्यकर्त्यांची या देशाला गरज आहे." असं त्या अधिकाऱ्याने उत्तर दिलं. आय. ए. एस. श्री. साळवी हे कनवाळू होते.

"आस्थेवाईकपणानं चौकशी करणाऱ्या तुमच्यासारख्या अधिकाऱ्यांचीही ह्या देशाला गरज आहे,"

असं नारायणने त्या अधिकाऱ्याला उत्तर दिलं आणि दोघेही खळखळून हसले. नारायण तोंडावर हास्य उमलतच तिथल्या कचेरीतून बाहेर पडला. शिष्टमंडळातले कार्यकर्ते बाहेर त्याची वाट पाहतच उभे होते.

◆

**स**हामहिन्यांच्या आतच अंधेरीतल्या पूर्व भागात दर्पण थिएटरच्या मागच्या गुंदवली गावठाणकरिता लाखो रुपये शासनाने मंजूर केले. तिथल्या तळ्याला दगडी बांध घातला गेला, गटाराच्या नाल्यावर लोखंडी झाकण बसविले, वीस संडास बांधण्यात आले, तळ्यावरल्या लोकांना रात्री येता जाताना आधारासाठी म्हणून पाईप रॉड बांधण्यात आले. रस्त्यावरल्या पाण्याच्या पाईपलाईनला जोडून हजारफूट पाईप लाईन त्या झोपडपट्टीपर्यंत पोहोचवण्यात आली. पाण्यासाठी चार मोऱ्या बांधण्यात आल्या. पायवाट सिमेंट कॉँक्रीटची करण्यात आली. ह्या सुधारणा करत असताना नारायणने ह्या कामाचा गवगवा केला नाही. या नागरी सुधारणांमुळे सगळी झोपडपट्टी नारायणकडे आदराने पाहू लागली. नारायणला लोक 'नारायणराव' म्हणूनही आदराने बोलावू लागले. नारायणला समाधान वाटले ते फक्त एकाच बाबीचे. आता या भागात कुठल्या चिमुकल्या बाळाचा नाहक मृत्यू होणार नाही.

समाजसेवेत समाधान मिळणे हे कित्येक लाखो करोडो रुपयांच्या मानधनापेक्षा कितीतरी श्रेष्ठ असते. याबद्दल नारायणला समाधान वाटायला लागले होते. दारिद्र्यातून सामाजिक जाणिवांकडे प्रत्येक युवकाने वळायचे ठरवले तर या देशाची प्रगती किती झपाट्याने होईल, असाही विचार नारायणच्या मनात नेहमी चमकून जायचा.

गाव तिथे रस्ता, गाव तिथे वीज, गाव तिथे शाळा, गाव तिथे उद्योग असं करत करत हा देश क्षणार्धात सुजलाम् सुफलाम् करून टाकावा अशी स्वप्नेही नारायण पाहू लागला. यावेळेस मात्र त्याला यशवंतराव चव्हाणांचे नाव स्मरल्यासारखे व्हायचे.

उत्कर्ष नगर झोपडपट्टीत १९७६ साली स्वातंत्र्यदिन साजरा करायचे ठरले. या निमित्ताने चाळ समितीने एक निर्णय घेतला की छोट्या मुलांना थोरांची चरित्रात्मक पुस्तके सप्रेम भेट द्यायची. नारायणने *पंडित जवाहरलाल नेहरू, डॉ. आंबेडकर,*

*महात्मा गांधी, महात्मा फुले, गाडगेबाबा, कर्मवीर भाऊराव पाटील, छत्रपती शिवाजी महाराज* ही बालकांसाठी पुस्तके विकत आणली.

आठ ते पंधरा वर्षांची सुमारे ७०/८० मुले जमा झाली. त्यांचा गलका सुरू झाला. काही विद्यार्थ्यांनी कागदी झेंडे शर्टाला पिन लावून जोडले होते.

"दादा, आपण आता कार्यक्रमाला सुरूवात करूया." असं म्हणत प्रल्हाद शिखरे ह्या कार्यकर्त्यांने सर्व मुलांना जमिनीवरच रांगेत बसवले. त्यांच्या समोरच एका खांबाला ध्वज बांधण्यात आला. प्रल्हाद शिखरे याने घोषणा केली की दादांच्या हस्ते झेंडा फडकविण्यात येईल.

"मी झेंडा फडकवीन परंतु मुलांनो तुम्ही शांत राहा." असं नारायण मुलांना उद्देशून म्हणाला, सगळी मुलं शांतपणाने एकटक पाहायला लागली. उत्कर्ष चाळीतले सर्व रहिवाशी व कार्यकर्ते भराभर जमले.

नारायणच्या हस्ते धारावीतील ह्या चाळीत झेंडा फडकविण्यांत आला तसा टाळ्यांचा कडकडाट झाला.

"भारतमाताकी जय, भारतमाताकी जय," असा आवाज घुमू लागला.

ओळीनं मुलं शांत बसली होती. नंतर नारायणने चाळीस चरित्रात्मक पुस्तकांचे वाटप तेथील निवडक मुलांना केले. त्याच्यानंतर त्याने दुसऱ्या उपक्रमाला सुरुवात केली.

स्वच्छतेची योजना साध्य करण्याकरिता त्याने झोपडपट्टीत एक कार्यक्रम आखला. धारावीत काही कार्यकर्ते जमले होते.

"अरे आपण प्रत्येक घराची अचानक पाहणी करायची आणि ज्या महिलेचं घर स्वच्छ असेल त्या महिलेला पुरस्कार द्यायचा." हा एक चांगला विचार प्रल्हाद शिखरे, कृष्णा तावडे, प्रल्हाद खोलकुटे, चंद्रकांत पट्टेकर, विजय क्षीरसागर इ. कार्यकर्त्यांपुढे मांडला.

"दादा, तुमची चांगली कल्पना आहे पण त्यांना पुरस्कार काय द्यायचा?" प्रल्हाद शिखरे ह्या कार्यकर्त्यांने विचारलं.

"आपण त्यांना प्रशस्तीपत्र व स्टीलची काही भांडी बक्षीस देऊया, त्याचबरोबर गाडगेबाबांचे स्वच्छतेचे विचारही सांगूया."

चंद्रकांत पट्टेकर या कार्यकर्त्याने ह्या विचाराला दुजोरा दिला. सर्व कार्यकर्त्यांनी ह्या ठरावाला मंजुरी दिली आणि कार्यक्रमाची अंमलबजावणी झाली. पारूबाई हरकारे ह्या स्त्रीस घर व अंगण स्वच्छ राखल्याबद्दल हा पुरस्कार देण्यात आला. सोबत संत गाडगेबाबांची तसबीरही त्यांना भेट देण्यात आली.

त्या झोपडपट्टीत लक्ष्मीबाई नावाची बाई बाळंत झाली होती. मुलगा झाला होता. बारशाला सर्व कार्यकर्त्यांना बोलावलं.

"काय लक्ष्मीबाई, मुलाचं नाव काय ठेवलंय?"

"नारायण."

"हे तर आपल्या दादाचं नाव."

"होय, दादासारखंच यानं गोरगरिबांची सेवा करावी," ती म्हणाली.

पट्टेकर, क्षीरसागर, खोलकुटे, गंगाराम, हनमंत ह्या सर्व जमलेल्या कार्यकर्त्यांना ऐकून आनंद झाला. नारायणला ते सर्वजण 'दादा' म्हणत असत. बारशाचे लाडू सगळ्यांना वाटण्यात आले. त्याला अंधेरीला नटराज स्टुडिओकडे जायचे होते म्हणून तो लवकर निघून गेला.

मथुरादास रस्त्यावरनं द्रुतगती मार्गावरील अंधेरीतल्या नटराज स्टुडियोमध्ये शिरला. तिथं राजेश खन्ना, शर्मिला टागोर यांच्या 'अमर प्रेम' ह्या पिक्चरची शूटिंग चालू होती. त्या काळात राजेश खन्ना सुपरस्टार झाला होता. राजेश खन्नाचे चरित्र लिहावे असे नारायणला वाटत होते.

शूटिंगच्या वेळी राजेश खन्नाची गाठभेट झाली. राजेश खन्नाला सांगितलं, "खन्नासाहेब, आपके बारेमें एक बुक लिखना चाहता हुँ."

"आपको रुकना होगा, मैं बहोत बिझी हूँ," असं म्हणत राजेश खन्ना मेकअपच्या केबिनमध्ये गेला. नारायण सुमारे एक तास तिथे ताटकळला. राजेश खन्ना बिझी असल्यामुळे लवकर बाहेरच आला नाही. शूटिंगबद्दल चर्चा चालू होती. नारायण कंटाळला व तिथून निघून आला. त्याच्यावर लिहिण्याचा नाद मनातून काढून टाकला. नारायणला भावंडांचीही चिंता अधूनमधून वाटायची.

हुंडा पद्धतीची नारायणला मुळातच चीड. त्याने स्वतःचे लग्न नोंदणी पद्धतीने केले होते. स्वतःचा संसार त्याने दारिद्र्यातून स्वबळावरच थाटला होता. नामदेवचं लग्न व्हावं असं त्याच्या आईला आणि भाऊला वाटायला लागलं होतं.

धारावीत राहणारे गणपत गद्रे मास्तरांचं सुखी कुटुंब होतं. हे गणपतराव गद्रे पूर्वीचे समाजकार्यकर्ते. त्यांनी काँग्रेस पक्षातून बरेच कार्य केले होते. त्यांच्या मोठ्या दोन मुलांची भास्कर व प्रभाकरची लग्ने झाली होती. दोन धाकट्या मुलींचीही लग्ने उरकली होती. त्यांचा एक धाकटा मुलगा प्रकाश हा एकाएकी वारला होता, व सर्वांत धाकटी मुलगी निमा ही लग्नाची राहिली होती. निमा ही अंगाने बुटकी, गोरीगोमटी, मॅट्रिक झालेली. तिच्यासाठी गद्रे कुटुंबीय स्थळ शोधत होते.

निमाच्या आईला नामदेवाची माहिती कुणाकडून तरी मिळाली. ती आपल्या मुलासमवेत नामदेवच्या घरी येऊ जाऊ लागली, आई भाऊला वरवर भेटू लागली. आई भाऊने मुलगी पाहिली होती. नामदेवानेही नारायणला सांगून त्यांच्यासमवेत निमाला पाहिली. नामदेव हा तसा गोरागोमटा, देखणा, कुरळ्या केसांचा, मध्यम

बांध्याचा. त्याच्या उंचीच्या मानाने निमा तशी बुटकीच. जेव्हा नामदेवाने तिला नारायणसोबत पाहिली तेव्हा ऊर्मिलाही बरोबर होती. धारावीच्या पारशाच्या चाळीतून मुलीला पाहून नामदेव दादा-वहिनीसोबत बाहेर पडला.

"नामदेव, मुलगी फार बुटकी आहे. तिच्या उंचीमुळं तिला बऱ्याच स्थळांनी नापसंत केल्याचं मी ऐकलंय. तू तर तिला पाहिलेच आहेस. तुझा विचार काय ते ठरव, त्याप्रमाणे अंतिम निर्णय घेणे सोईचे होईल." असं नारायण, थोरला भाऊ म्हणून नामदेवला विचारत होता. ऊर्मिला गप्पच होती. तिघेही धारावीच्या रस्त्याने चालले होते.

"मुलगी बुटकी आहे हे कबूल. तिला बऱ्याच स्थळांनी नाकारले आहे हेही मी ऐकले आहे, परंतु सगळ्यांनीच जर तिला नाकारायचे ठरवले तर तिच्याशी लग्न कोण करणार?" नारायण धाकट्या भावाचा चेहरा न्याहाळत होता. असा प्रश्नार्थक सवाल नामदेव दादाला विचारत होता. त्याने ताडले की नामदेवाला निमा पसंत पडली आहे.

"म्हणजे तुला मुलगी पसंत पडली आहे ना."

"काय झालं मुलगी पसंत न पडायला. शेवटी जातीतलीच आहे आणि सौंदर्यातले किंवा शरीराच्या ठेवणीतले गुण आपल्याला पाहावयाचे नाहीत. तिच्या वागणुकीत सौंदर्य आढळले म्हणजे झालं."

"बापूसाहेबांना मुलगी पसंत असेल तर तुम्ही त्यांना अडवू नका. त्यांना तिच्याशीच लग्न करू द्यात." असा ऊर्मिलाने दिराचे मन ओळखून नवऱ्याला सल्ला दिला.

"ठीक आहे, मग सुपारी फोडायला आपल्याला काही हरकत नाही. आपल्याला तर हुंडा वगैरे काही घ्यावयाचा नाही," असा नारायणने नामदेवला होकार दर्शविला.

"हो हुंडा वगैरे आपल्याला नकोच, साखरपुड्याचं काही असेल तर ते आपण ठरवून टाकूया." असं नामदेवाने थोरल्या भावाला सांगितलं. तिथेही बोलतचालत नामदेवच्या झोपड्याजवळ पोहोचले. इतक्यात निमाचे थोरले बंधू भास्कर व प्रभाकर तिथे आले.

"या बसा," नारायणने त्यांना बसायला सांगितले. भास्कर व प्रभाकर तिथे बसले. भास्कररावाला नामदेवकडून होकार हवा होता.

"मग काय ठरवलंत?" असा प्रश्न उत्सुकतेने भास्कररावाने नामदेवला विचारला.

"अंतिम निर्णय ठरवायचा आहे, आमचे बंधू नंतर कळवतीलच." असं नामदेवने उडत उडत भास्कररावाला सांगितलं. भास्करराव व प्रभाकर नामदेवाच्या ह्या उत्तराने निराश झाले.

''ठीक आहे, तुमच्या सवडीने नंतर कळवा.'' असं म्हणत भास्कर व प्रभाकर उठून उभे राहिले.

''आम्ही येतो.'' असं म्हणून घराबाहेर पडले. त्यांना सोबत म्हणून नामदेव व नारायणही रस्त्यावरच्या पानपट्टी दुकानवाल्यांपर्यंत सगळे आले. नारायणने सगळ्यांसाठी पानाची ऑर्डर दिली.

''तुम्ही लवकर कळवाल तेवढं बरं होईल म्हणजे आम्हाला लग्न उरकता येईल. निमा आमची सर्वांत धाकटी बहीण आहे, फार दिवस रखडतेय.'' असं भास्करराव काकुळतीला येऊन नारायणला सांगत होते.

''आम्ही थोड्याच दिवसांत कळवू. तुम्ही घाई करू नका.''

''अहो, आमची मुलीची बाजू, आम्हाला तुमच्या पुढं पदर पसरावा लागणारच.'' असं भास्करराव दीनवाण्या चेहेऱ्यानं नारायण व नामदेवला सांगत असताना त्यांच्या डोळ्यात आसवे उभी राहिली. प्रभाकर व भास्कर एकदम निराश झालेले दिसत होते. नारायणने त्यांचे हावभाव टिपले व क्षणभर नारायणलाही मनात वाईट वाटायला लागले. आपली बहीण गंगी हिच्याकरताही आपल्याला लोकांपुढे पदर पसरावा लागणार आहे हे नारायण जाणून होता. भास्कररावांच्या डोळ्यातले अश्रू पाहून व प्रभाकरचा निराश चेहरा पाहून नारायणचे मन द्रवून गेले.

''ठीक आहे, आपण सुपारी फोडण्याची तारीख ठरवूया.''

''पण तुम्हाला काही हुंडा द्यावा लागेल का?'' असा प्रश्न प्रभाकरने नारायणला विचारला.

''आम्ही हुंडा घेणारे लोक नाहीत!'' असे नारायणने ठासून सांगितले.

''तरी देखील लग्नाच्या खर्चाबद्दलचे काय मत आहे?'' भास्कररावाने विचारले.

''लग्न करून दिलेत तरी चालेल, अन्यथा तीही ऐपत नसेल तर आम्ही रजिस्टर लग्न करू!'' असे नारायणने पुन्हा सांगितले.

हुंडापद्धतीची तमा न बाळगता निमाचा थोड्याच दिवसात साखरपुडा झाला. धारावीच्या पारशाच्या चाळीत धूमधडाक्यात निमा व नामदेवचे लग्न थाटामाटात पार पडले.

नामदेवला बँक ऑफ बडोदात तीन वर्षे पुरी झाली होती. नामदेवला बँकेतर्फे स्वतंत्र घर मिळेल हे नारायणला ठाऊक होते. त्याला त्याचा मित्र भरत पंड्याची आठवण झाली. भरतला जसा फ्लॅट मिळाला तसा नामदेवलाही मिळेल ह्या भावनेनं नारायण सुखावून गेला. नारायण व नामदेव दोघांनीही नव्या जागेचा तपास सुरू केला. पाहता पाहता बोरीवलीच्या पूर्व भागात त्यांना एका नव्या इमारतीचं बांधकाम पूर्ण झालेलं आढळलं. त्यावेळेस आणीबाणी चालू होती. नामदेवने फ्लॅटसाठी कर्जाचा अर्ज बँकेत भरला. वर लागणारी रक्कम नारायणने स्वत:च्या खात्यातून

कर्जाऊ काढली आणि ती आगाऊ भरली. नामदेवाचे कर्ज मंजूर झाले व नामदेवाला त्या इमारतीतील एक फ्लॅट मिळाला.

नारायण अगोदर अंधेरीतल्या झोपडपट्टीला कंटाळला होता. नामदेवाला जागा मिळाली आहे, आपण आपल्या आयुष्यातले एक फार मोठे स्वप्न पुरे करू शकलो याबद्दल त्याला मनोमन आनंद होत होता. ते स्वप्न आपल्याला आपल्या भावाकरता साकार करता आले याबद्दल नारायण खरोखरच सुखावून गेला. एवढ्या फ्लॅटमध्ये आपले सगळे कुटुंब सुखाने समाधानाने राहू शकेल असे मनसुबे तो मनात रचू लागला. याकरिता त्याने ऊर्मिलाला अंधेरीचे झोपडे विकण्याबद्दल सल्ला विचारला.

"उर्मे, आपल्याला नामदेवाच्या घरात एकत्र राहता येईल. आपण आपले झोपडे विकून तिथं राहायला जावू या." ऊर्मिलाने नारायणचे म्हणणे ऐकून घेतले.

"हे पाहा, बापूंच्या घरी राहायला जायला काही हरकत नाही परंतु आपली दोन मुलं आहेत. ती आज ना उद्या मोठी होणार. त्यांचा संसारही वाढत जाणार आणि शेवटी तीही जागा अपुरीच पडणार. मग तेव्हा तुम्ही कोठे जाणार? हे झोपडं आहे ते किती तरी आपलं हक्काचं आहे, ते विकून कसं चालेल?"

ऊर्मिला इतर स्त्रियांपेक्षा वेगळी होती असे नाही. स्त्री म्हटली की संसाराची काळजी पुरुषापेक्षा तिलाच अधिक असते. स्वत:च्या संसारासाठी पत्नी हीच पतीपेक्षा अधिक त्याग करत असते. तिच्या संसाराबाबतचं म्हणणं ती नवऱ्यासमोर मांडत होती परंतु नारायणला तिचं म्हणणं पटत नव्हतं.

"हे बघ एकत्र राहायची आमची इच्छा आहे, त्यात तू आड येऊ नकोस. मला हे झोपडं विकायचंय, आपण सगळे नामदेवाच्याच फ्लॅटमध्ये राहायला जाऊ."

नारायणने ऊर्मिलेचं काही ऐकलं नाही. झोपडं विकलं आणि बाडबिस्तरा बांधला, टेम्पो बोलावला, त्या टेम्पोत नारायणने सगळा संसार भरला. टेम्पो निघणार इतक्यात अंधेरीतल्या तळ्यावरची माणसे आली, त्यांना नारायण इथून चाललाय हे कळलं होतं.

"तुम्ही चाललायत, आम्हाला फार वाईट वाटतंय." हरीश नाक्ती हा कार्यकर्ता नारायणला गदगदून बोलत होता.

"गेल्या तीस चाळीस वर्षांत इथं कुणी नागरी सुधारणा करू शकलं नाही. त्या तुम्ही सहा महिन्यांत करून दाखवलं, कितीतरी मोठं कार्य तुम्ही केलेलं आहे, कितीतरी छोट्या मुलांचे तुम्ही प्राण वाचवले आहेत, तुम्हाला इथला कुठलाच माणूस विसरणार नाही."

हरीश नाक्ती एकता चाळ समितीचा सेक्रेटरी या नात्याने बोलत होता. समोरच तळ्यावर दिसणाऱ्या चाळ समितीच्या भव्य फलकावर नारायणने स्वत:चे नाव वाचले, क्षणभर तो सुखावला, दुखावला आणि त्याला सगळ्या कार्यकर्त्यांनी

प्रेमाचा निरोप दिला. टेम्पो भरधाव वेगाने बोरिवलीच्या पूर्व भागातील फ्लॅटकडे धावायला लागला.

नामदेवचे हे घर मिळाल्यानंतर थोड्याच दिवसात ऊर्मिलेचे शब्द खरे ठरायला लागले. आई-भाऊ येऊन तिथे कधी कधी गोंधळ घालायचे. त्यांची भांडणाची सवय काही जात नव्हती. नामदेवाचं लग्न होऊनही नामदेव बायकोला घेऊन तिथं राहायला आला नाही, याचं कारण नारायणला कधी कळलंच नाही, कारण निमा ही वर्षभर माहेरीच होती. निमाचं लग्न होण्याआधीच हा फ्लॅट मिळाला होता.

नारायणचे काही दिवस त्या फ्लॅटमध्ये गेले अन् आईनं काही ना काही कुरापती काढल्या. एके दिवशी नारायणची मावशी व तिची लेक चंदाही आली होती. त्या दोघी मायलेकी नारायणला टाकून बोलल्या.

''काय रे नारायण, तू भावाची खोली बळकावायला लागलास काय?'' असं नर्मदा मावशी बोलली. नारायणला तिचा मनस्वी राग आला. चंदा लग्न झालेली स्त्री, ती नारायणपेक्षा मोठी होती. तीही नारायणला अद्वातद्वा बोलली. नारायणच्या काळजाचे तुकडे तुकडे झाले.

जन्मभर भावंडांच्या सुखाची स्वप्ने पाहून नारायणने रस्त्यावर दिवस कंठले. हे दिवस पाहण्यासाठी नारायणने खस्ता खाल्ल्या, भावंडांकरता नानाविध प्रयत्न केले, नोकरी मिळवून देण्यासाठी प्रयत्न केले. फ्लॅट घेण्यासाठी स्वत: विकलेल्या झोपड्याच्या व कर्जाच्या पैशातून आगाऊ रक्कम भरली. अशा संकटकाळात कुठलाच नातेवाईक कामाला आला नाही आणि मावशीनं व मावस बहिणीनं भावाच्या घराबद्दल आपल्यावर आरोप करावेत हे नारायणला काही रुचलं नाही.

आईनं सुद्धा ऊर्मिलेला सांगितलं, ''हिंमत असेल तर सोताची खुली घे, न्हायतर फूटपायरीवर राहा, पर दिराच्या खोलीत राहू नगस.''

ह्या सासू-सुनांच्या भांडणानं नारायण खचून गेला. कारण ऊर्मिलानं अंधेरीचं झोपडं विकायला विरोध केला होता. नारायणने भावांसाठी दाखविलेलं प्रेम व केलेली धडपड सारं निष्फळ ठरलं होतं. नारायणचं व ऊर्मिलाची स्वत:च्या घरासाठी भांडणं व्हायला लागली. दुसरं झोपडं घेण्यासाठी ऊर्मिलाही फिरू लागली.

एके दिवशी नारायण आणि ऊर्मिलाचं सकाळी सकाळीच जुंपलं. नारायण चहा पिऊन पलंगावर 'लोकसत्ता' वर्तमानपत्र वाचत आडवा पडला होता. ऊर्मिलानं तोंडाचा पट्टा चालूच ठेवला होता. नारायण गप्पपणे वर्तमानपत्र वाचण्यात मशगुल झाला होता. वर्तमानपत्र वाचता वाचता त्याची नजर एका जाहिरातीकडे गेली. 'मुंबई महापालिकेच्या कर्मचाऱ्यांसाठी सुवर्णसंधी, त्वरित ताबा, एकच फ्लॅट शिल्लक, लवकर संपर्क साधा.' बोरीवली पश्चिम भागातल्या एका इमारतीच्या फ्लॅटची

जाहिरात होती. ही जाहिरात वाचली अन् नारायणनं ऊर्मिलेला दाखविली.

"चल, आपण चौकशी करूया. तुला घर हवंय ना? तू मुंबई महानगरपालिकेची कर्मचारी आहेस."

ऊर्मिलेनं भांडता भांडता ती जाहिरात वाचली, अन् पटदिशी दोघेही त्या जाहिरातीच्या अनुषंगाने निघाले. पश्चिम भागात कस्तुरपार्कात येऊन थडकले. सगळीकडेच इमारतीचं काम चालू होतं. दर्शनीच ही इमारत होती. त्या इमारतीत प्रमोटर बसला होता. त्याची नारायणनं गाठभेट घेतली. चौकशीअंती कळलं की ती नाममात्र फ्लॅटची जाहिरात होती. त्या फ्लॅटचं बुकींग झालं होतं. ऊर्मिलेनं ते सगळं ऐकलं, आणि निराश झाली. नारायणला नाममात्र खूश करायचं होतं अन् घरातलं भांडण मिटवायचं होतं. परंतु विधिलिखित निराळंच होतं. बोलता बोलता प्रमोटरच्या एका मित्राची ओळख नारायणला पटली पण प्रमोटर ऊर्मिलाच्या नावानं फ्लॅट द्यावयास तयार नव्हता. ऊर्मिला व नारायण हताश मनाने दोघेही घरी परतले.

घरी परतताच ऊर्मिलेनं शक्कल लढवली. प्रमोटरच्या मित्राची ओळख नारायणनं काढली होती. तो मित्र अंधेरीच्या एका शाळेत शिक्षक होता. त्याची गाठ घ्यावी अन् त्याच्याही कानी घालावं असं ऊर्मिलाने नारायणला सुचवलं. नारायणने ते मान्य केलं व दुसऱ्या दिवशी सकाळीच ते उभयतां त्या मित्राच्या शाळेवर गेले. लुद्रीक हा शिक्षक एक कार्यकर्ता होता. बेकार शिक्षकांच्या चळवळीत नारायणने लुद्रीकला सहकार्य केलं होतं. त्याची गाठभेट घेतली.

"काय कसं काय येणं केलंत?" लुद्रीकनं त्या उभयतांचं शाळेच्या आवारातच स्वागत केलं.

"एका कामासाठी आलो होतो, सहज," नारायणने सांगितलं.

"आम्हाला नवीन घर घ्यायचंय. आम्ही बोरीवलीला पश्चिम भागात एका प्रमोटरकडे गेलो होतो, ते तुमचे मित्र आहेत असं कळलं." असं म्हणत नारायणने लुद्रीकला खुलासेवार सगळं काही सांगून टाकलं. ऊर्मिलालाही लुद्रीक चांगलं ओळखत होता. लुद्रीकने उभयतांची कैफियत ऐकून घेतली. त्याला नारायणच्या सामाजिक कार्याबद्दल नितांत आदर होता. त्याने दोघांच्या नवीन घरासाठी खटपट करण्याचे आश्वासन दिले, आणि त्या आश्वासनानंतर दोघेही घरला परतले.

दोन तीन दिवसांतच बोरिवली पश्चिम भागातला तो प्रमोटर नारायणकडे आला आणि फ्लॅट देतो असे सांगू लागला. तसे ऊर्मिलाने घरातले पगाराचे दोनशे एकावन्न रुपये भरले आणि सोसायटीची पावती फाडली. घरखर्चासाठी तिच्याजवळ पन्नास रुपये उरले होते. त्या प्रमोटरने दहा हजार रुपयाचा भरणा करावा म्हणून नारायणला सुनावलं तसा नारायण हबकून गेला. पगारात कसाबसा घरखर्च चालवत होता. बँकेत एक पै देखील शिल्लक नव्हती. आता दहा हजार रुपये कुठून गोळा करून

आणावेत, हा उभयतांच्या पुढे प्रश्न होता. प्रमोटर अडीचशेंची पावती देऊन निघून गेला होता. ऊर्मिला व नारायण दहा हजार रुपयांच्या चिंतेत डुबून गेले.

दहा हजार रुपये गोळा करण्यासाठी ऊर्मिलानं पणच उचलला होता. नारायणही तिला साथ देत होता. नारायणनं प्रथमत: स्वत:च्या परीनं पैसे गोळा करण्याचा प्रयत्न केला. मामाची मुलगी रेखा हिचं लग्नं झालं होतं. तिच्याकडून काही मदत मिळेल ह्या भावनेनं तो पनवेलला गेला व तिची गाठ घेतली पण तिच्याकडूनही नकार मिळाला.

नारायण धारावीतल्या खोलकुट्याकडे गेला. ह्या खोलकुट्याच्या प्रगतीसाठी नारायणने खूप मदत केली होती. ह्या अडाणी चांभाराला उद्योगात यश मिळवून देण्याकरता नारायण झटला होता, ह्या सद्‌भावनेनं नारायण त्याला भेटला. परंतु त्यानंही नारायणची निराशा केली. नारायण तिथूनही निराश होऊन परतला.

शेवटी आईचं काही सोन्याचं किडूक मिडूक नामदेवाच्या ताब्यात होतं. ते नामदेवनं स्वत:च्या बँकेत लॉकरमध्ये ठेवलं होतं. त्यातून काही मदत मिळेल ह्या भावनेतून नारायण ह्या धाकट्या भावाकडं गेला आणि त्याच्यापुढं मदतीसाठी हात पसरला. परंतु नामदेवानंही ऐनवेळी नारायणला मदत करण्यास नकार दिला. नारायणनं जेवढं काही भावंडांसाठी करायचं होतं ते करत राहिला होता. परंतु ऐन अडी-अडचणीच्या वेळी अशी परिस्थिती आपल्यावर येईल हे नारायणला ठाऊक नव्हतं, ते नारायणला अनुभवानं शिकायला मिळालं. पण त्याने हार मानली नाही.

शेवटी ऊर्मिलाने आपल्या वेळेवर कुणीच मदत करत नाही हे पाहून स्वत:च्या अंगावरचे दागिने बँकेत गहाण टाकले व उर्वरित दोन हजार रुपयांची रक्कम तिच्या मास्तर मामाकडून जाऊन आणली. ह्या पित्यासमान मामानं लेकीसमान भाचीला तत्काळ मदत केली. ही मदत नारायण कधीच विसरू शकणार नव्हता. कारण हीच खरी त्याच्या अडीअडचणीची मदत होती. दहा हजार रुपये गोळा करण्यात उभयतांना संघर्ष करावा लागला. नारायणचं नाव असून नारायणला मदत मिळू शकली नाही, तर ऊर्मिलानं स्वत:च्या हिमतीवर एवढे पैसे गोळा केले व रक्कम भरली.

रक्कम भरली अन् थोड्याच दिवसात ऊर्मिलाला बोरिवलीत आलिशान फ्लॅट मिळाला. अशा प्रकारे घर मिळेल हे कुणी स्वप्नातही पाहिलं नव्हतं. नामदेवाच्या घराची चावी नारायणनं नामदेवाच्या हवाली केली. त्याचं घर घेण्याचा भाग्ययोग आला व अठरा महिन्यांनंतर नामदेवच्या घरातून नारायणने स्वत:च्या नव्या घरात पदार्पण केलं.

केंद्रीय सचिवालयात हिंदी परिषदेची केंद्रीय कार्यालयाने १९७९ साली हिंदी

निबंध स्पर्धा आयोजित केली होती. त्या स्पर्धेत भाग घेण्याकरीता मुसाफिर शुक्ल नावाच्या कर्मचाऱ्याने नारायणला आमंत्रित केले होते. नारायणने त्यात भाग घेतला व त्याला दिल्लीहून पुरस्कार मिळाल्याचे पत्र आले. केंद्रीय सचिवालय हिंदी परिषद ही केंद्र शासकीय संस्था असून नारायणला आठवड्याची रजा व गाडीभाडं मिळणार होतं. ही बातमी ऊर्मिलाला कळली व तिलाही आनंद झाला.

"काय ग.... तू दिल्लीला येणार का?" नारायणने हा प्रश्न बायकोला विचारला.

"तुम्ही नेणार असाल तर मी अवश्य येईन!"

"पण माझ्या रजेचं काय?"

"त्याबद्दल तुझ्या हेडबाईंना विचारू!" असं नारायणने तिला सांगितलं. याबाबत त्याने ही गोष्ट तिच्या शाळेतील हेडबाईंना सांगितली आणि ही गोष्ट अण्णां नाही कळली. अण्णा म्हणजे हेडबाईंचे यजमान. त्यांनी हेडबाईंना सांगितले की नवऱ्याला पुरस्कार मिळत आहे तर त्यांच्या पत्नीलाही सोबत जाऊ दे व त्यानंतर ऊर्मिलाची आठवड्याची रजा मंजूर झाली.

नारायणने ऑफिसमधल्या एका मित्रालाही याबाबत विचारले. त्या बाबू सावंतने दिल्लीला स्वखर्चाने येण्याचे कबूल केले. त्यालाही दिल्ली पाहण्याची इच्छा होती.

दिल्ली पाहणं म्हणजे एक अप्रूपच होतं. नारायण ठरलेल्या वेळात ऊर्मिलाला व बाबू सावंत यांना जम्मूतावी एक्सप्रेस ट्रेनने घेऊन दिल्लीला गेला. 'धर्मभवन' या सुंदरशा संगमरवरी वास्तूत उतरला. अशी सुंदर वास्तू नारायणने अद्याप पाहिली नव्हती. तिथं अखिल भारतातले विजेते स्पर्धक आले होते. कलकत्ता, बिहार, उत्तरप्रदेश, हरियाणा, आंध्रप्रदेश, कर्नाटक, केरळ इथले ते लोक होते. तिथं काही लोकांच्या ओळखीपाळखीही झाल्या.

सभागृह दिल्लीकरांनी खच्चून भरलं होतं. गृहमंत्री एच. एम. पटेल पाईपाईतच आले आणि पुरस्काराचा कार्यक्रम सुरू झाला. नारायणचं नाव महाराष्ट्रातला विजेता म्हणून पुकारलं गेलं. नारायण स्टेजवर आला, मंत्रीमहोदयांशी त्याने हस्तांदोलन केलं, मंत्रीमहोदयांनी 'अखिल भारतीय केन्द्रीय सचिवालय हिंदी परिषदेचा' विशेष निबंध पुरस्कार दिला. नारायणनं तो स्वीकारला. त्याचं मन आनंदानं भारावून गेलं. त्याच्या आयुष्यात त्याला मिळालेला हा पहिला पुरस्काराचा सन्मान होता. ऊर्मिला नवऱ्याला मिळालेला हा बहुमान डोळे भरून पाहत होती. तिथल्या फोटोग्राफरने फोटो काढले. बाबू सावंताने तो स्टेजवरून खाली उतरताच त्याला कडकडून मिठी मारली.

पुरस्कार वितरणानंतर अखिल भारतीय स्तरावरचे नृत्याचे कार्यक्रम सादर करण्यात आले. कार्यक्रम झाल्यानंतर धर्मभवन निवासस्थानी जाण्याकरिता खास

बसची सोय स्पर्धक विजेत्यांकरिता करण्यात आली होती. रात्री सगळे स्पर्धक घरी आनंदाने परतले. त्यात आंध्र प्रदेशातली एक बसंती नावाची टंकलेखिका होती. तिची व नारायणची ओळख तिथे झाली.

"आपने तो मेरा नाम पूछ लिया लेकीन आपने अपना नाम तो नही बताया?" बसंतीने नारायणला अदबीनं विचारलं. त्यावेळेस ऊर्मिला व बाबू सावंत दोघेजण इतर लोकांशी गप्पा मारण्यांत गुंतले होते.

"मेरा नाम नारायण!"

"आप तो बडी अच्छी हिंदी बोल लेते हो!"

"हाँ थोडा बहोत!"

"आप लोग महाराष्ट्रके है क्या?"

"जी हाँ!"

"आप लोग अब कहाँ रहोगे?"

"यहीं पे, धर्मभवनमें इसकी व्यवस्था की है!"

"कल का, कुछ प्रोग्रॅम बनाया है क्या?"

बसंती नारायणला एका पाठोपाठ प्रश्न विचारत होती व नारायण तिची उत्तरं देत होता.

"हाँ, इरादा है, आग्रा जानेका!"

"ताजमहल देखनेके लिए आप जायेंगे क्या?"

"जी हाँ..." असं म्हणून नारायण तिच्या चेहऱ्याकडे पाहू लागला.

"मैं भी आपके साथ आ सकती हूँ क्या?"

बसंतीने हा प्रश्न नारायणला आकस्मिकपणे विचारला. नारायणला नाही म्हणता येईना. ताजमहाल पाहण्याचा त्यांचा मनोदय होताच!

"ठीक है, आ सकती है, बडे शौकसे!"

"लेकीन आपके साथ और कोई साथी नही है क्या?" असा प्रश्न नारायणने तिला विचारला.

"नहीं मै अकेलीही आयी हूँ!"

बसंतीने नारायणवर कटाक्ष टाकला. ती नाकी डोळी नीटस व सावळ्या रंगाची होती. कपाळावर छानपैकी बिंदी लावलेली. केसात गजरा माळलेला. डोळ्यात काजळ भरलेलं. अगदी मृगाक्षी दिसत होती ती. पंजाबी ड्रेस घातलेला, मध्यम बांध्याची. ती एकटीच आली आहे. हे ऐकून नारायणलाच आश्चर्य वाटले होते. इतक्यात ऊर्मिला व बाबू सावंत तिथे येऊन पोहोचले.

"ऊर्मिला; ही बसंती... यह मेरी पत्नी है और हमारा दोस्त बाबू..."

नारायणने ऊर्मिला व बाबूची बसंतीशी ओळख करून दिली.

"ठीक है, तो मैं चलती हूँ!" ओळख झाल्यानंतर बसंती म्हणाली.

"आप कितने बजे आग्राके लिए निकलेंगे?"

"कल देख लेंगे!" असं नारायण ऊर्मिलाकडे कटाक्ष टाकत बसंतीला म्हणाला. बसंती हे ऐकून तिथून निघून गेली.

"मग आपण आग्र्याला जायचं का ताजमहाल पाहायला?" ऊर्मिलाने नारायणला विचारलं,

"हो! उद्या पाहूया ... बसंतीपण आपल्याबरोबर यायची म्हणतेय... ती एकटीच आलेली आहे." नारायण

"ती आली तरी काय हरकत आहे? काय वहिनी?" बाबूने ऊर्मिलाला विचारलं.

"येऊ द्यात, माझी काय हरकत आहे?" असं ऊर्मिला म्हणाली, ती आपल्या सोबत यावी असं बाबूलाही मनापासून वाटत होतं.

तिघेही धर्मभवनातील जेवणासाठी निघून गेले. धर्मभवनमध्ये सगळ्या विजेत्या स्पर्धकांसाठी जेवणाची व्यवस्था केली होती. ती रात्र त्यांना धर्मभवनमध्ये काढायची होती.

दुसऱ्या दिवशी सकाळी नऊलाच बसंती नारायणला येऊन भेटली. नारायण, ऊर्मिला, बाबू व बसंती हे चौघेजण दिल्ली फिरण्यासाठी गेले. लालकिल्ला, कुतुब -मिनार, राजघाट, चिडीया घर, बिर्ला मंदिर, चांदनी चौक आदी स्थळं पाहून ते लोक थकले. त्यांनी ती रात्र धर्मभवनमध्येच काढली.

ते लोक तिसऱ्या दिवशी सकाळी ताजमहाल या स्थळी आले. सकाळचा दहाचा सुमार. ताजमहालकडे पाहणं म्हणजे एक दिव्यच! ज्या कलाकारानं हा ताजमहाल बांधला तो शिल्पकार कसा असेल, हा प्रश्न नारायणच्या मनात वारंवार यायला लागला. ताजमहालचं नक्षीकाम, कोरीवकाम पाहून सगळे दिपून गेले. संगमरवरी दगडांनी निर्माण केलेली ही कलाकृती जगात अजरामर झाली. या कलाकृतीसारखं आपल्याला होता येईल का, या कलाकृतीतून आपल्या देशाचं नाव जगात किती मोठं झालंय याचंच त्यांना राहून राहून आश्चर्य वाटत होतं.

"काय ग, किती सुंदर आणि अप्रतिम आहे हा ताजमहाल?" नारायण पत्नीला म्हणत होता.

"हो, खरंच किती छान आहे," ऊर्मिला ताजमहालाकडे टक लावून पाहत होती.

"मी शहाजहान असतो तर!"

"तर मी मुमताज झाली असती!" असं मजेनं ऊर्मिला म्हणाली आणि दोघांनांही हसू फुटलं. बसंती आणि बाबु यमुनातिरी चकरा मारत होते. डोळे भरून

सर्वांनी ताजमहाल पाहिला खरा परंतु रात्री शीतल चांदण्यातंही पुन्हा एकदा ताज महाल पहावा असं सगळ्यांना वाटू लागलं आणि सर्वांनी परत रात्री एकदा ताजमहाल, शीतल चांदण्यात पाहिला. शीतल चांदण्यातला ताजमहाल काही औरच दिसत होता. पौर्णिमेच्या रात्रीतला तो डोळे दिपवणारा अमर कलाकृतीतला अविस्मरणीय ताजमहल! ताजमहाल पाहावा तो पौर्णिमेच्या चंद्रातलाच! बसंतीची नजर मात्र अधूनमधून नारायणवर खिळायची.

ती रात्र आग्र्यातच काढावी म्हणून त्यांनी एक हॉटेल पाहिले. ते हॉटेल तसे काही स्वच्छ नव्हते. परंतु सगळेच थकल्यामुळे त्यांनी त्या हॉटेलात तळालाच राहण्याचे ठरविले.

"क्यूं बसंती, यहाँ रहेंगे ना!" नारायणने बसंतीला विचारले.

"हाँ रहेंगे!" असं ती म्हणाली.

खालच्या ठिकाणी चार पलंग ठेवले होते. ऊर्मिलाने तर पलंगावर अंग टाकले. ती फारच दमली होती. तिचा कधी डोळा लागला ते तिला कळलेच नाही! बाबू सावंत देखील कोपऱ्यातील एका पलंगावर आडवा पडला व घोरू लागला व तोही फार थकला होता.

"आप कहाँ सोयेंगे?" बसंतीने नारायणला विचारले.

पहिल्या पलंगावर ऊर्मिला झोपली होती.

"तुम कहाँ सोएगी?" नारायणने तिलाच विचारले.

"मै इस पलंगपर!" ऊर्मिलाच्या बाजूच्या पलंगावर तिने अंग टाकले.

नारायण तिच्या बाजूच्याच पलंगावर बसला. चौघांनी वाटेतच थोडं थोडं खाल्लं होतं. त्यामुळे त्यांना भूक नव्हती. परंतु बसंतीचा चेहरा नाराज दिसत होता.

"क्यों ताजमहल तुम्हें अच्छा लगा ना!" नारायणने बसंतीला विचारले.

"हाँ , बहोत खूबसूरत!" असं तिनं उत्तर दिलं.

"फिर तुम नाराज क्यों लगती हो?"

"नही कुछ नहीं" असं म्हणत तिच्या डोळ्यांत पाणी तरारलं. नारायण गप्प राहिला. तिनं नारायणच्या बाजूला कुशी वळवली. नारायणने अंगातलं शर्ट हँगरला लटकावलं. अंगात बनियन होतं, तो पलंगावर आडवा पडला. बसंती नारायणकडे एक कटाक्ष, टक लावून पाहत होती.

"बहुत थक गएँ!" नारायण म्हणाला.

"हाँ मैं भी थकी हुओ हूँ" ती उत्तरली.

"मेरे तो बदनमे दर्द हो रहा है!" असं नारायण तिला म्हणाला, तशी ती ताडकन पलंगावरनं उठली व नारायणच्या पलंगाकडे आली व त्याच्या पायथ्याजवळ बसली.

''लाओ पैर मैं दबाती हूँ?'' असं बसंती म्हणाली व नारायण टणकन उडाला.

''नही, नही, मेरे पैर मत दबाओ. तुम्हारे पैर भी दर्द करते होंगे... सो जाओ.'' असं म्हणत नारायणने ऊर्मिलाकडे व बाबूकडे पाहिले. ते दोघेही घोरत होते. दोन तीन दिवसांच्या ओळखीत ती नारायणची मैत्रीण झाली होती. परंतु तिने तिच्या मनातलं गुपित नारायणला सांगितलं नव्हतं. नारायण उठून बसला व तिच्या डोळ्यांकडे पाहू लागला. तिच्या मनातला विचार नारायणला कळत नव्हता, परंतु बसंती भावनाप्रधान होती. तिच्या मनातलं दु:ख कांही वेगळं होतं.

''सो जाओ बसंती!'' असं म्हणत नारायणने तिच्या पाठीवर हात ठेवला. वास्तविक तिला तिथून उठावंसं वाटत नव्हतं. नारायणला ऊर्मिलाची भीती वाटत होती. बायको उठली तर जोड्यानं हाणल्याशिवाय राहणार नाही असा विचार त्याच्या मनात चाटून गेला.

''आप कभी बम्बई जा रहे है?'' असा प्रश्न तिनं हळूवारपणे विचारला.

''हम कल चले जायेंगे!''

''मैं भी तुम्हारे साथ आती हूँ ना!'' हे बसंतीचं वाक्य ऐकून नारायण बुचकळ्यातच पडला.

''अरे, भाई मेरी औरत साथमे है?''

''तो क्या हुआ, मैं भी तुम्हारे घर रहूँगी!'' हे ऐकून नारायण मनात चमकून गेला. ''मान न मान तू मेरा मेहमान'' अशी अवस्था नारायणच्या मनात निर्माण झाली. तशी बसंती त्याला जवळच येऊन चिकटली. नारायणची तर पाचावर धारण बसली होती.

''तू अगर मेरे साथ आएगी तो मेरी बीवी मुझे घरमे रहने नही देगी!'' हळू स्वरांत तो तिला म्हणत होता.

''मैं थोडे दिनके लिए रहूँगी'' हा हट्ट बसंती सोडत नव्हती. नसती बिलामत आपण अंगावर घेत आहोत असं नारायणला वाटायला लागलं. तिच्या डोळ्यांत अश्रू जमा झाले. तिच्या अंत:करणातलं दु:ख ती नारायणला सांगू इच्छित नव्हती व नारायण देखील तिला तसे सांगण्याचा आग्रह करत नव्हता.

''यह देखो, आँखोसे पानी नही लाना.'' असं म्हणत नारायणने बसंतीचे डोळे पुसले. तिचे डोळे पुसल्यामुळे तिला मन हलके झाल्यासारखे वाटले. तिने देखील नारायणच्या खांद्यावर हात ठेवला. दोघांच्या नजरेतली भावभावना दोघंही न्याहाळू लागली. दोघांनाही रात्रभर झोप लागली नाही.

दुसऱ्या दिवशी प्रत्येकाने आपआपला बोऱ्या बिस्तरा बांधला. आग्रा कॅटोंन्मेंटकडे दुपारच्या वेळेस आले. एक किलो आग्र्याचा पेठा (मिठाई) नारायणने बसंतीला दिला. बसंती नारायणला एका बाजूला घेऊन गेली. बाबू वर्तमानपत्रं चाळत स्टॉलवर

उभा होता. ऊर्मिला बाथरूमला गेली होती. बसंती हमसून हमसून रडायला लागली.

"रोना नही, बसंती रोना नही!" असं नारायण तिला समजावीत होता. तिचे डोळे पुशीत होता. तिचे पाणीदार डोळे लाल लाल झाले होते. तिने नारायणच्या खांद्यावर हात ठेवून डोकं टेकलं होतं. तिच्या गालावर हात फिरवून नारायणने तिचे हळूवार चुंबन घेतले. परत तिच्या डोळ्यांतून अश्रू ओघळू लागले.

"मैने कहाँ ना रोना नही... अब मेरे गाडीका वक्त हो गया है, मैं चलता हूँ!" असं म्हणून नारायणने बसंतीला बाय बाय केलं. बसंती पाणावलेल्या डोळ्यानं त्याच्याकडे पाहतच होती. ऊर्मिला, बाबू सावंत, नारायणने मुंबईला येणारी गाडी पकडली. गाडी शिट्टी वाजली, गाडी चालू लागली.

"तू तिच्या चक्करमध्ये नाही पडलास ते बरं झालं!" असं बाबू नारायणच्या कानात कुजबुजला.

बसंती गाडीच्या पाठोपाठ धावत सगळ्यांनाच टाटा करत होती. ती धावत होती तसं नारायणचं मन मुंबईकडे धावत होतं. तिचं मन नारायणकडे धावत होतं. ऊर्मिलानेही सुस्कारा सोडला होता. तिने नवऱ्याकडे हळूवार कटाक्ष टाकला आणि तिला धावत्या गाडीतून प्रवास करताना वाऱ्याच्या झुळकीमुळे हायसं वाटलं. बसंती निराश मनाने आंध्रकडे जाणाऱ्या गाडीकडे वळली.

नारायणच्या चुंबनाचा स्पर्श तिला जाणवत होता.

◆

**ना**रायणचा धाकटा तीन नंबरचा भाऊ दगडू याच्या लग्नासाठी स्थळं पाहण्याचं काम सुरू झालं. एके दिवशी गिरगावच्या भाजीबाजारात नारायणचे वडील रामभाऊला त्यांचा मित्र व दूरचा नातेवाईक नेमिनाथ भेटला.

"अरे नेमिनाथ, दगडूसाठी एखादी पोरगी बघ ना," असं भाऊ (रामभाऊ) त्याला म्हणाला.

"हा, हाय दादरची मुलगी हाय. तुझा पोरगा तर काळा सावळा हाय आणि उंचीलाही कमी हाय. ती पोरगी त्याला शोभून दिसेल."

"मग आपण तिला पाहायला जाऊ." भाऊ त्याला म्हणाला. दोघांचा जाण्याचा त्यांचा बेत ठरला. दोघेही दादरला मुलगी पाहून आले. त्या मुलीचं नाव शकू. ती अंगानं बारीक व उंचीनं ठेंगू होती. दोघांनीही पाहिली. तिथून बाजाराकडे परतले.

"अरे, रखमाई विठोबाचा जोडा दिसेल. भाऊ तू लग्न उरकून टाक!" वाटेत येता येताच नेमिनाथ रामभाऊला सांगत होता. रामभाऊनं सावित्राबाईला ही गोष्ट सांगितली. भाऊ, नेमिनाथ व सावित्राबाई हे तिघेही पुन्हा त्या पोरीला बघून आले. सर्वांना शकू पसंत पडली. लग्नाची रीतसर बोलणी झाली. शकूची आईसुद्धा वडाळ्याला भाजीचा धंदा करायची. शकू रंगानं सावळी होती. अत्यंत गरीब घराणं. शकूचा बाप तिच्या लहानपणीच वारला होता. शकूनं दगडूला पाहिलं नव्हतं आणि दगडूनंही तिला पाहिलं नव्हतं.

लग्नाची तारीख पक्की झाली. सावित्राबाईनं भाजीच्या धंद्यातले पैसे भाऊच्या दारूच्या व्यसनामुळं चोरून ठेवले होते. ह्या लग्नप्रसंगी तिने लग्नाची रक्कम बाहेर काढली. लग्न जुळलं, साखरपुडा झाला, लग्नाची हळद आणि लग्न एकाच दिवशी गिरगावांत इम्पिरीयल समोरच्या गल्लीत क्षात्रैक्य समाजाच्या हॉलमध्ये पार पडलं. यावेळेस ऊर्मिला-नारायण, नामदेव-नीमा, लक्षा, काळू, गंगी ही त्यांची मुलंही उपस्थित होती. सावित्राबाईनं वधूच्या गळ्यात बोरमाळ घातली, मंगळसूत्र केलं, वराला वधूपक्षाने अंगठी दिली आणि साध्या वातावरणात हे लग्न पार पडलं.

नेमिनाथला आणि त्याच्या बायकोला भाऊने कपडे घेतले आणि पाहुणे मंडळींनी त्याला अहेर दिला. वधूपक्षाकडून कुणीही हुंडा घेतला नाही. त्यांची हलाखीची परिस्थिती होती. शकूचं लग्न तिच्या मामानं लावून दिलं. शकूला आणि दगडूला सावित्राबाईनं राहण्याकरता धारावीत आणलं. त्यांचा संसार सुखाचा व्हावा म्हणून त्याला भांडीकुंडी घेऊन दिली. रामभाऊ धोतर, सफेद पैरण आणि त्यावर जाकीट घालून मिरवत होता. आईनं मॉडर्न क्लॉथ शॉपमधून घेतलेलं मर्सराईचं तपकिरी रंगाचं लुगडं घेतलं होतं.

दगडू आणि शकूचा संसार थाटला खरा पण शकूच्या तोंडाळपणामुळं दगडू धारावीस राहावयास तयार नव्हता. दगडू सारखा गिरगावच्या भाजीमार्केटांत यायचा. त्याचा धंदा पण तिथंच होता. तो बनाम हॉललेनच्या फूटपायरीवर लिंबं विकण्याचा धंदा करायचा. लिंबांची एक गोण विकली की, त्याला सात आठशे रुपये मिळायचे. त्या पैशांच्या मगरमस्तीमुळे त्याला दारूचं व्यसन लागलं. त्यामुळे तो धारावीला जायचं टाळायचा. त्याला कारणही तसंच होतं.

दगडूचं एका मुलीवर प्रेम होतं. तीसुद्धा बाजारातच राहायची. प्रेमा. प्रेमा आणि दगडू लहानपणापासून एकत्र खेळत असत. त्यांचं एकमेकांवर नकळत प्रेम जुळलं होतं. पण ही गोष्ट दगडूने सगळ्यांपासून लपवून ठेवली होती. प्रेमासुद्धा वयानं मोठी झाली होती. पंधरा सोळा वर्षांची असेल. ती मराठा समाजाची. तिचं लग्न लावून तिला वऱ्हाडात दिली होती. ती वऱ्हाडात निघून गेली आणि दगडू इथं एकाकी पडला.

धारावीला दगडू बायकोकडं अधूनमधून जायचा, फूल तर्राट होऊनच! बायकोचं आणि त्याचं पटायचं नाही. दगडू स्वभावाने मनमिळाऊ होता. पण व्यसनाच्या आहारी गेला होता. त्याला दोन मुलंही झाली. मुलगी आणि मुलगा, शकूचं बाळंतपण आईनंच केलं पण आईला भाजी विक्रीचा व्यवसाय केल्याशिवाय घराचा संसार भागणार नव्हता. म्हणून ती भाऊसहित लक्षा, काळू, बाळू आणि गंगूला घेऊन बाकड्यावरच राहत होती.

प्रेमाच्या वऱ्हाड प्रांतात जाण्यामुळं दगडू बिनधास्त वागू लागला. तो आई भावाचं काही ऐकत नसे. बेमुर्वखोरपणांनं वागायचा, धंदा मात्र टिच्चून करायचा. विठ्ठल त्याचा एक मित्र होता. नळ बाजारात त्याचा लिंबं विकण्याचा घाऊक धंदा होता. तो दगडूला लिंबांचा माल पुरवायचा. दगडूला क्रेडीटवर माल अनायासे मिळत असल्यामुळे त्याची उधारी राहिली तरी विठ्ठल त्याला बोलत नसे. कारण दोघांचीही जिगरी दोस्ती झाली होती. पैशाच्या आवकजावकीमुळे दोघांची चलती होती. दोघेही दारू प्यायचे. सट्टा मटका खेळायचे. सिनेमा एकत्र पाहायचे. अशी

चैन करण्यात ते दोघेही दिवस घालवू लागले.

एके दिवशी अचानक दुर्घटना झाली. विठ्ठलला हार्ट ॲटक आला आणि त्यातच तो ग्रतप्राण झाला. विठ्ठलच्या जाण्यामुळे दगडूचा आधार तुटला. प्रेमाच्या वियोगाचंही त्याला दु:ख होतंच! त्यामुळे दगडू जास्तच दारूच्या आधीन झाला, दारूडा झाला. आईचं भाऊचं ऐकेनासा झाला. धंद्यावर पण बसेना. धंदा होईना. त्याला माल मिळेना. बाजारातली त्याची पत घसरली. त्याचं होतं नव्हतं तेवढं क्रेडीट संपलं. कंगाल झाला.

पैशासाठी दगडू आईला त्रास देऊ लागला. तिच्याकडे सारखे पैसे मागू लागला, आई सावित्राबाई- त्याची पोरं बायको सांभाळत असे. वरचेवर जाऊन खर्चायला पैसे व भाजीपाला नेऊन द्यायची. कधी चूल पेटायची, कधीकधी उपाशी राहावं लागायचं पण दगडूचं व्यसन काही सुटत नव्हतं. त्याची आई वैतागली होती.

प्रेमा बॉम्बे सेंट्रलच्या एका झोपड्यांत राहत होती. ती वऱ्हाडावरून नवऱ्याला सोडून तिथं राहायला आली. तिला वऱ्हाडच्या नवऱ्याची तीन पोरं होती. ती प्रार्थना समाजाच्या हरकिसनदार हॉस्पिटलमध्ये आयाचं काम करायची. त्यावरच ती घरखर्च भागवायची.

दगडू त्या झोपडपट्टीत जाऊन राहू लागला. प्रेमानं त्याला प्रेमाखातर आधार आसरा दिला. ती त्याला सिनेमा, नाटक दाखवू लागली. मध्ये मध्ये लागेल तसे त्याला दारूला पैसे पुरवायला लागली. त्याच्याबरोबर ते दोघं बागबगीचे फिरू लागली. दोघेही मौजमजा करू लागले. दगडू तसा बाहेरख्यालीच होता. तिच्या नादात तो पूर्ण फसला होता. 'दिल दिया अन् दर्द लिया' अशा अवस्थेत तो गुंतला होता. त्या चक्रव्यूहात तो अडकला होता.

त्या चक्रव्यूहातून दगडूला बाहेर पडता येत नव्हतं. तिच्या तीन मुलांवर अधूनमधून तो लक्ष द्यायचा. धारावीतल्या स्वत:च्या बायका-मुलांना तो विसरू लागला. सतत दारूला पैसे मागण्यामुळं प्रेमा पण कालांतराने त्याला कंटाळून गेली होती. आंघोळीचा पत्ता नसे, दाढीचे खुंट वाढलेले, अशा अवस्थेत प्रेमाच्या प्रेमात फसला होता.

सावित्राबाई एकदा प्रेमाकडे गेली.

"काय ग, त्या दगड्याला तू इथं का ठेऊन घेतलंस?"

प्रेमानं तिचा आवाज ऐकला. ती घरात भांडी धुवत होती. तिनं आश्चर्यानं तिच्याकडं पाहिलं.

"मी काय त्याला बोलवत नसते, तोच माझ्याकडे येतो, मी तरी त्याला काय करू?" प्रेमानं उत्तर दिलं. दगडू त्यावेळेस घरात नव्हता.

"अग, रांडं, त्याच्या बायका पोरांना वाट्टला लावतीयास काय? तुझं चांगलं

होणार न्हाय! तू तुझा नवरा सोडून इथं आलीस अन् तुझी पोरं तो सांभाळत बसलाय, अन् सोताची पोरं त्यानं रस्त्यावर टाकलीयांत, तुला काय लाजबीज हाय का न्हाय?'' सावित्राबाईनं तोंडाचा पट्टा सोडला होता.

''हे बघा तुम्ही मला बोलू नका. तुमचा लेक तुम्ही घेऊन जा, त्याला इकडं पाठवू नका.'' असं प्रेमा तावातावानं बोलू लागली.

''अगं भोसडे तुझं काय चांगलं व्हायचं न्हाय, तुझं वाटुळं वाटुळं व्हईल, त्याला नादाला लावू नगंस, त्याला दारू प्यायला पैसे देऊ नगंस, तुला सांगून ठेवते. याद राख.'' असं म्हणत तणतणत तिथून सावित्राबाई गिरगावच्या भाजीबाजाराकडं निघून आली.

दगडू भाजीबाजारात दारू पिऊन झोपला होता. त्याला तिनं उठवलं. ''कारं बांडगुळा, त्या पोरीच्या मागं लागलायस, तुला काय लाज शरम हाय का न्हाय? सोताची दोन गाबडी काढून ठेवल्यात आणि मला सांभाळाय लावतो का?'' असं विचारत आईनं दगडूवर राग काढला.

''हे बघ, तू जास्ती बोलू नकोस, तुला कोण माझी पोरं आणि बायकू सांभाळाय सांगतोय. त्या शकीचं थोबाड चांगलं हाय कां? तिला जरा चांगली शिकवून ठेव. कशाला माझं लगीन करून दिलंस? तुझ्याजवळ लय पैसा झालाय म्हणून तू माझं लगीन करून वाटूळं केलंस होय?'' असं दगडू तावातावानं आईला दारूच्या नशेत बडबडत होता. मध्येमध्ये झोकांड्या देत होता.

''असाच तू बांडगूळ मरायचांस! मुडद्या तू काय ऐकायचा नाइस.'' असं म्हणत सावित्रा तिथून रागानं निघून गेली अन् दगडूनं बाकड्यावर अंग टाकलं.

गंगी सोळा सतरा वर्षाची झाली होती. आई तिला भाजी विकायला बसवायची. ती मॅट्रीक नापास झाली होती. लग्न नाही झालं तर ह्या पोरीचं वाटोळं होईल हे नारायणला ठाऊक होतं. बाप दारूड्या असल्यामुळं तिच्या लग्नाचं काही पाही ना, आईनंच नारायणला सांगितलं की तिला एखादं स्थळ बघ. नारायणला गंगीच्या लग्नाचा घोर लागला होता. धाकटी बहीण, तिचं लग्न उरकलंच पाहिजे. तो इथं तिथं नातेवाईकांना विचारून स्थळं शोधत होता.

सातारच्या एका स्थळाचा पत्ता लागला. त्या पत्त्यावर त्याने मुंबईहून पत्रव्यवहार केला. पत्राचे उत्तर सहा महिने उलटले तरी आले नाही. नारायणने तो नाद सोडून दिला. दुसरं स्थळ तो शोधू लागला.

नारायण एके दिवशी संध्याकाळी कामावरून घरी आला होता. हातपाय धुतले. जेवायला बसणार इतक्यात ऊर्मिलानं त्याच्या हातात एक टपाल ठेवलं.

''कधी आलं हे?'' नारायणनं तिला विचारलं.

"आजच!" ऊर्मिला उत्तरली.

त्याने टपाल फोडून पाहिलं. सातारकरांचं हे पत्र होतं. अमक्या दिवशी भेटायला येऊ असं त्यांत लिहिलं होतं. तो तोच दिवस होता.

"जेवायला वाढ!" असं म्हणून ऊर्मिलाला सांगितलं. ऊर्मिलाने जेवण वाढलं. जेवायला बसणार इतक्यात दारावरची बेल वाजली. ऊर्मिलानं दार उघडलं. बाहेर एक सावळ्या रंगाची व्यक्ती होती.

"मी सातारहून आलोय, स्थळाबाबत बोलणी करायला. बागडे आहेत का?" असं प्रश्नार्थक मुद्रेनं तो म्हणाला, नारायण दरवाजाकडं वळला. त्यानं ओळखलं.

"मी तुम्हाला पत्र पाठवलं होतं. तुम्ही आम्हाला न्यायला आला नाहीत." असं हुकमी स्वरात तो म्हणाला, वराची बाजू असल्यामुळं तो हुकमी स्वरात बोलत होता.

"अहो, मी आताच कामावरून आलोय आणि तुमचं टपाल मला आताच मिळालंय, मी तुम्हाला न्यायला कसा येणार? हे बघा टपाल," असं म्हणत त्याने पुराव्यासाठी टपाल तत्काळ दाखवलं. हे पाहून तो गृहस्थ गप्प बसला.

"मी शिरपा वाठारकर साताऱ्याचा. साताऱ्याला माझा बंगला आहे. माझा धाकटा भाऊ विनायक हा एल. एल. बी. झालाय. तुमची मुलगी आम्हाला पसंत आहे. लग्नाबद्दलची माहिती माधवरावांकडून कळली," असं वाठारकरने सांगितले.

नारायणच्या मामाने ही माहिती त्याला सांगितली होती. "ठीक आहे, आलात ते चांगले झाले. आता जेवायला बसा. मी जेवणार होतो, इतक्यातच तुमची बेल झाली." असं म्हणून नारायणने ऊर्मिलाला ताटं वाढायला सांगितली. ऊर्मिलानं दोन ताटं मांडली. दोघेही जेवले. जेवण झाल्यावर तो गृहस्थ कामानिमित्त जातो म्हणून लगेच तिथून निघून गेला.,

ही आनंदाची बातमी आई-भाऊला तत्काळ सांगितली पाहिजे म्हणून नारायण त्याच रात्री नामदेवच्या घरी बोरीवली पूर्वला गेला. नारायण पश्चिमेला राहत होता. घरी गेल्यानंतर दोघेही भेटले. नामदेव झोपला होता. तो झोपेतून उठून दिवाणखान्यात आला व बसला. नारायणने त्या तिघांनाही इत्यंभूत माहिती सांगितली. लग्न तात्काळ उरकून घेतलं पाहिजे असा निश्चय त्याने त्यांना बोलून दाखवला.

"हे लग्न लवकर होईल तेवढे चांगले!" नारायण सर्वांना समजावून सांगत होता.

नामदेवची बायको नीमा दरवाजाआडून सर्व काही ऐकत होती.

"मग तू जाऊन मुलाला बघून ये," आई म्हणाली.

"ठीकय, मी उद्याच साताऱ्याला जातो, विलंब नको. नामदेवला पण माझ्याबरोबर येऊ दे."

नामदेव तयार झाला.

“तुम्ही येणार का?” नारायणने भाऊला विचारले.

“तुम्ही दोघंही जाऊन या, काय घडतंय ते बघा.” असं भाऊ म्हणाला.

दुसऱ्या दिवशी नारायणने व नामदेवने साताऱ्याला जायचं ठरवलं.

नारायण आणि नामदेवने साताऱ्यात शिरपा वाठारकराचं घर गाठलं. त्याचा धाकटा भाऊ विनायकही तिथं भेटला. लग्नाबद्दलच्या गप्पागोष्टी झाल्या. मुलाला मुलगी पसंत आहे, हे कळलं. मुलीला मुलानं मामाच्या घरी लोणंदमध्ये पाहिली होती. चहापाण्याचा कार्यक्रम आटोपला. शिरपा वाठारकराची बायको कमलही लोणंदचीच. तिचीही गाठभेट झाली. कमलाला नारायण लहानपणी ओळखत होता. तिथं त्यांची ओळख झाली.

“काय विनायकराव, लोणंदला जायचं ना?” असं नारायणनं त्यांना विचारलं. विनायक हा शिरपतरावाचा धाकटा भाऊ. “होय जाऊया की!” विनायक म्हणाला.

“शिरपतराव, तुम्ही येणार ना?”

“नाही मी कशाला? तुम्ही विनायकलाच घेऊन जा.”

“ठीकंय.”

“आपण आत्ताच निघायला हवं.” असं नामदेव म्हणाला.

नारायण, नामदेव आणि विनायक हे तिघेही लोणंदला आले. थोरल्या मामाची गाठभेट झाली. विनायकने लग्नाचा होकार दिला. लग्न साताऱ्यातच करायचे ठरले, लग्नाचा निम्मा निम्मा खर्च वधू-वर पक्षाने करायचा, मुलाला एकेक तोळ्याची अंगठी व चेन देण्याचे ठरले, बोलणी पक्की झाली. वरील ठराव मामाच्या समोर झाल्यामुळे नारायण, नामदेव व विनायकला धीर आला.

नारायण व नामदेव मुंबईला परतले. सर्व हकीगत आई व भाऊला दोघांनी सांगितली. लग्नाची तारीख फिक्स झाली. इकडच्या वऱ्हाडाने साताऱ्याला जायचे ठरले.

साताऱ्याच्या गोडोलीच्या भव्य पटांगणात मोठा मंडप उभारला होता. लग्नाची जय्यत तयारी झाली. सकाळच्या वेळेस वधूला हळद लावण्यात आली. दुपारचं लग्न होतं. लग्नाला भाऊने धोतर, पैरण, पैरणीवर जाकीट व गांधी टोपी घातली होती. आई नवं लुगडं नेसली होती. दोन्ही घरातली सर्व मंडळी उपस्थित होती. नातेवाईकांचा रगाडा पडला होता. भोंग्यांचा कर्णकर्कश आवाज येत होता. भट बामण येऊन थांबले होते. सगळे पै-पाहुणे जमले होते. वाजंत्री पिपाण्या वाजवत होते.

आईच्या नातेवाईकांची चंगळ चालली होती. नातेवाईकांची मुलं हुंदडत होती. आईचा मोठा भाऊ म्होरक्या होऊन पुढं पुढं करत होता. आईचा भाचा विजू इथं तिथं

मिरवत होता. बागडे घराण्याची माणसं मात्र गप्प होती. लग्नाचा खर्च आईच उचलणारी होती म्हणून तिचाच रुबाब जास्त होता.

"काय रे, विजू कसं काय चाललंय?" नारायणने त्याला हटकले.

"बरंय बुवा," असं तो गमतीनं म्हणाला. विज्याने सफेद लेंगा, सफेद शर्ट नवीनच कपड्याची घडी घातली होती. गळ्यात सोन्याची साखळी लटकत होती. उजव्या हातात तर्जनीच्या बोटात एक तोळ्याची सोन्याच्या विळीची जाड अंगठी घातली होती.

"काय रे, ही अंगठी छान आहे, कधी बनवलीस?" नारायणने गमतीनं विचारलं.

"अरे, बाबा ती माझी नाय, आक्काची हाय!" हे ऐकून नारायणला आश्चर्य वाटले. विजू सावित्राला 'आक्का' म्हणायचा. तो तिचा भाचा होता. माधवराव पोटफोडेचा धाकटा मुलगा. माधवरावाने दोन बायका केल्या होत्या. पहिली बायको वारली होती.

"अंगठी तुला कुणी घालायला दिली?" नारायणने पुन्हा विचारले, "आक्काने दिली," असं तो म्हणाला.

विजूचे हे उदगार ऐकून नारायणचा चेहरा काळवंडला तो ऊर्मिला जिथे मंडपात उभी होती तिथं आला.

"अगं ऐकलंस का?" ऊर्मिलाने नारायणकडे पाहिले.

"काय?" ऊर्मिलाने विचारलं.

"जरा इकडे ये!" असं म्हणत दोघेही एका कोपऱ्यात आले. "हे बघ, आईने एक तोळ्याची अंगठी विजूच्या बोटात घालावयास दिलेली आहे."

"कुणाची अंगठी?" प्रश्नार्थक नजरेनं तिने विचारले.

"ती आईचीच अंगठी! ती भाऊच्या बोटात घालावयास न देता विजूला दिली!"

ऊर्मिला गप्पच उभी होती. ती सासूला घाबरायची. भाऊवर तिचा राग होता तर तिने स्वतःच्या कुठल्याही मुलाच्या बोटात घालावयास का दिली नाही? असं बायकोला नारायण विचारत होता.

"हो, भाऊंच्या बोटात घातली असती तर बरं झाले असते!" ऊर्मिला दबकूनच बोलली.

नारायणला हे आईचं माहेरधार्जिणं वागणं आवडलं नाही. ही गोष्ट नामदेवला कळावी म्हणून तो नामदेवला शोधू लागला. नामदेव पाहुण्यारावळ्यांशी गप्पा मारण्यात दंग होता. नारायणने नामदेवला खुणेने बोलावले,

नामदेव नारायणजवळ आला.

“हे बघ, तुला एक गोष्ट सांगायची आहे?”

“काय?”

“आईने स्वत:ची एक तोळ्याची अंगठी विजूच्या बोटात घालण्याकरिता दिलेली आहे. ह्या लग्नप्रसंगात ती भाऊच्या बोटात घालावयास दिली असती तर काय झाले असते?”

“हो, भाऊच्याच बोटात घालायला द्यायची होती. असं नामदेवने उत्तर दिलं.”

“हे तुला पटतं का?” नारायण रागातच म्हणाला.

“न पटून करायचंय काय? तुला ठाऊक आहे का?

गंगीला तिनं पै पै साठवून चार तोळ्याच्या चार बांगड्या, चार तोळ्याच्या दोन पाटल्या, कानातले झुमके, माथ्यावरची चैनीतली बिंदी असे दहा तोळ्याचे दागिने दिले आहेत. तू काय दिलेस?”

नामदेवने नारायणला हे सांगितल्यावर आश्चर्यच वाटले. “अरे मला यातले काहीच ठाऊक नाही.” नारायण नामदेवला म्हणाला.

“आणि ठाऊक असून तरी काय करायचे? तिने तिच्या लेकीसाठी केलंय.” असं म्हणून नामदेव पाहुण्यारावळ्यांशी गप्पा मारायला निघून गेला. शेजारीच ऊर्मिला हे सगळं ऐकत होती.

“ऐकलंत ना सगळं, नामदेवभावोजी काय म्हणालेत ते?” ऊर्मिला नारायणला बोलू लागली.

“माझ्या मुलाच्यासाठी सासूबाईने काहीच केलेलं नाही!”

हे ऐकून नारायण गप्पच होता. ‘आपलेच दात आणि आपलेच ओठ’ हे त्याला कळलं होतं. मात्र त्याला आईचा मनातून राग आला होता. लग्न उरकल्यानंतर तो आपल्या कुटुंबासमवेत मुंबईला निघून आला.

एके दिवशी विचित्र घटना घडली. रात्रीची वेळ. नारायण व ऊर्मिला घरात बसले होते. इतक्यात सावित्राबाई, रामभाऊ, गंगी व तिचा नवरा विनायक येऊन ठेपले.

लग्नाला एक वर्ष देखील झालं नव्हतं. मुंबईची गंगी व खेड्यातला विनायक यांची संसारात नेहमी वरचेवर कुरबुर व्हायची. त्यामुळे विनायक एल. एल. बी. असल्यामुळं नवरा बायकोची भांडणं होताहेत म्हणून गंगूकडून सोडचिठ्ठी मागितली होती. त्यांची घरची कसली तरी कुरबुर असेल नाहीतरी घरोघर मातीच्याच चुली असतात. विनायकने नामदेवला वकिलाकडून एक नोटीस पाठविली होती व त्याची एक प्रतही नारायणला मिळाली होती. नारायणने त्याकडे दुर्लक्षच केलं होतं.

“हे बघा, ह्या गंगीच्या थित्ताल वागण्यामुळं तिचा नवरा सोडचिठ्ठी द्यायला निघालाय!”

"ह्या रांडमुळंच ही पोरगी सोकावलीय. सोडचिठ्ठी घेऊन ही या छिन्नालच्या मागं फिरत बसेल." असं अद्वातद्वा भाऊ सावित्राबाईला बोलत होता. दोघांची नारायणच्या घरात भांडणं विकोपाला गेली होती.

"हे बघ बांडगुळा, त्या पोरीला घाण घाण शिव्या देऊ नकोस, तुझी पोरं ह्या पोरीकडं जरा पण लक्ष देत नाहीत, ह्या बांडगुळांना समजाय नको का?" असा तोंडाचा पट्टा सावित्राबाईनं लावला होता.

"हे बघ जास्ती काही बोलू नकोस, थोबाडच फोडीन!" भाऊ वैतागानं म्हणाला.

"फोड फोड त्वांड फोड, एवढंच तू करशील!"

हे सावित्राबाईचं आरडणं ओरडणं चालूच होतं.

ह्यातच नवराबायकोची हातापायी व्हायला लागली. भाऊनं आईला मारहाण सुरू केली. नारायणला हा प्रकार काही पाहवेना. ऊर्मिला दारात गप्प उभी होती. विनायक भांडणाचा तमाशा बघत होता.

नारायणचा राग वाढत गेला. तो चवताळून उठला नि रागाच्या भरात गंगीच्या थोबाडात ताडकन मारली,"बघ बघ तुझ्यामुळं आमच्या घरात भांडणं व्हायला लागलीयंत" असं तो गंगीला चवताळून बोलला. गंगी ही नारायणची पाचव्या क्रमाकांची धाकटी बहीण!

"हे बघ नाऱ्या, तिच्या केसालाही हात लावू नगंस," आई नारायणलाच दम देत होती.

गंगी गालावर हात चोळत बसली होती. मोठमोठ्यानं ती तोंड बडवून घ्यायला लागली. आरडाओरडा करायला लागली. आई तिलाच साथ द्यायला लागली. आजूबाजूची माणसं जमाय लागली. तिनं पण तोंडाचा पट्टा मोठमोठ्याने सुरू केला. भांडण विकोपाला जायला लागलं. हाणामारी व्हायला लागली.

"अहो, तुम्ही माझ्या बायकोला का मारलंत?" विनायक आपल्या बायकोची बाजू घेऊन बोलू लागला.

"अरे, भाडखाऊ, तू तुझ्या बायकोबरोबर भांडतोस, आम्हाला वकिलाच्या नोटिसी पाठवतोस, आमच्या घरात तमाशा करतोस आणि मजा बघत बसतोस." नारायण बेभान होऊन तावातावाने बोलू लागला.

"हे बघ, चल घे तुझ्या बायकोला आणि चालायला लाग माझ्या दारातून. जेव्हा लग्न केलं तेव्हा ती तुझी बायको झाली. तू तिला मार, तोड नाहीतर गाडून टाक. आम्हाला ती आली तशी गेली. लग्न झाल्यावर ती आम्हाला मेली असं समजतो. तुझी बायको आहे, तू तिला सोडून दे नाहीतर मारून टाक, आम्हाला तिचं काही देणंघेणं न्हाय! तुझ्या बायकोला आताच्या आता इथून घेऊन जा, तोंड काळं

कर अन् माझ्या दारात पुन्हा येऊ नकोस चालता हो, चालता हो इथून!'' असं नारायणनं त्याला भडकून सुनावलं.

नारायणचा हा रागाचा पारा बघून विनायक भेदरून गेला. तो गंगीला म्हणाला, ''चल, आताच्या आता. यांच्या घरात क्षणभरही थांबू नकोस.'' नारायणच्या तापट स्वभावामुळे विनायकने गंगीबरोबर घटस्फोट घेण्याचा विचार करायचा मनातून काढून टाकला.

विनायक आणि गंगी साताऱ्याला निघून गेले. आई भाऊ रागारागाने तिथून निघून गेले. त्यांनी गिरगावचा भाजीबाजार गाठला. सगळं वातावरण शांत झालं. विनायक आणि गंगू नारायणच्या घरी पुन्हा आलेच नाहीत. त्यांचा संसार पुन्हा सुरळीत चालायला लागला. कारण गंगीला कळून चुकलं होतं की आपल्याला भावाचा आधार मिळणार नाही आणि विनायक देखील नारायणला दबकूनच होता.

नारायणच्या तडकाफडकी निर्णयामुळं हे घडून आलं होतं. मात्र नारायणलाच हे सर्व दोष देत होते. नारायणला असल्या वातावरणाचा वीट आला होता. विनायकने वकिलामार्फत पाठविलेल्या नोटिसीच्या बूमरँगचा हा परिणाम होता.

नारायण कामामध्ये मग्न असतानाच एके दिवशी सावित्राबाई अचानक ऑफिसात आली.

''बागडे साहेब, कुणीतरी बाई तुम्हाला भेटायला आलीय.''

कांबळे नावाच्या शिपायानं नारायणला निरोप दिला. त्या सरशी नारायण ऑफिसातनं व्हराड्यांत आला. आई चिंताक्रांत होऊन बसली होती.

''काय झालं? अचानक कशी आलीस?''

''दगडू आणि लक्षाची सारखी भांडणं होत्यात, धंद्यावरनं काही ना काही कुरापत दररोज निघतिया. तू जरा काय तरी लक्ष घाल का नुस्तं एकट्याचंच बघतुयास?''

सावित्राबाई रागानंच लेकाला बोलत होती. धाकट्या पोरांचा त्रास व्हायला लागला की तो नारायणकडे सगळा राग येऊन काढायची. बोलताना त्याची साधी कदर पण ती करत नसे.

''मी काय करू? त्यांची भांडणं सोडवायला सारखं काम-धंदा सोडून त्यांच्या मागं धावत जाऊ का?''

''अरं, पण तू थोरला हाईस. तुला कळाय नगं का? मी कुणाला सांगू, तुझा बाप त्यांच्याकडे लक्ष दीना, तू लक्षाला एखादी नुकरी बघ. आनि दे चिकटून, दगडू काय नुकरी करायचा नाय, त्यो बांडगूळ नुसतीच लिंब इकत बसल.'

''दररोजची भांडणं कुठवर सोडवत बसू, जाग्यावरनं एकमेकाशी सारखी

सारखी भांडत्यात.''

''मग मी काय करू, मी किती वेळा त्यांना समजावू? कित्येकदा बाजारात येऊन समजूत काढलीय. ती काय आता लहान आहेत का?''

''लहान न्हाय, मस टोणगी झाल्यात, तू नुकरी न्हाय लावलीस तर अशीच भांडणं करून एकमेकांचं मुडदं पाडत्याल.''

''नोकऱ्या काय रस्त्यावर पडल्यात का?''

''तुझ्या वळकी पाळकी हाईत.''

''ओळखी असल्या तरी ताबडतोब कुणी नोकऱ्या देत नाही, आई!'' नारायण आपल्या आईला समजावीत होता. पण तिला वाटायचं नारायणच्या हातात नोकऱ्या देण्याचं तंत्रच आहे. तिच्या अडाणीपणामुळं नारायणला काही जास्त बोलता येत नव्हतं, परंतु धाकट्या पोरांना नोकऱ्या लावण्यासाठी हट्ट कायम होता.

''हे बघ, तुला नोकऱ्या लावायच्या आसल तर लाव, तुझ्याव काय आमचा जोर न्हाय.'' नारायणला ती तोडून बोलू लागली, आणि ऑफिसच्या व्हरांड्यातून भराभर जिने उतरून निघून गेली.

नारायण तिच्या मळकट लुगड्यातल्या पाठमोऱ्या आकृतीकडं पाहत राहिला, आ...ई, आ...ई म्हणून मोठ्यानं ओरडून तिला बोलावून घ्यावं असं त्याला क्षणभर वाटलं, पण आपण ऑफिसच्या व्हरांड्यात आहोत हे लक्षात येताच तो परत आपल्या जागेवर खिन्न मनानं येऊन बसला. नारायणचं डोकं ठणकायला लागलं. आईचा त्रागा म्हणजे त्याच्या थोबाडीत बसलेला एक तडाका होता. आईच्या चेहेऱ्याकडं त्याला पाहावत नव्हतं. अजूनपर्यंत मुलं मोठी होत आली तरी त्यांची काळजी घेतच होती, खस्ता खात होती, मुलांच्या जीवनाचा विचार करतच होती. लक्ष्मणला नोकरी कशी लावावी, यांची भांडणं कशी मिटवावी, निदान आईचा त्रास तरी कमी कसा करावा? या प्रश्नानं त्याचं डोकं सुन्न होत चाललं.

''दुनियाची म्हारकी करतुयास पर सोताच्या भावाला कामाला लाविनास,'' असं सुद्धा कधी कधी रागानं म्हणायची. असा त्रागा करून ती निघून गेली हे आईचे बोल कुठवर ऐकायचे, भावांना नोकऱ्या कशा लावायच्या, ह्या चिंतेत नारायण मग्न झाला. नारायणच्या समोरच टेलिफोन डिरेक्टरी पडली होती, बाजूलाच फोन होता. नारायणनं डिरेक्टरी ओढली, सगळ्या राष्ट्रीयकृत बँकांच्या जनरल मॅनेजरना तो फोन फिरवायला लागला. कायद्यानुसार चतुर्थश्रेणीच्या राखीव जागा भरल्या आहेत की, नाहीत याची तो चौकशी करायला लागला, त्याची धड उत्तरेही फोनवर मिळेनात, खरे खोटे कळेना, तसतसे नारायणचे डोके भडकत गेले. सेंट्रल बँकेचे अध्यक्ष पोचखानवाला यांच्याबरोबर नारायणचे बोलणे चालू होते.

''आपने चतुर्थश्रेणी की आरक्षित जगह आपके कार्यालय में भर दि है क्या?'

“नो.”

“क्या आपके यहाँ कुछ बेकार युवक भेज सकता हूँ?” नारायणने एकदम अनपेक्षित प्रश्न फोनवरून विचारला.

“हू इज स्पिकींग?” तिकडून पोचखानवाला साहेबांचं उत्तर आले.

“नारायण बागडे, चर्मकार नेता.’

“ठीक है, भेज दिजिए, लेकिन मैं गॅरंटी नही दे सकता.”

“कोशिश कर दिजिए, उन्हे कल भेजता हूँ।”

“ठीक है.”

“कितने बजे भेजू?”

“दो बजे.”

“ओ के, थँक यू.”

संवाद आटोपून नारायणने फोन ठेवला. लक्ष्मण आणि काळू यांना संध्याकाळीच ही बातमी नारायणने गिरगावच्या बाजारात जाऊन दिली. आईलाही नारायणनं तसं कळवलं. दोघांनाही दुसऱ्या दिवशी सेंट्रल बँकेच्या हेड ऑफिसमध्ये नारायणने पाठवून दिलं. लक्ष्मणच्या सुदैवानं त्याला बँकेत शिपायाची नोकरी मिळाली. तो अर्धशिक्षित होता. आईच्या रागामुळं नारायणने हा प्रयत्न केला, आणि कर्मधर्मसंयोगानं आईचं नारायणला येऊन डिवचणं हे लक्ष्याच्या पथ्यावरच पडलं व त्याच्या जीवनाला नवीन प्रारंभ झाला.

लक्ष्मणला सावित्राबाई व रामभाऊ लक्षाच म्हणत असत. लक्षा आता जवान झाला होता व स्वभावाने तो तापट होता. त्यानं बोरीवली पूर्वला एक गोरीगोमटी सुंदर मुलगी पाहिली. ती त्यानं आईला दाखविली. आईनं त्याला सांगितलं,

“तुला लगीन करायचं असलं तर त्याच पोरीबरोबर कर. मंजी माझ्यामागचा तरास जाईल.”

लक्षानं आईच्या मागं लागून त्या मुलीशी लग्न लावून घेतलं. ती सुषमा नांदायला आली. नारायण नामदेवची त्याला काही हरकत नव्हती. ती मुलगी काही दिवस नामदेवच्या घरी राहिली. सुषमाचं आणि लक्षाचं काही दिवसात पटेनासं झालं. साध्या साध्या संसाराच्या बाबीवरनं तो तिला सतत मारझोड करू लागला. तिचा मारानं चेहरा सुजायचा. ती बापाला तक्रार करायची.

गजाननराव हा तिचा बाप अत्यंत सोशीक मनाचा. लक्षाच्या मारझोडीनं सुषमाचा बापाला कळवळा यायचा. लक्षाने भांडण करू नये म्हणून नारायणने अन नामदेवने त्याला वारंवार समजावलं होतं. पण पालथ्या घड्यावर पाणी. लक्ष्याच्या स्वभावाला औषध नव्हतं.

एके दिवशी गजाननराव नारायणच्या घरी आले. बोरिवली मार्केटात त्याचा

चप्पल विक्रीचा स्टॉल होता.

"हे बघा, तुमचा भाऊ माझ्या मुलीला सारखा मारझोड करतोय. तुम्ही काहीतरी समजावून बघा?" असं काकुळतीनं तो नारायणला सांगत होता. "तो काही आमचं ऐकत नाही" नारायणने त्याला सडेतोड उत्तर दिलं.

"मग काय कराय पाहिजे?" असा प्रश्न गजाननरावाने प्रश्न विचारला.

"तुमच्या मनाला येईल ते करा." नाईलाजाने नारायण म्हणाला.

"मग आम्ही सोडचिठ्ठी घेतो." निराश भावनेनं तो म्हणाला.

"तुमच्या मनाला वाट्टेल ते करा. आम्ही आमचा संसार करायचा का त्याची भांडणं सोडवत बसायची." असं नारायणने म्हणणं मांडल.

"ठीक आहे, नाइलाज आहे, सोडचिठ्ठीच घेऊन टाकतो." असं म्हणून बोरिवलीच्या कोर्टात गेला व सुषमा व लक्षाची सोडचिठ्ठी घेतली.

लक्षा परत त्याच्या भांडखोर स्वभावामुळं एकाकी पडला. लक्षाला तोंड दाखवायला नको म्हणून आई धारावीला राहू लागली. लक्षा सारा राग आईवरच काढायचा. "तुझ्यामुळंच मी सोडचिठ्ठी दिली," असं म्हणून तो तिच्या अंगावरच धावून जायला लागला. आईला त्याच्या वागणुकीचं काहींच कळत नव्हतं. लक्षा आडदांड स्वभावाचा, हेकेखोर, स्वभावात सतत दादागिरी! त्याच्या पुढं आई बापाचा काहींच इलाज चालत नव्हता. ही फुकटची ब्याद आहे असं त्यांना वाटायचं.

सावित्राबाई भाजी बाजारात मिरच्या-कोथिंबीर विकायला बसली होती. इतक्यात म्युन्सिपालटीची गाडी आली व मिरच्या कोथिंबिरीच्या पाट्या उचलून नेल्या. बाजूला पारूबाईचा माल देखील रस्त्यावर मांडला होता. भेंडी, शिराळी, वांगी, अंबाडी, ढोबळी मिरची, परवर, पडवळ, गवार, फरसबी, कोबी, फ्लॉवर, टोमॅटो, गाजर, काकडी, मिरच्या, कोथिंबीर, आलं, लिंबू, कडीपत्ता इत्यादी छोटया छोटया पाट्यांतून तिनं मांडल्या होत्या. तो सगळा माल देखील म्युन्सिपालटीने उचलून नेला होता. ह्या झटापटीत तिथं सावित्राबाईचा धाकटा मुलगा बाळू आला. त्यानं पाहिलं सगळा आईचा माल उचलून नेला आहे.

"काय ग आई, पाट्या म्युन्सिपालटीनं नेल्या कां?" बाळू सावित्राबाईला विचारत होता.

"व्हयं बाबा! असा बघ, धंदापन व्हत नाय! घरचा खर्च भागत न्हाय!" ती काकुळतीनं बाळूला सांगत होती.

"तुला कुणी धंदा करायला सांगतं कां?" बाळू म्हणाला

"मग काय करणार? आम्हाला कोण खायला घालणार? दगडूपण काय काम करत न्हाय! त्याची पोरं पोसावी लागत्यात!" असं ती बाळूला म्हणाली.

"तुला मी मदत कराय येत जाईन!" असं म्हणून बाळू तिथून निघून गेला.

सावित्राबाईनं तपकिरीची डबी पिशवीतनं काढली. त्यातली चिमूटभर बोटात घेऊन नाकात ओढली व डबी कमरेच्या पिशवीत ठेवली.

म्युसिपालटीचा माल गेलेला दंड भरल्याशिवाय परत मिळणार नाही म्हणून ती निराश मनाने धारावी झोपडीकडे वळली.

दुसऱ्या दिवशी बाळ्या गिरगावच्या बाजारात आला होता. आर्थिक दुर्बलतेमुळे खर्चपाण्याची टंचाई व्हायची म्हणून तो सुद्धा आईला भाजी विकायची मदत करायचा. लक्षा पण तिथंच बनाम हॉल लेनच्या साठे मार्गावर भाजी विकत बसला होता. तो जिथं भाजी विकत बसायचा तिथं एक भैय्या रामलखन हा केळी विकायला बसला होता. त्याला बाळ्यानं सांगितलं. "ये भैय्या तुम्हारा केले का पाटी हटाके लगाओ. हमारे जगहपर मत बैठो." रामलखन ऐकत नव्हता. आडदांडपणानं तो बाळ्याशी भांडत होता. भांडता भांडता भैय्याने बाळूला एक चापट मारली. बाळ्याला राग आला. नि तोही त्याच्या अंगावर धावून गेला.

दोघांची मारामारी सुरू झाली.आडदांड भैय्यानं त्याला खाली आडवा पाडला व बाळ्याची मान दाबायला लागला. हा सगळा प्रकार लक्षा पाहत होता. तो भय्याला घट्ट धरून त्याला बाळ्याची मान सोडायला सांगत होता. पण तो भैय्या त्याला काही सोडेना. लक्षा फारच चवताळला.

"तेरे तो माँ की चूत, छोडता है कीं नही," असं म्हणत बाळूने भैय्याच्या पेकाटात लाथ मारली तशी भैय्यानं बाळ्याचं मानगूट सोडून दिलं. तोवर लक्षा जाम पेटलेलाच होता. त्याच्याशी भैय्या मारामारी करू लागला.

भैय्याच्या पाटीत केळी कापायचा चाकू होता. तो चाकू लक्षानं पटदिशी उचलला व भैय्याला परत दम दिला. "भैचोंद छोडता है की नही?"

"मेरे खमीसको हात मत लगाना."

"मेरे भाई को तूने क्यों मारा?"

"तेरे तो गाँडमें चाकू घुसाड देगा," असं रागारागानं लक्षा तावातावानं बोलत होता. पण भैय्या पण ऐकण्याच्या मन:स्थितीत नव्हता.

"साला, चाकू मारता है क्या? मार मार देखता है तेरे गाँड में कितना दम है." असं पैलवानकी करणारा भैय्या बोलू लागला आणि त्याचं गचुंड पकडायला लागला. रामलखन लक्षाला काही सोडेना.

"छोड भैय्या, छोड बोलता है. नही तो देख... ये चाकू से..."

"जा ऽऽ रे" असं म्हणत परत भैय्या त्याला धक्के देऊ लागला.

लक्षाला राग अनावर झाला. त्याने चाकू लखनच्या पोटात डाव्या बाजूला घुसडला. एक दणका मारला तसा भय्या त्याच्याच केळ्यांच्या पाटीवर दणकन

आपटला. भैय्या रक्तानं लालीलाल झाला. भय्याचा हात ढिला पडला. केळांच्या घडावर पडला. केळी चेंगरून गेली. त्याचा आवाजच बंद झाला. काय झालं? काय झालं?' म्हणून पब्लिक जमाय लागलं. भैय्या रक्ताच्या थारोळ्यात आडवा पडला. त्याची अरेरावी बंद झली.

"भैचोंद, बंबईमे आके हमको रुबाब दिखाता है क्या, मादरचोद!" लक्षा भडकून बोलत होता.

पब्लिक नुसतं बघ्याची भूमिका घेऊन हा तमाशा पाहत होते. कुठल्यातरी भय्याने पोलिसात तक्रार नोंदविली. लक्षाला ठाऊक होतं आता पोलिसांचा गराडा पडणार म्हणून लक्षा तिथून पळून गेला. बाळ्या भाजीच्या पाटीजवळ थांबला होता.

पोलिस व्हॅन आली. काय काय झालं त्याची चौकशी करू लागले. बाळ्याला चौकशीसाठी नेलं, लॅमिंग्टन रोडच्या लॉक अपमध्ये डांबलं.

ही हकिकत सगळ्यांना कळली. आई नारायणकडे आली, त्याला सर्व हकिगत सांगितली. नारायणने तातडीने ऊर्मिलाला पोलिस स्टेशनात बोलवलं.

"तुम्ही येऊ नका, मीच जाते." असं ऊर्मिला नारायणला म्हणाली.

नारायण म्हणाला,"ठीक आहे."

ऊर्मिलाला बाळ्याची भेट घ्यायची परवानगी दिली. बाळ्यानं ऊर्मिलाला ही सर्व हकिकत सांगितली, लक्ष्या तर फरारी होता. तो कामावरही जात नव्हता. तो पोलिसांच्या हाती लागेना, तो कुठं होता, ते कुणालाच ठाऊक नव्हतं.

रामलखनला नायर इस्पितळात नेलं होतं. त्याला अर्ध्या इंचाचा पोटात घाव झाला होता. त्याचा जीव वाचला होता. पंधरा वीस दिवसांत भय्या बरा झाला. पोलिस लक्षाला शोधत होते.

बाळ्याला ऊर्मिलानं व आईनं जामिनावर सोडवलं. लक्षाचा काही तपास लागला नाही. भय्याचा राग शांत झाला होता. पोटात घाव पडल्यानंतरही त्याची काही तक्रार नव्हती. केस काढून घेण्यात आली. लक्षा फरारी झालेला परत बाजारात वावरू लागला. भय्या बाजारात लक्षाच्या जागेवर परत कधीच बसला नाही. तो केळ्याचा धंदाच सोडून गेला. लकडीशिवाय मकडी वळली नव्हती.

लक्षा राजरोसपणे वावरू लागला. लक्षाला सगळा भाजीबाजार टरकायला लागला. लक्षाच्या नादाला आता कुणी लागत नव्हतं! लक्षा कामावर जात येत होता. तसं त्याचं कामावरही पूर्ण लक्ष नव्हतं. तुटपुंज्या पगारात काही जमत नव्हतं. लक्ष्याच्या पहिल्या बायकोनं घटस्फोट घेतल्यामुळं लक्षाच्या दुसऱ्या लग्नाचा आई विचार करू लागली.

पुणे जिल्ह्यातल्या बारामतीजवळची साखरवाडी इथलं एक स्थळ आईनं

पाहिलं. ग्रामीण भागातली मुलगी लक्षाचा संसार नीट सांभाळेल, लक्षालाही नीट सांभाळेल या भावनेनं लक्षाचं आईनं लगीन लावून दिलं.

ती मुक्ता त्याच्याबरोबर राहू लागली. बाजारात तो तिला भाजी आणून देऊ लागला. तिला भाजी विकायला बसविली. ती गावात राहिल्यामुळं मुंबईच्या भाजीच्या गिऱ्हाईकांना कसं पटवावं, हे तिला कळत नसे. लक्षा तिला समजावून सांगायचा आणि नाही समजले तर फटकेही द्यायचा. फटके द्यायची त्याला फार सवय. तिचे वडील पांडोबा हे मुंबईला यायचे. मुलीला भेटायचे. मुलगी त्यांना भाजीतले पैसे चोरून द्यायची. हे आईला माहीत पडल्यावर आईची आणि तिची भांडणं व्हायची पण लक्षा मुक्ताला फटके देऊन सरळ करायचा.

मुक्ताला भेटण्याकरिता तिची धाकटी बहीण नीता पण यायची. नीताचं शिक्षण नॉन मॅट्रीकपर्यंत झालं होतं. तिचं येणं जाणं चालू होतंच. लक्षाची आणि तिची मैत्री जमली. ती लक्षाजवळ चार चार आठ आठ दिवस राहू लागली.

भाजीबाजारात पैसा मिळतोय हे पाहिल्यावर तिचं मन चुळबुळ करायला लागलं. गावात शेतमजुरी करून येवढा पैसा कधीच मिळत नव्हता. गावातलं शेण गोळा करायचं, त्यांच्या गवऱ्या बनवायच्या. बैलांचा गोठा साफ करायचा, शेतात राबराबायचं पण पैशाचं नाव नसायचं. मुंबईसारखा शान-शौकेपणा तिथं नव्हता. लक्षाला ती भाळली. मुंबईची हवा लागली होती. लक्षाच्या पैशाच्या व्यवहाराकडं तिचं लक्ष लागलं होतं.

मुक्ता अडाणी होती. तिला अक्षरओळख नव्हती. नीता देखील मुक्ताबरोबर भाजी विक्रीच्या धंद्यावर बसू लागली. पैन पैचा हिशोब ठेवू लागली. मुक्ताला हे काही जमत नव्हतं. तिला हिशोबाचं पूर्ण ज्ञान नव्हतं. नीतानं ते सगळं ज्ञान अवगत केलं. ती लक्षाकडे जास्त आकर्षित झाली.

लक्षानं एकदा सहज विचारलं, "नीते, तू माझ्याशी लग्न करशील का?" नीता लाजली. हळूच होकार दिला. लक्षानं तिच्याशी म्होतूर लावला. ही गोष्ट तिच्या आईबापाला ठाऊक नव्हती

नीता लक्षाबरोबर राहू लागली. नीता ही त्याची दुसरी बायको. दोन्ही सख्ख्या बहिणी, त्यांच्यात एकमेकींशी जळकटपणा नव्हता. मुक्ता स्वभावाने शांत तर नीता तापट. आईबापाचा तेवढा बोजा कमी झाला. एकाच घरात दोघींना दिलं याची आईबापालाही काही खंत वाटली नाही. देणं घेणं काही नव्हतं. औषधावाचून खरूज गेली. तिचा म्होतूर लावल्यानंतर तीन महिन्यांत ही बातमी तिच्या आईवडिलांना कळली होती. त्यांना काहीच हरकत नव्हती.

नारायण अशीच विचारपूस करायला एकदा बाजारात आला. तेव्हा त्याला ही माहिती कळली.

"दादा, तू सासरवाडीला येशील का?" असं लक्ष्या नारायणला म्हणाला.

"कशाला रे?"

"सहज फिरायला."

"ठीकय."

"कधी जाऊया?"

"तू सांगशील तेव्हां." असं म्हणत नारायणनं ती वेळ टाळली.

पण लक्षाने दादाचा पिच्छा काही सोडला नाही.थोड्याच दिवसात तो नारायणला साखरवाडीला म्हणजे त्याच्या सासुरवाडीला घेऊन गेला.

हिरवंगार रान, शेतमळे, उसाची लागवड, अशोकाची झाडं, चिंचेची झाडं, ज्वारीची पीक लावलेलं. सर्वत्र थंडगार वातावरण! आडबाजूलाच विहीर, माळरानात शेजारीच उकिरडा होता. घर ऐसपैस होतं, तीन खणाचं घर, मोठा व्हरांडा, व्हरांड्याच्या मधोमध भिंतीजवळ असलेली एक दिवाबत्ती, बाजूलाच गुरांचा गोठा. त्यात बैलजोडी, दोन चार बकऱ्या, कोंबड्याचं खुराडं, काही डाललेल्या डझनभर कोंबड्या इथंतिथं नाचत होत्या. दाणे शोधत होत्या. ह्या सर्व ग्रामीण वातावरणांत मन आल्हाददायक झालं होतं.

नारायण आणि लक्षाला बरं वाटलं होतं. दादा आपल्या सासुरवाडीला आलाय हे पाहून तो सुखावला होता. नीताच्या वडिलांनी मटणाच्या जेवणाचा रात्री कार्यक्रम केला. तशी गावात पद्धतच असते. पाहुण्यांची उठबस केली. गप्पा गोष्टी झाल्या.

मुक्ता-नीता त्यांच्या आईसमवेत घरकामात गढून गेल्या होत्या. त्यांची आई सखूबाई फार मायाळू स्वभावाची, तिनं फार आदरातिथ्य केलं. लक्षा आपल्या मुलीला मारझोड करतोय याबद्दल कुणी ब्रशब्द काढला नाही म्हणून नारायणला फार बरं वाटलं होतं. आपल्या भावाबद्दल चांगलं बोलावं असंच त्याला मनातून वाटायचं. त्याच्या बद्दलची तक्रार नारायणकडे कुणी केली नव्हती.

रात्र होत होती. काळोख्यारात्री चांदणं पसरलेलं. अंगणात गोधड्या टाकल्या. अंगावर देखील गोधड्याच आणून दिल्या. रात्रीचा थंडगार वारा वाहत होता. आल्हाददायक वातावरण होतं. बैलांच्या गळ्यात घुंगरू बांधलेले, त्यांच्या खुळखुळण्याचा आवाज अधूनमधून यायचा. तो छानच वाटायचा. जेवणं आटोपली. बाहेर पटांगणात पांडोबा, लक्षा आणि नारायण झोपले. घरात सखुबाई, मुक्ता आणि नीता यांनी अंथरुणं टाकली, पांघरुणं घेतली. दरवाजे खिडक्या लावल्या आणि सगळेच निवांत झोपले.

मध्यरात्र होऊ लागली. दाट काळोख पसरत चालला होता. नवीन जागेत नारायणला लवकर झोप येत नव्हती. तो नुसता टकाटका चांदण्याकडं पाहून वेळ घालवत होता.

मध्यरात्रीचे दोन तीन वाजले असतील लक्षा घर्घरायला लागला. नारायण जागा होऊन पाहू लागला. लक्षा तडफडल्यागत करायला लागला. तो त्याच्या बाजूलाच झोपला होता. हा असं का करतोय, म्हणून नारायण उठून बसला. लक्ष्या नारायणकडे पाहू लागला. त्याने डोळे उघडले. तो नारायणकडे हातवारे करून बोलत होता. त्याला नीट बोलता येत नव्हतं. त्याने त्याचे दोन्ही हात गळ्याजवळ नेले होते. मासा तडफडल्यासारखा तडफडत होता. त्यांचा श्वास कोंडला होता.

नारायणला आता काय करावं काहीच कळत नव्हतं. त्याने लक्षाच्या बखुट्याला धरलं, एक हात पाठीवर ठेऊन त्याला दुसऱ्या हातानं जोर देऊन उठवून बसवलं. हे सगळं निमिषात घडलं होतं. "दाऽऽदा, पाऽऽणी, पाऽऽणी" असं कांहीतरी बोलत होता. नारायणच्या लक्षात आलं. त्याच्या नरड्यात काहीतरी अडकलं असेल. त्याची श्वासनलिका बंद झाली होती. लगेच नारायणने त्याला मान वर करायला लावली.

"गिळ, गिळ." असं नारायण बोलू लागला.

तसं तसं तो त्या भानानं मान वर करू लागला. असं बराच वेळ केल्यानंतर त्याच्या नरड्यात श्वासनलिकेवर अडकलेला बेडका आतमध्ये ढकलला गेला, त्याचे डोळे पांढरे झाल्यासारखे तो करू लागला. नारायण ताबडतोब उठून तो व्हरांड्यात घराकडे गेला. जोरजोरात दरवाजा ठोठवू लागला, "मुक्ता मुक्ता, नीता नीऽऽता नीता."

असं जोरजोराचा नारायणचा आवाज ऐकल्याबरोबर नीता जागी झाली. तिनं पटकन दरवाजा उघडला.

"काय झालं?" नीता घाईत म्हणाली.

"पाणी आण, लवकर पाणी आण. लक्ष्याच्या गळ्यात काहीतरी अडकलंय." नारायण घाईघाईत बोलत होता.

तांब्याभर पाणी भरून नीताने ताबडतोब आणून दिलं.

नारायणने ते पाणी घेतलं अन् लक्षाजवळ आणलं म्हणाला, "आऽऽऽ कर."

लक्षानं आऽऽ केला.

"हे घे, पाणी पी."

लक्षानं पाणी तोंडाला लावलं.

"पाणी तोंडात घेऊन मान वर कर." लक्षानं पाणी तोंडात घेऊन मान वर केली.

नारायणनं परत पाणी त्याच्या तोंडात हळूवारपणे ओतलं.

लक्षानं परत पाणी गिळून आभाळाकडं मान केली.

दोन तीन वेळा असं केल्यानंतर त्याच्या नरड्यात अडकलेला बेडका अन्ननलिकेत उतरला.

लक्षाच्या डोळ्यात पाणी साठलं होतं. त्याचा जीव घाब्राघुब्रा झाला होता.

त्याचा घाबरटपणा हळूहळू निघून गेला.

"कां रे, काय झालं होतं?"

"नरड्यात बेडका अडकला होता, त्यामुळं मला श्वास घेता येत नव्हता." लक्षानं नारायणला सांगितलं.

"परत पाण्याची चूळ भर, थोडं पाणी पी आणि मान वर कर." नारायणने पुन्हा सांगितलं.

लक्षानं दादाचं ऐकलं.

मुक्ता-नीता दरवाजात उभ्या राहून पाहत होत्या. त्या झोपेत होत्या. नारायणने त्यांना सांगितलं, "झोपा, तुम्ही." लक्षाचे सासूसासरे सखुबाई आणि पांडोबा बाजूच्या खोलीत गाढ झोपले होते.

पहाट कधी झाली ते कळलंच नाही.

"काय झालं होतं रात्री?" नीताने लक्षाला सकाळी उठल्या उठल्या विचारलं.

"माझ्या नरड्यात खाक्रा अडकला होता."

"बरं झालं अडकला, लई शिव्या देता." असं मुक्ता मजेत म्हणाली.

"अगं, हे मी मुद्दामच केलं होतं. मी बघत होतो तुम्ही उठून रात्रीचं पाणी देतांय का?" असं रंगिलपणानं लक्षा म्हणाला आणि सगळेच हसायला लागले.

"हे नीते, मला संडासला जायचंय!" नीतानं टंबरेल पाण्यानं भरलं, "ते टंबरेल घेऊन चल." लक्षा माळरानावर पुढं पुढं जायला लागला, तसं तसं नीता टंबरेल घेऊन त्याच्या पाठोपाठ जायला लागली, तो पुढं पुढं नि ती मागं मागं! फर्लांग, दोन फर्लांग ते दोघंही माळरानावर गेले.

नारायण त्या दोघांच्याकडे पाहतच राहिला. लक्षा शौचाला जाणार आणि ती त्याचं टंबरेल घेऊन त्याच्यासाठी तिथपर्यंत कशाला चाललीय? हा लक्षाचा विक्षिप्त प्रकार पाहून नारायण चकित झाला.

लक्षा थोड्याच वेळा खाली टंबरेल घेऊन परत आला. नीता त्याच्या पाठोपाठ आली.

"काय ग नीता, तू त्याच्या मागं मागं का गेली होती?" नारायणनं तिला विचारलं.

"अहो, ते असंच कर्त्यात. दररोज टंबरेल भरून त्यांच्याबरोबर रानात जावं लागतं. न्हाय गेलं तर त्यांना राग येतो." असं नीता म्हणाली.

"मग बाकी काय राहिलं? फक्त ढुंगण धुवायचं." असं नारायण म्हणाला.

ती हसायला लागली तसा लक्षा शरमला. या कार्यक्रमानंतर नारायण मुंबईला परतला.

रामभाऊ तर्राट होऊन धारावीच्या झोपडीत आला. सावित्रानं जेवण करण्याची तयारी चालवली होती. नारायण त्याच वेळेत धारावीत आला. वेळ रात्रीची होती. रामभाऊचे पाय लटपटत होते. सावित्राबाईनं भाकऱ्या थापल्या होत्या. सुकटीचा उग्र वास दरवळत होता.

''ये बाबा, आलास का?'' सावित्राबाईनं नारायणला विचारलं!

''तू जेवतोस का?''

''काय जेवायला केलंय?''

''सुकटीचं कोरड्यास केलंय आन बुंबील तळल्यात.''

रामभाऊचा तर्राट झालेला चेहरा नारायणने पाहिला. दारू पिऊन घरात तो होलपडत होता.

''भाऊ जेवला का?'' नारायणने आईला विचारले.

''न्हाय जेवला, दारू पिऊन आलाय!'' सावित्राबाई नारायणला सांगत होती. भाऊने हा शब्द ऐकला.

''घाल घाल, तुझ्या लेकाला जेवायला घाल!'' असं म्हणत रामभाऊ लोखंडी खाटेच्या मळक्या गोधडीवर आडवा पडला. सावित्राबाई गप्प होती.

इतक्यात तिथं दगडूपण आला. त्याच्या हातात दोन लिंब होती. त्याने नारायणला पाहिले,

''काय दादा, तू कधी आलास?''

''मी आताच आलो!''

भाऊ पलंगावर पडला होता. त्याचं धोतर ओलं झालं होतं. दगडू पलंगावर बसला. तेव्हा त्याला ओलं ओलं जाणवलं!

''हे कसलं ओलं झालंय! हा मुतला असेल.'' दगडू बरळला.

''हे बघ दादा, हा दररोज दारू पिऊन येतो आणि आईबरोबर दररोज भांडतो... मी तर कंटाळलोय!'' नारायण हे ऐकत होता. दगडूच्या तोंडातूनही दारूचा घमघमाट येत होता. नारायणच्या लक्षात आलं. पण तो काही बोलला नाही. तो पाटावर खाली बसला होता.

''ही बघ लिंबं! लिंबू काप आणि दादालापण जेवायला वाढ.'' दगडू सावित्राबाईला सांगत होता.

''नको मला जेवायला.'' नारायणने ही परिस्थिती पाहून म्हटलं.

''जेव, जेव,'' असं म्हणत सावित्राबाईला दगडूनं ताटं वाढायला सांगितली. सावित्राबाईनं दोन ताटं मांडली. सुकटीचं कोरड्यास दोन्ही ताटात ओतलं. एक एक भाकरी दोघांच्यापुढं मांडली. लिंबूच्या फाका दोघांच्या ताटात मांडल्या. दगडूने कोरड्यासात लिंबू पिळलं. दोघंही जेवु लागले.

सावित्राबाई कपाळाला हात लावून बसली होती. नारायणने जेवण कसे बसे उरकले. भाऊ नशेत घोरायला लागला. त्याच्या दोन्ही उभ्या मांड्या इकडून तिकडे हेलकाव्या घेत होत्या. नारायण ताटावरनं उठला, मोरीत हात धुतला. सगळी मोरी अस्वच्छ व गिळगिळीत झाली होती.

"मी निघतो, दगडू." नारायण म्हणाला.

"तू पण जेव." आईलाही तो पुन्हा म्हणाला.

आईनं हळूच मान हलवली. दगडूनं जेवण उरकलं. दगडू व नारायण दोघेही नाक्यावर आले. पानपट्टीवाल्याकडे पानांची ऑर्डर दिली. दोघांनीही पानं खाल्ली.

"ठीकय मी निघतो." असं नारायण दगडूला म्हणाला.

"अरं, तू काय तरी भाऊला सांग."

"मी काय सांगू?"

"त्या दोघांच्या भांडणाचा तमाशा दररोज घरात चालत असतो."

"म्हणून तू पण दारू प्यायला लागलास का?" असं वाक्य बोलून नारायण घराकडे जायला निघाला.

आपण दारू प्यायलोय, हे दादाला कळलेय म्हणून त्याला देखील शरमल्यासारखे झाले. नारायण तिथून निघून आला.

१९८१ सालातली घटना. नारायणचा मित्र अशोक गरोडीया त्याला भेटला.

"चल आता है क्या कांदिवली?" अशोक त्याला विचारत होता.

"कहाँ?" नारायण.

"चल चलेंगे यार."

"तो फिर चल."

दोघेही कांदिवलीच्या एका चहाच्या हॉटेलमध्ये आले. काही दोघे तिघे हॉटेलमध्ये चहा पीत बसले होते. त्या हॉटेलच्या शेवटच्या टोकावर चार पाच लोक बसले होते. त्यांच्या टेबलावर ग्लासं ठेवली होती व त्यात दारू होती हे पाहून नारायणला आश्चर्य वाटले.

"अरे, यह तो चायकी दुकान है और यहाँ...'

असं नारायण हळू स्वरात त्याला विचारू लागला.

"अरे, हाँ.... ये भी चलता है यहाँ! आ, और बैठ," असा इशारा अशोकने केला.

नारायण खुर्चीत बसला, तोही बसला.

"अरे, तंबी इधर आओ."

"क्या मंगता है?"

"एसी क्वार्टर लाना."

"ठीक है."

तंबीने क्वार्टर आणली. पुढ्यात ठेवली.

"सोडा मंगता है क्या?" तंबीने विचारले.

"हाँ सोडा लाना." नारायण अशोककडे पाहतच राहिला. तंबीने सोडा आणला.

"तू सोडा लेगा क्या?" अशोकने नारायणला विचारले.

"हाँ लेगा!" नारायण बावचळून बोलला.

"ड्यूक सोडा है क्या?"

"हाँ ड्यूक सोडा है?"

अशोकने एसी (अेरीस्टोक्रॅट) चपटीचे बुच खोलले. दोन्ही ग्लासांत एक एक पेग ओतला आणि सोडाही त्यात मिक्स केला.

"चल ले, ले ओम नमो भगवते वासुदेवाय नम:" असं म्हणत त्याने नारायणला दारू पिण्याचा आग्रह केला.

"ले, ले चियर्स."

दोन्ही ग्लास ग्लासांना टच झाली. एकेक घोट दोघांच्या नरड्यांत उतरला.

"तू कुछ खायेगा क्या?" अशोक.

"यहाँ क्या मिलता है?" नारायण.

"उसल पाव." अशोकने उत्तर दिलं.

"हाँ चलेगा." नारायण.

"अरे, तंबी दो प्लेट उसल पाव लाना." अशी ऑर्डर त्याने दिली.

तंबीने दोन प्लेट उसळ पाव आणून ठेवले.

"अरे, साथमे कांदा और हरी मिर्च लाना."

कांदा आणि मिरचीही टेबलावर आली.

एकेक घोट घेता घेता क्वार्टर संपली. उसळ पावांचा दोघांनी फडशा पाडला. नारायणला गरगरायला लागले. अशोक हा पंटर माणूस. क्वार्टरचे १३ रुपये व उसळ पावाचे ७ रु. बील अशोकने चुकते केले.

"चल अभी निकलेंगे." अशोक.

"चल."

दोघंही उठले, हॉटेलबाहेर आले.

बाहेरच एक पानवाला होता.

"अरे आओ, असोक साब."

त्याने तंबाखूमिश्रीत सुपारीचा मावा त्याला दिला. अशोक हे त्याचं नेहमीचं गिऱ्हाईक होतं. नारायणला ते ठाऊक नव्हतं.

"तू पान खायगा क्या?"

"नही, मुझे नही चाहिए."

"ठीक है, चलेंगे." दोघेही चालू लागले. लता हॉटेल जवळ आले. तो दारूचा बार होता.

"देख, इधर रांड मिलती है." अशोक

"कहाँ"

"यहाँ पे पटानेका... यहाँपे कुछ लडकीया धंदा करनेके लिए आती है." असा इशारा अँगुलीनिर्देश करून सांगत होता.

"तुझे जानेका है क्या?" अशोक

"नही रे बाबा."

"तो फिर चल, आगे चलेंगे."

अशोक नारायणला सोना थिएटरकडे घेऊन आला.

"चल पिक्चर देखनेका है क्या?" अशोक

"हाँ देखेंगे," असं म्हणून नारायण अशोकच्या पाठोपाठ गेला.

थिएटरच्याच मागे एक हॉल होता. त्या हॉलवर काही बाकडी एकापाठोपाठ ठेवली होती.

"अरे, इधर किधर लेके जा रहा है तू?" नारायणने अशोकला विचारले.

"तू आ, मेरे साथ." असं म्हणून दरवाजावर असलेल्या इसमाला दोघांचे त्याने वीस रुपये दिले व दोघांनी आत प्रवेश मिळविला.

दोघेही बाकड्यावर बसले. आत पंधरा वीस माणसं बसलेली होती.

थोड्याच वेळात इंग्रजी सिनेमा सुरू झाला. तो हाँगकाँगचा चित्रपट होता. त्या कथानकांत संभोगासनांना सुरुवात झाली. वात्सायनाचे प्रकार पाहून नारायण हबकूनच गेला. संभोगाचे निरनिराळे प्रकार. अनेक युवक युवतींचे समागम. अगदी गोऱ्या गोऱ्या माणसांचे तसे काळ्या काळ्या माणसांचेही. हा ब्ल्यू फिल्मचा प्रकार पाहून नारायण हबकून गेला.

अशोक हा बिलंदर पंटर होता. त्याला तिथली माहिती होती. दोघेही चित्रपट पाहिल्यानंतर बाहेर आले.

"अरे यह सब तुझे जानकारी कैसे?" नारायणने उत्सुकतेने अशोकला विचारले.

"अरे मेरे बापदादा कांदिवलीमे चालीस सालसे रहते है... इसीलिए यहाँ का मैं कोना कोना छप्पा छप्पा जानता हूँ." असं म्हणून नारायणने व त्याने आपआपल्या घराचा रस्ता धरला.

नारायणच्या डोक्यात गोंधळ चालला होता. हे अनधिकृत धंदे चालतातच कसे? अशा वेगवेगळ्या अनुभवामुळं नारायणच्या डोक्यात विचारांचं थैमान माजायचं.

तसंच घरच्या कौटुंबिक अडीअडचणींचाही मनात गोंधळ व्हायचा.

आई काळूला घेऊन नामदेवच्या घरी बोरीवलीला आली होती. काळूच्या पोटात आग पडली होती. त्याला पलंगावर झोपवला. पलंगावरून तो उलथा पालथा पडायला लागला. डोळे एकदम लालीलाल झाले. चेहरा काळाकुट्ट पडायला लागला. हात पाय झाडायला लागला. त्याला काय होतंय, हे कुणालाच कळत नव्हतं.

इतक्यात नारायण नामदेवच्या घरी आला. त्याने काळूची ही दारुण अवस्था पाहिली.

''काय होतंय त्याला?'' नारायण आईला विचारत होता.

आई गप्पच होती.

नामदेव आतल्या खोलीतून बाहेरच्या खोलीत आला.

''त्याला गर्द प्यायची सवय लागलीय.'' नामदेवनं नारायणला सांगितलं.

नारायण हे ऐकून अवाक् झाला. काळूचा चेहरा त्याला विद्रूप दिसायला लागला. त्याचं गर्दचं व्यसन सुटणं कठीण होतं. गर्द पिणाऱ्याला एकदा त्याची चटक लागली की, तो गर्दुला होऊन जातो. त्या गर्दातून त्याला कसे बाहेर काढायचं, हा मोठा प्रश्न होता. संजय दत्तच्या बापासारखी खर्च करण्याची ऐपत आमच्या कुटुंबात नव्हती. आपले तर गरीब कुटुंब, असा विचार नारायणच्या मनात तरळून गेला. गर्द प्रतिबंधक शिबिरात याला नेला पाहिजे असे नारायणने नामदेवला सांगितले. ते सर्व करून पाहिलं पण त्याची गर्द काही सुटत नाही. हा असाच मरायचा असं रागावैतागानं नामदेव म्हणत होता. भडव्याला बँकेत चांगली प्यूनची नोकरी लावली, ती देखील त्याने गर्दच्यापायी सोडून दिली. मॅट्रिकची परीक्षा पास करायचं तर बाजूलाच राहिलं.

आई कपाळाला हात लावून बसली होती. चिमूटभर तपकीर उजव्या बोटांच्या चिमटीत घेतली अन् नाकात कोंबली. काळूचं कसं होईल, याची तिला चिंता वाटत होती. ''आई आई,'' असं काळू ओरडत होता. डोळं खाली वर करत होता. त्याच्या पोटात आग पडली होती. त्याला गर्द प्यायची होती. माशासारखा तडफडत होता. त्याची केविलवाणी अवस्था बघून नारायणला फार वाईट वाटलं. काय करावं ते त्याला सुचत नव्हतं.

आई त्याचं डोकं मांडीवर घेऊन बसली होती. तो सारखा वळवळत होता, तळमळत होता, कळवळत होता. हातपाय सारखे हलवीत होता. पोटात आग होतेय आग, असं तो बडबडत होता. हातपाय झाडता झाडता त्याचा चेहरा भेसूरवाणा दिसत होता.

आदल्या दिवशीच त्याला मानसोपचार तज्ज्ञाकडे त्याच्यावर उपचार चालू होते, परंतु जोपर्यंत हा गर्द सोडत नाही तोपर्यंत उपचार लागू पडणार नव्हते. गर्द चोरून प्यायची त्याला सवय लागली होती.

नारायणन ती अवस्था पाहून नामदेवच्या घरातून निघून आला. मुलं सांगून ऐकत नसतील आणि वाट्टेल तशी वागत असतील तर ती त्यांच्याच मरणानं मरतील! एवढी चांगली नोकरी सोडून तो गर्दच्या नादाला कशाला लागला? अशा माणसांच्या नादालाच न लागलेलं बरं... असा विचार करत करत नारायणने स्वत:चे घर गाठले. भावंडांना कसं कसं समजवावं, त्यांना पोटापाण्याला कसं लावावं, ह्याच विचारात तो कधी कधी गर्क असे.

"कुठे गेला होतात?" ऊर्मिलाने नारायणला विचारले.

"नामदेवकडं," नारायण हलक्या स्वरात म्हणाला.

"कशाला?"

"काळूला गर्द प्यायची सवय लागलीय."

"काय बया, पोरांना काय काय सुचतंय?" असं म्हणून ऊर्मिला गप्प बसली. नारायण चिंताक्रांत होऊन विचार करायला लागला. नामदेव त्याला मानसोपचार तज्ज्ञाकडे घेऊन गेला.

काही दिवसानंतर मानसोपचार तज्ज्ञामुळं त्याची गर्द सुटली. ह्या व्यसनातून तो मुक्त झाला. नामदेव त्याच्या नोकरीचा पुन्हा प्रयत्न करू लागला. नारायणने देखील परत त्याला त्याच बडोदा बँकेत लावण्यासाठी प्रयत्न करावयास सांगितलं. नामदेव बँकेत मॅनेजर झाला होता. त्याच्या प्रयत्नामुळं त्याला बँक ऑफ बडोदामध्ये पुन्हा नोकरी लागली.

त्याला नोकरी लागल्यामुळं आईनं त्याच्या लग्नासाठी स्थळं पाहायला सुरुवात केली. लगीन केल्यावर तरी तो सुधारेल असं तिचं म्हणणं होतं. गंगीला पण तिनं तसं सांगून ठेवलं होतं. गंगीनं साताऱ्यालाच एक मुलगी पाहिली आणि आईला कळवलं. आईनं साताऱ्याला जाऊन ती मुलगी डोळ्याखालनं घातली. काळूला दाखविली. काळूला ती पसंत पडली.

आई आता काळूच्या लग्नाची घाई करू लागली. त्याचं लग्न कधी उरकेल असं तिला वाटू लागलं. गोरीपान, देखणी, चवळीच्या शेंगेसारखी होती असं आईनंच नामदेवला सांगितलं. त्यांनी स्थळं पाहून आल्यानंतर लग्नाची तारीख पक्की केली आणि लग्न उरकून टाकलं. याची बातमी नारायणला कळवली देखील नाही, आणि नारायणनेही या बाबत कधी विचारपूस केली नाही. कारण गर्द व्यसनामुळं त्याचा काळूवर राग होता.

काळूचा आणि संगीताचा संसार नामदेवच्याच घरात काही दिवस चालू राहिला.

काळूने संगीताला विश्वासात घेऊन गर्दचा त्याला नाद होता हे सांगितलं, आणि संसाराची गाडी धाडदिशी विस्कटली. रुळावरून गाडी घसरली. संगीताचं आणि काळूचं काही संसारात जमेना, मन रमेना. संगीता साताऱ्याला माहेरला पळून जाऊ लागली. संगीता काळूबरोबर राहावयास तयार नव्हती. कारण त्याने त्याच्या शरीरावर जांघेतले गर्दचे काळे चट्टे उमटलेले होते ते तिला दाखवले आणि त्यांचा संसार विस्कटत चालला. 'खवसाला घावली हाडळ' अशी त्याची अवस्था झाली होती. काळू मारतो म्हणून ती पोलिसांत खोट्या तक्रारी करू लागली. आईबापाचीही तिला फूस होती. काळूने ओळखले की, ही बायको माझ्याबरोबर काही राहणार नाही. शेवटी काळूने तिला सोडून दिले. त्या दोघांनी सोडचिठ्ठी घेतली आणि वेगवेगळे झाले.

हा अलगपणा काळूला सहन झाला नाही. काळूने गर्द सोडली होती, आता तो चपटीच्या मागं लागला. दररोज एक क्वार्टर दारू प्यायचीच हा त्याचा नित्यनेम बनला. बँकेत नोकरी करता कॅरम खेळत बसायचा. कॅरम खेळण्याचं त्याला भारी वेड. तसा तो चॅम्पियन होता. सोंगट्या खेळण्यात वस्ताद. स्ट्राइकरने रिबाऊण्ड मारून क्वीन पॉकेटमध्ये घालायला पटाईत. त्याला लागलेलं दारूचं व्यसन सुटेल म्हणून आईनं त्याचं दुसरं लग्न करायचं ठरवलं. त्याला मुली पाहायला लागली, स्थळं शोधू लागली.

पिंपरीला एक घर विकत घेतलं होतं. प्राधिकरणातून तिला मिळालेलं. पिंपरी येथे एक भाजीवाल्याची मुलगी आहे असं तिला कळलं. तिने तिच्या आईवडिलांची गाठभेट घेतली. काळू बँकेत नोकरीला असल्यामुळं त्याचं लग्न ताबडतोब ठरलं. त्याची पूर्वीची हकिगत त्यांना सांगून टाकली अन्यथा पुढे गैरसमज होऊ नये म्हणून काळूने अगोदरच गर्दच्या व्यसनाबद्दची खरी माहिती त्यांना दिली, सत्यपरिस्थिती सांगितल्यावरही दोघांचं लग्न ठरलं. काळूचं आणि निम्मीचं लग्न झालं. ह्यावेळेस घरातील सर्व नातेवाईक मंडळी उपस्थित होती. निम्मीची आई गोदाबाई ही पिंपरी मार्केटात भाजीचा धंदा करायची. गोदाबाईचा नवरा सोपान. तो देखील दारूच्या पायीच मेला. निम्मीला एक बहीण, शारदा आणि भाऊ शाम. निम्मी स्वभावाने फटकळ. काळू अन् निम्मीच्या संसाराला सुरुवात झाली. त्याचं बस्तान आईनं संत तुकाराम नगरातच बसवलं. इथं दगडूची बायको शकू, मुलगा रमेश व मुलगी मेघा राहत. शकूचं आणि निम्मीचं पटत नसे. निम्मी ही भांडखोर व कजाग होती. शकूची म्हणजे दगडूची मुलं गरीब स्वभावाची!

दगडू तर इथं राहायचाच नाही, तो बॉम्बे सेंट्रलच्या झोपडपट्टीत प्रेमाच्या सहवासात सदोदित पडलेला असायचा. ते दोघं म्हणजे अगदी लैला मजनूच!

मजनूला दगडांनी ठेचला तरी त्याला अक्कल सुचत नव्हती. 'दिल लगा गधी से तो परी क्या चीज?' अशीच याची गत. आईनं शकूलाही भाजी विकायचा धंदा शिकवला. तिचं पोटापाण्याचं भागावं म्हणून तिला स्वतंत्र चूल मांडावी लागली. निम्मीनंही स्वतंत्र घर मांडलं. एका घरात मधोमध भिंत उभी केली. दोघींच्या चुली वेगवेगळ्या केल्या. सासू सुनांची भांडणं कुठल्या ना कुठल्या तरी कारणावरून मधे मध्ये होत राहायची. सासू पण कधी तरी सून होती हे सासूच्या लक्षात कधीच यायचे नाही आणि आपण कधीतरी सासू होणार याचंही सुनेला भान नसायचं!

सावित्राबाई पिंपरी सोडून अधून मधून मुंबईतल्या गिरगावच्या भाजी बाजारात राहायची. ती बोरीवली, पिंपरी, गिरगावचा भाजी बाजार असं इथं तिथं अधून मधून राहायची. कुठं कधी ती कुठे जाणार, कुठे राहणार याचा थांगपत्ता सुनांना व मुलांना लागू देत नसे. अगदी जेम्सबाँडसारखी! आणि तिच्या ह्या स्वभावामुळं मुलं देखील ती कुठं गेलीय याची चौकशी करत नसत. सुनाही विचारपुस करत नसत. सावित्राबाईला घरदार संसार म्हणजे आभाळाखालचा संसार तिला आपलाच वाटायचा. ती मायाळू, दयाळू व हेकेखोरही होती. मुलंच तिला प्रिय वाटायची. सुनांच्याबद्दल सहसा ती चांगलं बोलत नसे. सतत कशा ना कशावरून तरी त्यांना हाडतूड करत असे. तिच्या अपमानास्पद वागणुकीमुळं सुना तिच्यावर नाखूष असत. मुलांच्या संकटप्रसंगी ती वेळोवेळी धावायची, उघड्या आभाळाखाली तिनं ही लेकरं जगविली होती. त्यामुळं मुलं जरी रागावली, ताडताड बोलली तरी मुलंही तिच्यावर फार प्रेम करत.

पण असल्या तसल्या कुरबुरीत सुनांनाच लेकाच्या हातचा मार खावा लागायचा. दगडूला दोन, काळूला दोन, लक्षाला तीन अशा बायका मिळाल्या. दगडूने लग्नाची बायको सांभाळली नाही, पण रखेल ठेवली होती. ह्या राडारगाड्यात तिला काही वाटायचं नाही. परंतु भारतासारख्यां 'झडो पडो माल वाढो' असलेल्या खंडप्राय देशात आभाळाखालील मुलांना कसं जगवायचं, ही अशा प्रकारची इंडियन मदरच जगाला धडा देऊ शकेल असा विचार नारायणच्या मनात सतत घोळायचा.

समाजकार्याच्या व्यसनानं मात्र नारायण पछाडलेला होता. त्याच्या बायकोचीही तब्येत बरी नसायची. बोरीवलीच्या पूर्वेला कृष्णनगरमध्ये कामाक्षी देवीचं मंदिर होतं. तिथं एक बाई देवस्कीचं पाहायची. देऊळ सुंदर होतं. ते एका टुमदार बंगल्यात बांधलेलं होतं. तिथं स्वच्छता टापटीपपणा होता. सावित्राबाईच्या आग्रहास्तव नारायण ऊर्मिलेला घेऊन काही बाहेरचं झालं काय, हे पाहायला गेला होता. ऊर्मिलेच्या अंगावरनं सतत जायचं. काही इलाज होत नव्हता. नारायणने पुजारिणीला सर्व हकीगत सांगितली. पूजेसाठी नारळ, हार, पान, फुलं, अगरबत्त्या, कापूर इत्यादी

वस्तू नारायणने आणल्या होत्या. पुजारीण बाईजवळ सर्व साहित्य दिलं. ते सर्व साहित्य घेऊन पुजारिणीनं कामाक्षी देवीला हार चढवला. फुलं वाहिली, अगरबत्त्या पेटवल्या, कापूर जाळला, देवीजवळ नारळ ठेवला व ध्यानमग्न होऊन बसली. कामाक्षीची सुंदर मूर्ती होती. थोड्याच वेळात ध्यानमग्न होऊन ती बोलायला लागली.

"हे घरातलंच आहे. घरातलंच."

"घरातलं?" नारायण उदगारला.

"हो, घरातल्या बाईनं असं केलंय." पुजारीण म्हणाली.

"घरात तर तिची आई असते," नारायण म्हणाला.

"तिची आई नाही, आणखी दुसरी कुणी बाई तुमच्या घरात असते का?" नारायण आईच्या चेहऱ्याकडं पाहत राहिला.

"घरात तर दुसरं कोणी नसतं," आई म्हणाली.

"तू कोण आहेस?" पुजारीण म्हणाली "मग तूच हे केलंस." पुजारीण ठासून म्हणाली,

"मी कशाला करीन, ती तर माझी सून हाय." आईनं उत्तर दिलं.

"देवीच्या समोर खोटं बोलू नकोस." पुजारीण म्हणाली.

"मी काय कशाला करायला लागलीया. आमच्या पोटाचा उद्योग आम्हाला पडलाय! जो करंल त्याला आई जगदंबा बघून घेईल." असं आई म्हणाली अन् तिनं तपकीर नाकात कोंबली.

पुजारीण गप्प राहिली. ध्यानमग्न झाली.

"मंगळवारी, शुक्रवारी देवीच्या देवळात जात जा, हार चढवा." ती ऊर्मिलाला म्हणाली

"ठीकय," असे नारायण म्हणाला.

थोड्याच वेळात पुजारिणीने डोळे उघडले. त्यांना प्रसाद दिला. सव्वा अकरा रुपये नारायणने दक्षिणा दिली अन् ते तिघेही घरला निघून आले.

पुजारिणीची गोष्ट मात्र ऊर्मिलाच्या मनात राहिली. आपल्याला सासूनेच काहीतरी केलंय असं तिला वाटू लागलं. सासू सुनेत आणखीनच कटूता वाढली. अंधश्रद्धेवर विश्वास ठेऊ नकोस असंही तिला नारायणने बजावलं! पण सावित्राबाईच्या भाबडेपणामुळं त्याला त्या पुजारिणीकडे जावं लागलं होतं.

एकोणीसशे ब्याऐंशी साली ऊर्मिला ओटीपोटाच्या दुखण्यानं आजारी होती. तिला सारखा रक्तस्राव व्हायचा. ती रक्ताच्या चिळकांड्या बघून घाबरून जायची. नारायण तिचे उपचार करून थकला होता. कुणी म्हणायचे "हे बाहेरचं असेल, देव देवर्षी करून पहा." नारायण ते देखील करून बसला होता पण तिला काही गुण

येत नसे. ऊर्मिला बोरीवलीत महापालिकेच्या राजेंद्रनगरच्या शाळेत शिक्षिका होती. असा त्रास तिला एकदा शाळेतच झाला. मुलांना बाजूला सारून तिथल्या हेडबाईंनी तिला बेंचवर झोपवलं होतं. सगळा परकर रक्ताने माखलेला होता. हेडबाईंचे पती, अण्णा कुळकर्णी तिथं अचानक आले. त्यांना सगळा वृत्तांत समजला. हेडबाईंनीच त्यांना ही माहिती सांगितली होती. दुसऱ्या दिवशी ते नारायणच्या घरी आले.

"काय झालं बागडे, बाईंची तब्येत बरी नसते असं कळलं." अण्णा कुळकर्णी यांनी नारायणला विचारलं.

"हो तिला वारंवार असं होतंय. पुष्कळ डॉक्टरांकडून इलाज झाले पण काही उपयोग होईना." असं नारायणने अण्णांना सांगितलं. अण्णा हे राष्ट्रीय पुरस्कार विजेते शिक्षक होते. ब्राह्मण समाजाचे.

"तुम्ही माझं एक ऐकता का?"

"काय?"

"मी सांगतो त्या डॉक्टरांकडे चला, त्यांची माझी ओळख आहे. बेळवी डॉक्टर स्त्रीरोग तज्ज्ञ आहेत," अण्णा म्हणाले,

"तुम्ही म्हणता तर तिथंही जाऊया." असं निराश भावनेनं नारायण म्हणाला.

"मग कधी येता?"

"तुम्ही सांगाल तेव्हा."

"चला आजच जाऊया, क्षणाचाही विलंब लावू नका."

"ठीक आहे." असं नारायणनं म्हटलं.

ऊर्मिलाला डॉक्टरकडे येण्याकरता नारायणने सांगितलं. तातडीने जाण्याची तयारी झाली. नारायण व ऊर्मिला दोघेही अण्णांच्याबरोबर त्या डॉक्टरकडे जायला निघाले.

"हे बघ, मागच्या डॉक्टरची कागदपत्रही घे." असं नारायणने तिला सुचविले. ऊर्मिलाने सर्व डॉक्टरांचे रिपोर्टस एका फाईलमध्ये घेतले. दोघेही अण्णांच्या बरोबर रिक्षाने बोरीवली पश्चिमेकडून पूर्वेला गेले. दौलतनगर फाटकाजवळ त्यांचे नवीन हॉस्पिटल. बेळवी डॉक्टरांची गाठभेट झाली. बेळवींनी बाकावर झोपवलं. तिची वैद्यकीय तपासणी केली.

"हे बघा डॉक्टर, मागच्या डॉक्टरांचे रिपोर्टस् आहेत." असं नारायण डॉक्टरांना म्हणाला.

"ते मला काही दाखवू नका, मी सांगतो ते ऐका. हिचं ताबडतोब ऑपरेशन केलं पाहिजे. गर्भाशयावर सूज दिसते. ती काढून टाकली पाहिजे. तुम्हाला दोन रक्ताच्या बाटल्या आणाव्या लागतील. आज रात्रीच तिला ॲडमिट करावं लागेल. उद्या पहाटे ऑपरेशन होईल!" असं बेळवीनी सांगून टाकलं.

"पण डॉक्टर रक्ताच्या बाटल्या वगैरे मी कुठून आणणार?"

"त्याची काळजी करू नका, मी ती सोय करून ठेवीन. मात्र तुम्ही तिला आज ॲडमिट केलं नाही तर उद्या तुम्ही माझ्याकडं येऊ नका." असं डॉक्टरांनी खडसावून सांगितलं.

नारायणच्या डोळ्यांतून अश्रू वाहू लागले

"रडू नका, तुमची परिस्थिती मला समजतेयं. माझ्या पत्नीला देखील कॅन्सर होता. तिला उपचारासाठी अमेरिकेला घेऊन गेलो होतो.. परंतु." एवढं बोलून ते गप्प बसले.

अण्णा नारायणच्या चेहऱ्याकडे पाहत होते. नारायणला रडू आवरेना. अण्णांनी त्याला डॉक्टरांच्या केबीनमधून बाहेर नेलं. पुन्हा ते आत आले. डॉक्टरांचं आणि त्याचं बोलणं झालं. ऊर्मिलाला बाहेर आणलं. तिचं ऑपरेशन करायचं ठरलं. अण्णानी पण तसा आग्रहच केला.

त्याच दिवशी रात्री ऊर्मिलाला नंदिनी हॉस्पिटलमध्ये ॲडमिट केलं. अण्णा येऊन चक्कर मारून गेले. हेडबाईंनी नारायणला व ऊर्मिलाला वेळोवेळी दिलासा दिला. बेळवी डॉक्टर दुसऱ्या दिवशी पहाटे पाचलाच ऑपरेशन थिएटरमध्ये आले. ऑपरेशनची तयारी झाली. सुमारे आठ वाजेपर्यंत ऑपरेशन झाले. ऊर्मिलाची आई ताराबाई व तिची मुलं बाहेर बसली होती. ताराबाई विष्णू आबनावेचं घर सोडून ऊर्मिलाची मुलं सांभाळण्याकरिता तिच्या घरी आली होती.

ऑपरेशन झाल्यावर ऊर्मिला बेशुद्धावस्थेत होती. दुपारपर्यंत ती शुद्धीवर नव्हती. दुपारी तीन चारच्या सुमारास ती शुद्धीवर आली. ताराबाई मुलांचं जेवण-खाण करून सर्व घरकाम उरकून दुपारी इस्पितळात आली. मुलांना घरीच ठेवलं होतं. मुलांचे चेहरे काळवंडले होते. आपल्या आईला हॉस्पिटलात ठेवलंय एवढंच त्यांना ठाऊक होतं.

नारायणच्या वडिलांना ही बातमी गिरगावात कळली. भाऊ हॉस्पिटलमध्ये नारळाचं पाणी घेऊन आला. त्यानं सुनेकडे पाहिलं, त्याचे डोळे पाण्याने भरून आले. "तुला आता कसं वाटतंय?" असं हळू स्वरात भाऊनं तिला विचारलं. तिनं नुसतीच मान हलवली, तिला फक्त पेयच द्यायला सांगितलं होतं. पेय चमच्या चमच्यानं पाजण्यात आलं.

ती रात्र टळून गेली. भाऊ सुनेसाठी इस्पितळातच झोपला. पण तिची सासू मात्र तिला पाहायला आली नव्हती. नारायणला मनोमन दुःख झाले. पण सासरा सुनेची सेवा करत होता. रात्री तिचे आस्ते आस्ते पाय चेपायचा. सुनेच्या डोळ्यात हळू हळू अश्रू ओघळायचे. आपल्या बापाने सेवा केली नाही पण सासरे माझी सेवा करताहेत हे पाहून तिला उन्मळून यायचं. इतक्यात बेळवी डॉक्टर आले. "हे बघा

गर्भाशयाची पिशवी काढलेली आहे. तिच्यावर सूज आहे. पाहिजे असल्यास तुम्ही ही बाटली चेकींगसाठी लॅबरोटरीत घेऊन जाऊ शकता. त्या बाटलीत गर्भाशयाचा भाग काढून ठेवण्यात आला आहे.'' असं अंगुली निर्देश करून त्यांनी सांगितलं.

नारायणनं म्हटलं,''डॉक्टर आम्हाला त्यातलं काही कळणार नाही. मी बाटली चेकींगला नेऊन काय करू? माझी बायको बरी झाली म्हणजे बस झालं.'' यावर बेळवी डॉक्टर काहीच बोलले नाहीत.

ऊर्मिलाला दहा दिवस इस्पितळात ठेवण्यात आलं. अण्णा तिला पाहायला दररोज यायचे. दहा दिवस झाले. शेवटच्या दिवशी गणेशचतुर्थी होती. नारायणने डॉक्टरांना विचारलं.

''हिला घरी घेऊन जाऊ का? गणेशोत्सवानिमित्त.''

''हे बघा, गणपती माझ्या घरी बसतो. पाहिजे असल्यास तुम्ही माझ्या घरी दर्शनाला येऊ शकता, मात्र मी पेशंटला आज सोडणार नाही. उद्या घेऊन जाऊ शकता.'' असं डॉक्टर म्हणाले.

नारायण गप्प राहिला. दुसऱ्या दिवशी तिला डिसचार्ज दिला. डॉक्टरांच्या घरी जाऊन दोघांनी गणपतीचं दर्शन घेतलं. नैवेद्य म्हणून नारळ, केळी तेथे प्रसादासाठी ठेवली. डॉक्टरांचं बिल भरायला नारायणकडे दोन हजाराची रक्कम नव्हती. त्यातही डॉक्टरांनी नारायणला सवलत दिली. डॉक्टरांची बायको कॅन्सरने गेली होती हे त्याला अगोदर कळले होते.

१९८३ ची घटना

'नवाकाळ'चे संपादक नीळकंठ खाडिलकर हे नुकतेच रशिया दौरा करून आले होते. प्रवासवर्णनातले चिंतन म्हणून त्यांनी नवाकाळ मध्ये 'प्रॅक्टीकल सोशालिझम' नावाची एक लेखमाला सुरू केली होती. तीन लेख प्रकाशित झाल्यानंतर नारायण त्यांच्याकडे गेला व लेखमालेचे स्वागत केले. रशियातल्या राजकीय व सामाजिक व्यवहाराचा त्यांनी आढावा घेतला होता.

हे विचार चळवळीत कसे पोहचवावेत, या दृष्टीने निळूभाऊंशी नारायणने चर्चा केली. निळूभाऊंचा नारायणचा तसा घनिष्ठ संबंध होता. नारायणचे बरेचसे लेख त्यांनी 'नवाकाळ' मधून प्रकाशित केले होते. नारायण समाजसेवेच्या भावनेतून नवाकाळमध्ये नेहमीच लिहीत असे.

''बागडे, तुम्ही हा विचार चळवळीत पोहोचवा.''

''भाऊ, दलितांची चळवळ ह्या विचारासाठी अपुरी पडेल. यासाठी तुम्हा आणखी लोकांची साथ मिळेल तर बरे होईल.'' नारायण निळूभाऊंना आपलं म्हणणं सांगत होता.

इतक्यात बाळासाहेब ठाकरेंचा निळूभाऊंना फोन आला. फोनवर दोघांच्या गप्पा झाल्या. निळूभाऊंनी फोन खाली ठेवला.

"बाळासाहेबांचा फोन होता." नारायणला ताबडतोब कल्पना सुचली.

"तुम्ही बाळासाहेबांना हा विचार जाहीर सभातून देशभरच्या चळवळीपर्यंत न्यायला का सांगत नाही?"

"त्यांना हा विचार पटला पाहिजे ना?"

"न पटायला काय झालं? अन्न-वस्त्र,निवाराच्या समानतेकरिता हा लढा सर्वांसाठी आहे आणि तुम्ही जो विचार मांडलात तो कुठल्या एका जातीजमातीसाठी मांडलेला नाही."

"ते ठीक आहे, परंतु ठाकरेंना कोण समजावून सांगणार?"

"हवी तर तुम्ही परत एकदा त्यांच्याशी चर्चा करा."

"ठीक आहे, प्रयत्न करूया." असं म्हणून निळूभाऊंनी नारायणचे म्हणणे ऐकून घेतले व दुसऱ्या वेळेला ठाकरेंशी संपर्क साधून मुलाखतीची वेळ नक्की करून दोघांनीही आपसात बोलणी केली.

परंतु हिंदू धर्म आडवा आल्यामुळे हा विचार मध्येच अडकला व बोलणी अयशस्वी झाली. तद्नंतर नारायणचे निळूभाऊंनी मांडलेल्या व्यवहारी समाजवादावर स्वतंत्र लेख सुरू केले.

त्यावरचा नारायणचा लेख 'लोकसत्ते'त प्रसिद्ध झाला. कांही दिवसातच नारायणने परत निळूभाऊंची समजूत काढली व या विषयावर ठाकरेंशी आपण परत चर्चा करूया म्हणून गळ घातली.

नारायणला ठाकरेंनी चर्चेकरिता बोलावलं. त्या दिवशी ठाकरेंच्या घरात पूजा चालली होती. पूजा आटोपून ठाकरेंनी नारायणला त्यांच्या बंगल्यातील खास कमऱ्यात नेलं. चर्चेला प्रारंभ झाला.

"बोला बागडे, काय म्हणताय?"

"तुम्ही समाजवादी कास धरावी असं आमचं म्हणणं आहे, " नारायण विनम्रपणे बाळासाहेबांना म्हणाला

"पण तुम्ही आमच्या खांद्याला खांदा लावला पाहिजे." असं बाळासाहेब ठाकरे म्हणाले.

"परंतु तुमची समाजवादी भूमिका तर आम्हाला कळली पाहिजे ना?"

"त्यांत काय आहे, अन्न, वस्त्र, निवारा हा सर्वांनाच मिळाला पाहिजे."

"ते ठीक आहे, पण डॉ. आंबेडकरांनीही समाजवादी भूमिका मांडलेली होती ना."

"त्याच भूमिकेवर आम्ही चालणार."

"मग तुम्हाला राखीव जागा कशाला हव्यात?"

बाळासाहेबांनी परत आपलं म्हणणं स्पष्टपणे नारायणजवळ मांडले.

"कुणी सांगितले, आम्हाला राखीव जागा हव्यात?"

"त्यासाठी तुम्ही लढता तर खरे."

"हो पण... राखीव जागा ह्या कशावर आधारलेल्या आहेत हे तुम्हाला पक्के ठाऊक आहे ना?"

"जातीवर."

"मग तुम्ही सर्वांनी जाती निर्मूलनाचा लढा चालवलात तर हिंदू वर्ण व्यवस्थेवर आधारलेल्या जाती नष्ट होतील आणि ह्या जाती व्यवस्थेवर आधारलेल्या राखीव जागांच्या मडक्यांची उतरंड आपोआप गळून पडेल." नारायण आग्रहाने बाळासाहेबांना सांगत होता.

"ते कसं शक्य आहे?" बाळासाहेबांनी प्रश्नार्थक विचारले.

"तुम्ही सवर्णांनी जाती निर्मूलनाचा लढा लढवला पाहिजे आणि या संदर्भात तुम्ही सुरुवात केलीत तर सर्व दलितही तुमच्या खांद्याला खांदा निश्चित देतील."

या म्हणण्यासरशी ठाकरेसाहेब क्षणभर चिंताक्रांत झालेले दिसले. नारायण त्यांच्या चेहऱ्याकडे न्याहाळतच होता.

"पण तुम्ही आमच्याकडे मराठी माणूस म्हणून या आणि मानाने जगा, सवलतींची भीक मागू नका."

"सवलती या भिकेच्या स्वरूपातल्या नसून हक्काच्या स्वरूपातल्या आहेत; बाळासाहेब! डॉ. आंबेडकरांनी भारतीय घटना लिहिली नसती तर राखीव जागांची तरतूद संविधानात झालीच नसती आणि राखीव जागा जर अस्तित्वात नसत्या तर तुमच्या मांडीला मांडी लावून बसण्याचे धाडस आजही आम्हाला झाले नसते, हे मी ठामपणे सांगू इच्छितो."

चळवळींच्या अनुभवाने नारायण परखड मते बाळासाहेब ठाकरे यांच्यापुढे मांडतच होता.

"ज्या हिंदू धर्म व्यवस्थेत सुधारणा घडवून आणाव्यात या अभिलाषेने स्वा. सावरकरांनी हिंदू महासभेची चळवळ घडवली, त्यांनाही सनातनी हिंदूंनीच नामोहरण केले ना?"

"पण मी स्वातंत्र्यवीरांसारखा एका खोलीत कोंडून घेऊन हिंदू सुधारणेची मते मांडणार नाही तर आम जनतेत जाऊन परखड बोलणार आहे."

"तुमच्या मताशी आम्ही निश्चितच सहमत होऊ परंतु डॉ. आंबेडकरांची ही मते आपल्याला मान्य व्हायला हवीत."

"हे पाहा बागडे, माझी मते स्पष्ट असतात. तुमची मते माझी म्हणून मांडायला लागलो तर माझा मी बाळासाहेब कसा ठरणार? तरीही तुम्ही तुमची मते आमच्या

वार्षिक शिवतीर्थावरच्या मेळाव्याप्रीत्यर्थ लाखो लोकांच्या जनसमुदायासमोर अवश्य मांडा, त्याला माझी हरकत नाही.'' असे बाळासाहेबांनी नारायणला सांगितले.

१९८३ सालच्या मेळावा उजाडला. नारायण निळूभाऊंच्या सोबतीने मेळाव्यात हजर झाला. शिवतीर्थावर लाखो लोकांचा जनसमुदाय उपस्थित होता. सर्वत्र भगवे झेंडे फडकत होते. भव्य स्टेज उभारला होता. बाळासाहेब, दत्ताजी साळवी, मनोहर जोशी, वामनराव महाडिक, प्रमोद नवलकर, सुधीर जोशी व दादा कोंडके ही मंडळी स्टेजवर होती. नारायण व निळूभाऊही स्टेजवर स्थानापन्न झाले.

विराट मेळाव्याच्या सभेला सुरुवात झाली. दत्ताजी साळवी, दादा कोंडके, नारायण बागडे, निळूभाऊ खाडिलकर व बाळासाहेब ठाकरे यांची क्रमाने भाषणे झाली. मनोहर जोशी सभेचे संचालन करीत होते. प्रत्येकजण आपापले विचार त्वेषाने मांडत होता. बाळासाहेब ठाकरे यांनी व्यवहारी समाजवाद पुकारला होता. निळूभाऊंनी व नारायणनी डॉ. बाबासाहेब आंबेडकरांना अभिप्रेत असलेला समाजवादच या देशाला तारू शकेल ही भूमिका मांडली होती. सभा आटोपली तेव्हा पोलिस बंदोबस्तात सगळी मंडळी बाहेर पडली आणि पांगापांग झाली. निळूभाऊंनी लिहिलेल्या व्यवहारी समाजवादाची वर्तमानपत्रं जाहीर सभेत वाटण्यात आली होती. संधी असूनही नारायणने राजकारणांत भाग घेतला नाही.

असाच एके दिवशी आयकर कार्यालयात त्याचा धाकटा भाऊ दगडू आला आणि समोर उभा राहिला. १९ जुलै १९८३ चा दिवस होता.

''का रं? अचानक का आलास?''

''भाऊ गेला.''

''काय...?''

''नायर इस्पितळात नेलाय.''

''का... य म्हणतोस? खरंच काय?''

बाप वारल्याची बातमी ऐकून नारायण क्षणभर व्याकुळ झाला. त्याच्या डोळ्यांतून आसवं आपोआप घळाघळा गळायला लागली. कार्यालयातले लोक त्याच्याकडे पाहायला लागले. त्याने गालावर ओघळणारे अश्रू पुसले. तो कार्यालयातून अधिकाऱ्याची परवानगी न घेताच तडक बाहेर आला, दगडू त्याच्या सोबत होताच.

''आई कुठंय?''

''आग्रीपाडा पोलिस स्टेशनमध्ये.''

''कसं काय झालं?''

''कालपासून त्याला जुलाब व्हत व्हते.''

''मग.''

"कसंतरी व्हतंय म्हणून आई त्यांना नायर इस्पितळात घेऊन चालली होती."

"मग काय झालं?"

"आईनं टॅक्सी बोलवली, टॅक्सीत दोघं बसली व्हती आणि टॅक्सीतच तो मेला."

"एकाकी?"

"हो."

"एकाकीच."

"त्याचा कोठा फुटला काय?"

"काही माहीत न्हाय."

"पोलिस केस झाली काय?"

"हो."

नारायणला कळलं आपला बाप, भाऊ टॅक्सीतच आईच्या मांडीवर मेला. आयुष्यभर त्यानं आपल्या बायकोला छळलं. तिला कितीतरी मारहाण केली, तिच्याकडून तिच्या कष्टाचे पैसे घेऊन तो कित्येक वेळा दारू प्यायचा, पोरासोरांना मारायचा, पोरंसोरं मोठी होऊन शिकून सवरून देखील तो फूटपायरीवर, रेल्वे प्लॅटफॉर्मवरच झोपायचा. त्याची त्याला लाज शरम वाटायची नाही. किती वेळा त्याने त्याच्या आयुष्यात भांडणं केली. नाही नाही तो जन्मभर छळवाद त्यानं केला, पोरांसोरांनाही त्यानं छळलं, पण कधी कुणी वाईट वागावं असं चिंतलंच नव्हतं आणि हाच देह, सात पोरांचा बाप, एका बायकोचा नवरा आज अनंतात विलीन झाला होता. धरतीवरचा एक बोजा कमी झाला. हा व्यसनी देह मातीमोल झाला.

पण ह्या देहाने निर्मिलेल्या माझ्या शरीरातल्या मनाला नेहमी सांगितलं होतं. "नाव कमव, नाव क...मव, मोठा हो, माझ्याव लेख लिव." असा करुणाप्रद विचार नारायणच्या मनात घोळायला लागला. नारायण बापाचाच विचार करत होता. बाप मेलाय हे त्याला खर वाटत नव्हतं.

"मी जातो, तू बापाला घेऊन ये." असं दगडूनं दादाला सांगितलं आणि त्याने सायकलवर टांग मारली. नारायण विचारांच्या तंद्रीतून जागा झाला, तोवर दगडू त्याच्या नजरेआड झाला होता.

नारायणने ताबडतोब टॅक्सी केली आणि तो बॅलार्ड पियरला नामदेवच्या ऑफिसला आला. नामदेव बँकेतून घरी जाणारच होता. नेमकी त्याची गाठ पडली. नारायणने नामदेवला ही हकिकत सांगितली. तसा नामदेव ऑफिसातून बाहेर आला.

नारायणने दुसरी टॅक्सी केली आणि ते दोघेही यायला निघाले. नामदेव टॅक्सीत हमसून हमसून रडायला लागला. नामदेव रडत होता. नारायणने त्याच्या डोळ्यातली आसवे पाहिली आणि तोही रडायला लागला. नारायणने स्वतःचे रडणे दाबून धरले

होते. तो धाकट्या भावाची समजूत काढत होता.

"नामदेव रडू नकोस, तो आता मेलाय. रडून काय परत येणार आहे का?"

नामदेवसुद्धा थोड्यावेळाने गप्प बसला. नारायणने त्याच्याकडे पाहिले. दोघेही बराच वेळ गप्प होते. त्यांच्या गुमसुम चेहेऱ्यातून नारायणने विचारले, "तुझ्या खिशात काही पैसे आहेत का?"

"नाही."

नारायणच्याही खिशात पैसे नव्हते. प्रसंग तर बाका होता. अशा अडचणीच्यावेळी पैसे तर खिशात हवेत असा विचार करून नारायणने टॅक्सी सचिवालयाकडे वळवली. तिथं एक मित्राला भेटला. त्याला नारायणने हकीकत सांगितली. त्याच्याजवळही पैसे नव्हते. दुसऱ्याकडून त्याने पैसे उसने घेतले व त्याच्या हवाली केले. पैसे परत करीन असं त्याला बोलून नारायण तिथून तडक निघाला, परत टॅक्सी केली आणि तो बॉम्बे सेंट्रलच्या दिशेने वळवली.

नारायण नामदेवला घेऊन सरळ ताडदेव झोपडपट्टीत आला. त्याचा दुसरा मित्र शशी ढोले भेटला. त्याला हकिगत सांगितली, ते सगळेजण अग्रीपाडा पोलिस स्टेशनमध्ये आले. नारायणने व नामदेवने पोलिस स्टेशनच्या आवारात पाऊल टाकले. आई तिथं रडत बसली होती. काही नात्यागोत्यातली माणसं तिचं सांत्वन करीत होती. ती सात लेकरांची विधवा झालेली सावित्राबाई नारायणला पाहून पुढं आली.

"नारायण, तुझा बाप गेलाऽऽऽ मला सोडून गेलाऽऽऽ. आता तो माझ्याबरोबर भांडायचा नाय, आता काय करू? मी जगायची नाही. माझ्याच मांडीवर गेला मी मारलं न्हाय त्याला. माझ्या लेकरा काय करू... कुणाला सांगूऽऽ" असं ओक्साबोक्सी रडून रडून ती सांगत होती.

नारायणने तिला पट्‌दिशी मिठी मारली. त्यानेसुद्धा आईच्या खांद्यावर मान ठेवली आणि तोही मोठमोठ्याने रडू लागला. नामदेव बाजूला उभा राहून रडतच होता, रुमालाने डोळे मधूनमधून पुसत होता. नात्यागोत्यातल्या आयाबाया जमल्या होत्या. नारायणची चुलती सीताबाई दोन्ही पुतण्यांना व जावेला समजावीत होती. व धाकट्या जाऊबाईचं तोंड स्वतःच्या लुगड्याच्या पदरानं अधूनमधून पुसत होती.

थोड्या वेळाने नारायणने धीर धरला. सगळी चौकशी केली. पोलिस स्टेशनमधून कागदपत्रे घेतली आणि तो सगळ्या मंडळीसहित नायरमध्ये आला. नायर हॉस्पिटलच्या स्ट्रेचरवर ठेवलेला चेहरा निस्तेज व काळंवडलेला होता. त्या चेहऱ्याकडे, निस्तेज देहाकडे पाहून परत रडारड झाली. त्या निस्तेज देहाला त्यांनी उचलून शववाहिकेत नारायणनं शशी ढोलेच्या मदतीने ठेवलं आणि शववाहिकेला जे. जे. रुग्णालयातल्या शवविच्छेदक भागाकडे वळवण्याकरता सांगितलं. सगळी मंडळी गाडीत बसली

होती. नारायणला त्याच्या हिंदी ‘विश्वकाव्य’ संग्रहातल्या काही पंक्ती आठवल्या.

“किसी के मौत का जनाजा; अपने कंधेपे उठाता हुअे मुर्दा कह उठा
तू आज मेरे मौत पे चला आया है,
मै भी तेरे मौत पे चला आऊंगा -
आगे चलकर कब्रस्तानका गेट खोलूंगा,
और मै भी... तेरे मरनेका इंतजार करुँगा !”

शववाहिका जे. जे. रुग्णालयात पोहोचली. रामभाऊचं शव उतरवण्यात आलं तसं शवागारात नेलं. सगळी कागदपत्रे नारायणने कार्यालयात सुपूर्द केली. रामभाऊच्या शवविच्छेदनासाठी त्याच्या देहावरची सगळी कापडे काढण्यात आली, परंतु डॉक्टर नसल्यामुळे त्या रात्री शवविच्छेदन झालं नाही. शवागारात बरेचसे नग्न मृतदेह ठेवलेले होते.

दुसऱ्या दिवशी सकाळीच सगळी मंडळी जे. जे. त पोहोचली होती. सगळ्या नात्यागोत्यातल्या माणसांना नारायणने सांगावा धाडला होता. गिरगावातल्या मार्केटातल्या लोकांना रामू मोची मेला म्हणून कळलं होतं. नारायणनं बापाचं प्रेत घेतलं. सफेद वस्त्रांनी त्याला गुंडाळून मैतीच्या आडव्या शिडीवर बांधलं. ऊर्मिला नारायण सोबत होती. ऊर्मिला सासऱ्याचं प्रेत पाहून धाय मोकलून रडत होती. रडता रडताच ती दातखिळी बसून मूर्च्छित झाली. तिची दातखिळी उघडण्याकरीता उजव्या तर्जनीचं बोट तिच्या तोंडात घालून नारायणनं तिला शुद्धीवर आणलं. जे. जे. तल्याच नव्हे तर कुठल्याही मुडद्यावर माणसं अशीच रडत असतात.

भाऊंचं विच्छेदित प्रेत शववाहिनीतून टाकून सगळे गिरगावातल्या चंदनवाडीकडे वळले. चंदनवाडीतल्या स्मशानभूमीत शिरताना नारायणनं मडकं धरलं, मडक्यात गोवऱ्या उदबत्त्या जळत होत्या. स्मशानभूमीच्या दरवाजावरच मडकं नारायणनं फोडलं आणि बापाला लाकडं रचून लोकांनी चितेवर चढवलं. नारायणच्या सोबत त्याची मित्रमंडळीही होती. काही सगे-सोयरे होते. नारायणने रामभाऊला अग्नी दिला. अग्नीने पेट घेतला. अगिज्वाळा भडकत भडकत रामभाऊच्या मृतदेहाला स्पर्श करू लागल्या. अंगावरची कातडी जळू लागली. रामभाऊच्या देहाचा एक एक अवयव गळून पडायला लागला. बरगड्या जळून खाक झाल्या, पण त्याचं काळीज लवकर जळत नव्हतं. नारायण खिन्न मनानं बापाच्या पेटत्या देहाकडं पाहत होता. त्याची रांडाव पत्नी एका कोपऱ्यात रडत बसली होती.

इतक्यात शशी ढोले, हा महार समाजाचा होता तो पुढं आला. रामभाऊचं काळीज लवकर जळेना म्हणून त्यानं परत एक दारूची बाटली त्याच्या पेटत्या देहावर ओतली. दारूचं त्याला व्यसन होतं म्हणून त्याची अंतिम इच्छा पुरी केली

होती. नारायण एका हातानं प्रेतावर राळही टाकत होता. शेवटी कवटी राहिली आणि ताडदिशी फुटण्याचा आवाज झाला. रामभाऊच्या देहाची राख झाली होती. सगळी हाडं राखेत गळून पडली. नारायणला त्या अग्निज्वाळांतून आवाज येत होता, 'बेटा, नाव कमव, नाव क...मव'

दुसऱ्या दिवशी नारायण परत स्मशानभूमीत आला. त्याने बापाच्या देहाच्या हाडांच्या राखेचं छोटं गटूळं बांधलं आणि सगेसोयऱ्यासंगं तो गिरगावातल्या चौपाटीवर आला. ती राख त्यानं समुद्रात उधळून दिली. सगे सोयरे त्याला टक्कल करण्याकरिता विनवत होते पण तो कुणाचं ऐकायला तयार नव्हता.

तुम्ही सगळ्यांनी तरास दिलात तर मी मुसलमान धर्म स्वीकारीन, असा वैतागून त्याने सगोसोऱ्यांना दम दिला. सगळे चुपचाप बसले.

वास्तविक नारायणला कुठल्याही धर्माचं आकर्षण नव्हतं. त्यामुळे त्यानं डोक्याचं टक्कलही केलं नव्हतं. तो खवळलेल्या समुद्राकडे टक लावून पाहत होता.

हळूहळू समुद्र शांत झाला. सावित्राबाई सुद्धा समुद्राकडे पाहत होती. भांडणाचा खेळ खलास झाला होता. सगळी माणसं खिन्न मनानं घरला परतली.

ऑक्टोबर ८४ ला नारायणला दिल्लीहून अचानक तार आली. त्याच्या 'टकुरं' ह्या वैचारिक लेखसंग्रहाला 'सोव्हिएट लँड नेहरू पुरस्कार' मिळाला होता. नारायणला त्याच्या सामाजिक बांधीलकीचं फळ मिळालं होतं. त्याचं नाव सगळ्या पेप्रातून चमकलं होतं. लोकोपयोगी समाजकार्य हाच निरपेक्ष धर्म त्याने मानला होता. दारूड्या बापाच्या आर्त किंकाळीतले शब्द त्याला आठवायला लागले, "बेट्या नाव कमव,नाव क...मव." भाऊची धगधगती ज्वाळा, आईचे कष्ट त्याच्या नजरेतून निसटलं नव्हतं... दारिद्र्याच्या अनुभव विश्वाविश्वातून त्यानं प्रेरणा घेतली होती.

माणूस एकटाच जन्माला येत असतो अन् एकटाच मरत असतो. स्वत:चे स्वत:साठी जगणे हे जगणं नसतं. दुसऱ्यासाठी जगणं हे खरंखुणं जगणं असतं. त्याच प्रवासातल्या जीवनातला 'मी' ओळखून जगायला शिकलं पाहिजे. नारायणच्या हातात पुरस्काराची तार होती. तो वाचत होता. आई त्याच्याकडं पाहत होती. सावित्राबाईनं आपल्या मळक्या पिशवीतली तपकिरीची डबी काढली. त्यातून चिमूटभर घेऊन ओढली.

"काय हाय रं नारायण?"

"तार हाय."

"कसली?"

"मला बक्षीस मिळालंय."

"कशाबद्दल?"

"पेप्रातून लिव्हल्याबद्दल."

"बरं झालं लेकरा, बापाचा चांगला शब्द ध्यानात ठिवलास. माझ्या कष्टाचं चीज झालं, असंच वागावं, नाव कमवावं," असं बोलून बिगर कुंकवाच्या सावित्राच्या डोळ्यांतनं अश्रू बाहेर पडले. नारायणच्या दोन्ही डोळ्यांतून दोन प्रकारचे अश्रू वाहत होते. त्याच्या आनंदाच्या बातमीवर अश्रू टपकतच राहिले. सामान्य माणसानं मामुली नाव कमवलेलं हे त्याच्या दारूड्या व्यसनी बापाला पाहता आलं नाही याचंच त्याला दुःख वाटत होतं. इंदिरा गांधीचा मृत्यू झाला त्याच दिवशी नारायणला लेखनाबद्दल नेहरू पुरस्कार मिळाला होता. परंतु सर्वत्र दुःखाचं सावट पसरलेलं होतं.

नारायणचा धाकटा चुलता सुभाष हा क्षयानं आजारी होता. सायन हॉस्पिटलमध्ये त्याला भरती केलं होतं. त्या सुभाषने देखील स्वतःच्या बायकोला अन् दोन मुलांना सोडून दिलेलं. ती बायको अन् मुलं वरळीला बावन चाळीत माहेरला राहावयास गेली होती.

सुभाषला पण दारूचा नाद लागला होता. शिवाय तो रांडबाजी करायला गोलपिठ्यालाही जायचा. दारूचं व्यसन आणि रांडबाजीचा नाद, यातच त्याला टी. बी. जडला. तो क्षय रोगातून बरा होत नव्हता. डॉक्टरांनी दिलेली औषधे वेळेवर खात नसे. त्याची खाण्याची हालबड व्हायची. बायको जवळ नव्हती. त्याला भाकऱ्या कोण घालणार? सुभाषला चार बहिणी होत्या. पैकी दोन धारावीला राहायच्या. एक द्रौपदी आणि दुसरी आनंदी. द्रौपदीला दोन मुलं होती. द्रौपदी पण क्षयानंच गेली. एक कृष्णाबाई थोरली बहीण मुंब्राला व धाकटी भागुबाई खारच्या झोपडपट्टीत राहायची. भागूबाईपण क्षयानंच गेली. आनंदी त्याला कधीकधी सांभाळायची, पण तो दारूसाठी तिला सतत पैसे मागायचा. त्यामुळे ती पण कंटाळली होती.

सुभाषला सांभाळणारं कुणीच नव्हतं. तो नारायणला कधीच भेटत नसे. तो पण रस्त्यावरच कांदेवाडीत गिरगावांत भाजीविक्रीचा धंदा करून जीवन जगत असे. त्याची थोरली भावजय सीताबाई ही कधीकधी त्याच्याकडे लक्ष द्यायची पण त्याच्या टी. बी. नं त्याच्याकडे कुणी लक्ष द्यायला तयार नव्हतं. सीताबाई सदाशिव गल्लीत भाजी विकायला बसत असे.

एके दिवशी नारायणला सकाळीच फोन आला

"नारायणदादा, हाय का?" हो मी बोललो.

"मी गजा बोलतोय!"

"कोण गजा?"

"मी धुरपाबाईचा मुलगा."

"हाँ, काय झालं?"

"अण्णा गेला!"

"कधी?"

"कालच रात्रीच! तो सायन इस्पितळात हाय."

द्रौपदीचा मुलगा गजा हे नारायणला सांगत होता. नारायणला जाणे भाग होते. सुभाषची मुलं लहान होती आणि किती केलं तरी तो त्याचा सख्खा धाकटा चुलता होता. नात्यातली मंडळी सुभाषला अण्णा म्हणायची.

दुसऱ्या दिवशी सकाळीच नारायण सायन इस्पितळात गेला. सुभाषचं शवविच्छेदन झालेलं होतं. त्याला गुंडाळून शवागारात ठेवलं होतं. त्याचा चेहरा ओळखू येत नव्हता. चेहऱ्यावर सगळे काळे काळे डाग पडले होते. औषध मारून मारून तिथं उग्र दर्प पसरला होता. नारायणने तोंडावर रुमाल धरला. त्याला उग्र वास सहन होत नव्हता. गजा व त्याची दोन तीन मित्रमंडळी यांनी मैतीचं सामान आणलं. त्याच्या मैतीसाठी लागणारा सगळा खर्च नारायणने दिला. आनंदीबाई तिचा नवरा, त्याची थोरली भावजय ही सगळी मंडळी मैतीला जमली होती. त्याचं क्रियाकर्म करण्यात आलं. दशपिंडींचा कार्यक्रम तिसऱ्या दिवशी त्याची बहीण आनंदीबाईकडं करण्यात आला पण त्याच्या मैतीवर रडू कोणाला कोसळत नव्हतं.

नारायणच्या नेहरू पुरस्काराचे पैसे सुभाषच्या मैतीच्या कामाला आले. पुरस्काराची रक्कम अशीही कामाला उपयोगी पडत असते असाच विचार नारायण करत बसला होता.

एके दिवशी नारायणला ऊर्मिलेची गंमत कराविशी वाटली. त्यादिवशी संध्याकाळी तो लवकरच कार्यालयातून निघाला, बोरीवलीला चर्चगेटच्या गाडीतून आला. एस. व्ही. रोडच्या उमेश वाईन स्टोअरमधून त्याने एक क्वार्टर व्होडका वाईन घेतली. दिनेश स्टोअरमधून गोल्ड स्पॉट विकत घेतला.

घरी आला. ऊर्मिला जेवण करण्यात गुंतली होती. कॉली फ्लॉवर, वाटाणा व बटाटा मिक्स भाजी तिने केली. चपात्या बनवून ठेवल्या. भाताला आधण घातलं. डाळ शिजत होती. या दरम्यान ती दिवाणखान्यात येऊन टी. व्ही. पाहू लागली.

नारायण एकटाच स्वयंपाकघरात आला. ऊर्मिला टी. व्ही. पाहण्यात मग्न आहे हे पाहून त्याने आपल्या पिशवीतलं सामान काढलं. दोन रिकामी ग्लासं घेतली. दोन्ही रिकाम्या ग्लासात त्यानं व्होडकाची बाटली ओतून रिकामी केली. गोल्ड स्पॉट त्यात मिक्स केला. नारिंगी रंग व्होडकामध्ये मिक्स केल्यामुळे दारू त्यात मिक्स केली आहे ते लक्षात येण्यासारखे नव्हते. दोन्ही ग्लास भरल्यानंतर त्याने ऊर्मिलाला दिवाणखान्यात हाक मारली. ती आत आली.

"काय हो, तुम्हाला जेवायचं आहे का?"

"हो, मला भूक लागलीय!" असं नारायण म्हणाला. त्याचवेळेस तिने नारिंगी रंगाच्या ग्लासाकडे पाहिले.

"हे काय आणले हो?"

"हे ऑरेंज गोल्ड स्पॉट आणलाय."

"अहो जेवणाच्या वेळेला कशाला आणायचा?"

"अग, तुला गोल्ड स्पॉट आवडतो ना!"

"हो आवडतो पण जेवणाच्या वेळेला कशाला?"

"अग, एक एक घोट घे."

"अहो,थोडा वेळ थांबा, अजून भात शिजतोय!"

"भात शिजू देत. तोपर्यंत तू हा गोल्ड-स्पॉट घे," असं म्हणून नारायणने तिच्या पुढे ग्लास ठेवला.

ऊर्मिलाने भाताच्या टोपावरचं झाकण काढून भात शिजला आहे का ते पाहिले. भात शिजला होता. डाळही शिजली होती. तिने गॅसची दोन्ही बटणं बंद केली. डाळीत पाणी घातलं. रवीने ती हाटली व तिने नारायणच्या जेवणाचं ताट मांडलं. "तुम्ही जेवा." असं ऊर्मिला म्हणाली.

"तोपर्यंत तू हे ड्रिंक घे!" असं नारायण ऊर्मिलाला म्हणाला. तिने ग्लासाकडे पाहिले. ग्लास हातात घेतला व गोल्ड स्पॉट आहे समजून तिने घटाघट घोट घेण्यास सुरुवात केली.

"अहो, कसला तरी वास येतोय."

"कसला वास येतोय?" असं म्हणून नारायण जेवायला बसला.

"हा गोल्ड स्पॉटच आहे का?"

"होय गं, पिऊन टाक" असं म्हणून नारायणने तिला ते पेय पूर्ण प्यावयास लावले.

तिने पेग पिऊन ते ग्लास रिकामं केलं.

"मी टी.व्ही. पाहतेय, तोपर्यंत तुम्ही जेवत बसा!" असं म्हणून ती टी. व्ही. पाहावयास दिवाणखान्यात निघून गेली. नारायणनेही त्याच्यापुढचं ग्लास रिकामं केलं. थोड्याच वेळात ऊर्मिला टी. व्ही. पाहता पाहता उठली व किचनमध्ये आली.

"अहो, मला गरगरल्यासारखं होतंय." असं ती नवऱ्याला म्हणाली.

'अगं काय होतंय?"

"सारखं गरगरतंय."

"तू जेवायला बस." असं म्हणून नारायणने तिचं ताट पुढे मांडलं. ती जेवू लागली. थोडंच जेवली. भात घेतलाच नाही व जेवणावरून उठली. हात धुतला.

सगळी भांडी मोरीत ठेवली. नारायणही जेवून उठला.

"तू थोडंसंच जेवलीस?" असं नारायण म्हणाला.

"तुम्हाला सांगितलं ना, मला गरगरल्यासारखं होतंय." असं ती म्हणाली.

"मग असं कर, तू जाऊन झोप!" नारायण म्हणााला.

ती किचनमधून दिवाणखान्यात आली व पलंगावर येऊन लवंडली. थोड्याच वेळात ती घोरायला लागली. नारायणने तिची स्थिती पाहिली. त्याने टी.व्ही. चं बटण बंद केलं. व्होडकाची रिकामी बाटली पिशवीत लपवून ठेवली आणि तोही बेडरूममध्ये जाऊन झोपला. तो पण थोड्याच वेळात घोरायला लागला. व्होडका गोल्डस्पॉटचं गुपित त्याने तिला कधीच सांगितले नाही.

जीवनातील नियतीचा खेळ थांबलेला नव्हता. संसारचक्र आणि समाजकार्य याची नारायणला सांगड घालता येत नव्हती. आलेल्या संकटाला तो तोंड देत होता.

नारायणचं काव्यसंग्रह लिहिण्याचं काम चाललं होतं. राजीव गांधी भारताचे पंतप्रधान होते. इंदिराजींनंतर एकशे एक राष्ट्रांचं ते प्रतिनिधित्व करत होते. सगळ्या जगात शांततेचा संदेश पसरावा म्हणून वाटचाल चालू होती. नेहरूंनी शांततेसाठी सोडलेलं कबूतर आणि त्याच पाऊलावर पाऊल ठेवून चाललेल्या इंदिराजींनी केलेली वाटचाल आणि त्याच वाटचालीतून राजीवजींनी आक्रमिलेला मार्ग या संदर्भात काहीतरी शब्दांचा आशय असावा म्हणून नारायणने 'विश्वकाव्य' हा हिंदी काव्यसंग्रह लिहिला. तो काव्यसंग्रह प्रकाशित झाल्यानंतर त्याने तो काव्यसंग्रह राजीवजींना पाठवून दिला.

थोड्याच दिवसांत त्यांचे नारायणला प्रशंसापत्र आले. नारायणला हायसे वाटले. राजीवजींनी त्याची नोंद घेतली होती. सगळ्या जगात शांतता नांदावी ह्या मथितार्थात तो काव्यसंग्रह लिहिला होता. हा काव्यसंग्रह वाचकांच्या हातात जावा म्हणून तो प्रयत्नशील होता.

◆

**गि**रगावच्याच जवळ असलेल्या खेतवाडीच्या बाराव्या गल्लीत भारत एज्युकेशन सोसायटीचे सरदार हायस्कूल आहे. त्याचे प्रिन्सिपॉल श्री. पलकंडवार. नारायण त्याच शाळेत शिकला होता. श्री. पलकंडवार हे अत्यंत कडक स्वभावाचे गृहस्थ नारायण त्यांच्या सरदार हायस्कूल शाळेत गेला, पलकंडवार त्याला भेटले. त्यांनी तो काव्यसंग्रह पाहिला, चाळला. त्यांना आनंद झाला. आपल्या विद्यार्थ्याने हा छापला आहे हे पाहून त्यांना त्याचे कौतुक वाटले.

"तू काव्यसंग्रह कसा काय छापलास?"

"मी मित्रांची मदत घेतली."

"अरे, पण एवढा खर्च तू कुठून केलास?"

"एक उद्योजक वरळीला आहेत. त्यांचा कागदाचा कारखाना आहे. त्यांच्याकडून कागद मिळवला."

"किती प्रती छापल्यास?"

"हजार प्रती!"

"त्या शहांनी मला कागद मोफत दिला. एका मित्राकडून चित्र काढून घेतलं. छपाईचा खर्च मी मित्रांच्या सहकार्याने गोळा केला आणि हा काव्यसंग्रह छापून घेतला." नारायणने सांगितलं.

"छान झालं!"

"शाळेसाठी पन्नास प्रती दे!"

शाळेला प्रती देण्यासाठी नारायणने गठ्ठा आणलाच होता. त्यातल्या पन्नास प्रती काढल्या अन पलकंडवार सरांना दिल्या.

"याचे किती पैसे झाले?"

"नको, पैसे नकोत. ह्या शाळेसाठी माझ्यातर्फे मोफत भेट म्हणून या प्रती देत आहे."

पलकंडवार सरांनी त्या प्रती घेतल्या व त्याची किंमत पाहिली. साडेसातशे

रुपये झाली होती. त्यांनी ड्रॉवरमधून ७५० रु. काढले अन् नारायणला देऊ लागले.

"नको सर, हे पैसे नकोत. ह्या शाळेचा मी माजी विद्यार्थी आहे." असं नारायण अदबीनं म्हणाला.

"अरे तू काव्यसंग्रह छापलास ही चांगली गोष्ट आहे. सगळी सोंग करता येतात, पैशाचं सोंग करता येत नाही. तू धाडस केलंस, चांगलं काम केलंस, यातच आम्हाला अभिमान आहे. तू ह्या शाळेचाच माजी विद्यार्थी आहेस. अरे तुझी आई फाटकं लुगडं घालून तुला या शाळेत कधी कधी भेटायला यायची. तू फार गरिबीत दिवस काढलेले आहेस. तू असंच चांगल्या कार्याला वाहून घे. नाव कमव!" असा पलकंडवार सर त्याला दिलासा देत होते.

शाळेत मस्ती करताना पलकंडवार सरांनी नारायणच्या कानाखाली एकदा लावून दिली होती. कानशिलं लालीलाल झाली होती. तो प्रसंगही नारायणला आठवला.

"हे घे पैसे- ७५० रुपये." त्याच्या हातात कोंबत ते म्हणाले.

नारायणचा नाइलाज झाला. कारण ते सर फारच कडक स्वभावाचे. नारायणला नकार देता येईना. त्यांचे डोळे एकदम भेदक होते. त्यांचा स्वभाव करारी होता. करीन ती पूर्व दिशा असं त्याचं वागणं होतं. नारायणने ते पैसे घेतले. इतक्यात डेप्युटी नाडकर्णीबाई तिथं आल्या. नाडकर्णीबाई अन् त्यांच्या गप्पागोष्टी फार रंगत असत. तो एक त्यांच्या शाळेच्या चर्चेचा विषय होता.

"नमस्कार, नाडकर्णी बाई."

नाडकर्णीबाईंनी नमस्कार केला.

"काय, कुठं असतोस?" त्यांनी विचारलं. नारायणने सर्व हकीगत सांगितली. नाडकर्णीबाई बसल्या तसा नारायण उठला व जातो म्हणाला.

"मंत्रालयात काही काम असलं तर मी तुझ्याकडं येईन." असं जाता जाता सर नारायणला म्हणाले. नारायणच्या काही ओळखी-पाळखी आहेत हे त्यांना ठाऊक झालं होतं.

"हो सर, अवश्य या!" असं म्हणत नारायण विश्वकाव्याचा दुसरा गठ्ठा घेऊन निघून आला. त्याला एच. एन. त्रिवेदीकडे जायचे होते. खेतवाडीतून निघाला तसा तो थेट एच. एन. त्रिवेदीकडे आला.

बदामवाडीच्याच बाजूस कॉंग्रेस हाऊस. पाठीमागं रॉबर्टमनी हायस्कूल. त्या कॉंग्रेस हाऊसच्या आवारात हरिजन सेवा संघाचं ऑफिस. एच. एन. त्रिवेदी हे संघाचे अध्यक्ष.

"काय आणलं?"

"हिंदी काव्यसंग्रह!"

"काय हाय त्यात?"

"शांततेचा संदेश!"

एच. एन. त्रिवेदींनी विश्वकाव्याचं चित्र पाहिलं. पुस्तळ चाळलं.

"हं, ह्याच्या पाच प्रती दे."

नारायणने पाच प्रती दिल्या.

"किती रुपये झाले?"

"७५ रुपये."

"पावती दे." नारायणने पावती दिली. एचेननी ७५ रुपये दिले.

मी पाच लोकांना मोफत वाचायला देणार असं एच. एन. म्हणाले. ते इंटकचेही पदाधिकारी होते शिवाय ती माजी आमदारही होते.

नारायण म्हणाला, "ठीक आहे, मी निघतो."

"बरा, काम असला की येत जा."

"होय," असं म्हणून नारायण तिथून निघून आला. काही प्रती मित्रांना वाटल्या. काही विकायला ठेवल्या. नारायणचे छपाईचेही पैसे वसूल झाले नाहीत.

समाजकार्य व लेखनाचा व्यासंग मात्र त्याने सोडला नाही. 'आधी केलेची पाहिजे केल्यानेच होत आहे रे' असा त्याचा खाक्या! प्रयत्नांती परमेश्वर असं तो मनात विचार करायचा आणि खरोखरच परमेश्वर आहे का, याचाही विचार तो घोळत बसायचा. पुस्तकाचं बोचकं त्याच्या हातात होतं. आपण एवढी उठाठेव का करतोय, का करतोय, हे त्याचं त्याला कळतं नव्हतं.

एके दिवशी अचानक लक्ष्मणरावांचा मुलगा नंदा हा साताऱ्याहून एका तरुण मुलीसमवेत नारायणच्या घरी आला. त्याला पाहून नारायण व ऊर्मिला दचकले! तो साताऱ्याच्या शाळेत शिक्षक होता.

"कसा काय आलास?" नारायणने विचारले.

"आलो अचानक!"

ती तरुण मुलगी शांतपणाने बसली होती. तिच्याकडे दोघेही पाहू लागले.

"ही माझ्या शाळेतच शिक्षिका आहे. अश्विनी!"

रात्रीची वेळ होती. तो क्षणभर गप्प राहिला. नारायणच्या मनात पाल चुकचुकली. काहीतरी गौडबंगाल आहे असं त्याला वाटलं.

ऊर्मिला स्वयंपाकघरात होती. जेवणाची तयारी करू लागली. ती मुलगी नंदासमवेत आत आली. दोघांनी घर न्याहाळलं. अगदी साफ सुथरं. त्यावेळेस ताराबाई इथं नव्हती. वाल्हे गावी भावाकडे गेली होती.

"आत्याबाई कुठं गेलीय?" ऊर्मिलाला नंदूने विचारले.

"वाल्ह्याला गेलीय." भाकऱ्या थापता थापताच तिने सांगितले.

ऊर्मिलाने जेवण तयार केलं. "चला जेवायला बसूया." ती म्हणाली. दोघांनीही हात पाय धुतले. ऊर्मिलाने ताटं मांडली. चौघेजण गप्पा मारत मारत जेवले. जेवणं आटोपली. दिवाणखान्यात येऊन चौघेही बसले.

"मला हिच्याबरोबर लग्न करायचंय!" नंदाने ऊर्मिला व नारायणला हळूच सांगून मुद्याला हात घातला. ऊर्मिला व नारायण आश्चर्याने दोघांच्याकडे पाहू लागले.

"ही मुलगी किती वर्षापासून शाळेत शिकवत आहे?"

"दोन वर्षापासून."

"आम्ही एकाच शाळेत आहोत." नंदू त्या दोघांनाही सांगत होता.

"आम्ही साताऱ्यालाच लग्न करणार होतो पण तिथं अडचणी निर्माण झाल्या. म्हणून आम्ही मुंबईला निघून आलो." नारायण व ऊर्मिला कान टवकारून ऐकत होते.

"मला लग्न लवकर करायचंय! आज नाहीतर उद्याच!"

"एवढी घाई? मास्तरांना कळवलं का? मामांना ठाऊक आहे का?"

"नाही, मला त्यांना सांगायचं नाही." नंदूने त्वेषाने उत्तर दिले.

"पण त्यांना सांगितल्याशिवाय तू लग्न कसं करणार?"

"त्यांच्या परवानगीशिवाय मी लग्न करणार आहे, फक्त तुमची साथ हवी."

नारायण मनातून हबकून गेला. मास्तरांना व नंदूच्या वडिलांना सांगितल्याशिवाय हे लग्न कसं करायचं? हा प्रश्न नारायणच्या मनात उभा राहिला. लग्न इथं झालं तर पाहुणे मंडळी मलाच दोष देतील असे नारायणच्या मनात विचार येऊ लागले.

"चल, आपण खाली जाऊन येऊ? मला पान खायचं आहे." असं म्हणून नारायण नंदूला घेऊन खाली आला. नारायणने पानपट्टीच्या दुकानावर पान घेतले व म्हणाला, "आपण स्टेशनवर चक्कर मारून येऊया." दोघेही बोरीवली स्टेशनच्या मार्गाने आले.

"ती मुलगी कुठल्या समाजाची आहे?" नारायणने विचारले.

"मराठा समाजाची." नंदूने उत्तर दिले.

"मला वाटतं, तू मास्तरांना कळवशील तर बरं होईल."

"मी त्यांना समजावून सांगेन."नारायणने त्याला समजावलं.

"हे बघा, तुम्हाला इथं लग्न लावून द्यायचं नसेल तर मी गाडीखाली जीव देईन." असं नंदू त्वेषाने भडकून बोलला. त्याच्या डोळ्यांत पाणी तरळत होतं. कारण आपला विवाह नारायणच करून देईल असा त्याच्या मनात ठाम विश्वास होता. त्याचा ठाम निर्धार ऐकून नारायण गप्प राहिला. जास्त बोलण्यात काही अर्थ नाही. कमी जास्त झालं तर सगळी बिलामत आपल्यावर येईल, असं समजून

नारायण त्याला घेऊन घराकडे परतला. नंदू गप्पच होता. नारायण देखील त्याला काही बोलला नाही.

"तू लग्न वैदिक पद्धतीने करणार का?" असा प्रश्न दुसऱ्या दिवशी नारायणने त्याला विचारला.

"होय, कसंही करून मला लग्न उरकायचं आहे."

"अरे, पण मुहूर्त वगैरे काढावा लागेल."

"मला मुहूर्त वगैरे काही बघायचा नाही."

नंदू आपलं लग्नाचं म्हणणं पुढं रेटतच होता. "ठीक आहे." असं म्हणून नारायणने सर्व हकीगत ऊर्मिलाला सांगितली. नारायणने एका ब्राह्मणाला बोलावलं. त्याच्याशी बोलणी केली. त्याने संध्याकाळचा मुहूर्त सांगितला. लग्नासाठी माणसं हवी होती.

नारायण जिथं बोरीवली (पूर्व) भागात झोपडपट्टी सुधारणेचं काम चालू होतं तिथं गेला. विलास शिंदे, विठ्ठल शिंदे, उत्तेकर, जाधव, पवार, भूमकर इत्यादी कार्यकर्त्यांना त्यानं ही हकीगत सांगितली. सर्वांनी संध्याकाळी लग्नाला नारायणच्या घरी यायचं ठरवलं. बागडे आंतरजातीय लग्न लावून देणार आहेत याची उत्सुकता त्या कार्यकर्त्यांना लागली होती.

संध्याकाळचा सातचा सुमार. ब्राह्मणाने होम-हवनाचं सामान आणलं, हार, बाशिंगं आणली. वीस-पंचवीस कार्यकर्ते घरी आले. एका रात्रीत लग्न उरकून टाकलं. दुसऱ्याच दिवशी ते नवरा बायको साताऱ्याला गेले.

नारायणला नंतर कळलं की ती मुलगी मराठा समाजाची नसून बौद्ध आहे. परंतु या लग्नाचा ठपका निष्कारण पाहुण्यांनी नारायणवरच ठेवला होता. नारायणला त्याची पर्वा नव्हती. "मिया बिवी राजी, तो क्या करेगा काजी । किसलिए है यह जातपात यह तो है मानवतावाद." हेही काव्य त्याला स्फुरलं होतं.

हिंदू चांभाराचं लग्न बौद्ध मुलीशी झालं होतं. खरा तर हा विवाह आंतरधर्मीय होता. नंदूनी ती मुलगी बौद्ध असल्याचे सांगितले नव्हते. तो खोटं बोलला होता, ती मराठा समाजाची आहे म्हणून !

नंदाचे लग्न झाले हे ऐकून ताल्ह्यातल्या भोसले मास्तरांना घोर लागला. अगोदरच ते क्षयाने आजारी होते. अधून मधून दम्याची उबळ यायची. नंदावर त्यांचा फार जीव होता. मास्तरांनी स्वतःचं लग्न केलं पण बायको नांदली नाही. त्यानंतर त्यांनी पुन्हा लग्न केलंच नाही. त्यांना मूलबाळ नव्हतं. धाकटा भाऊ, लक्ष्मणरावांची मुलंच त्यांनी जन्मभर सांभाळली. मास्तरकीची नोकरी करता करता त्यांनी स्वेच्छा-निवृत्ती घेतली. ते अंथरुणावरच पडून होते. दम्याची सारखी उबळ यायची. खोकता

खोकता खाक्रा नरड्यातच अडकायचा. जीव घाबराघुबरा व्हायचा. अंथरुणावर अंग सदैव टाकलेलंच! बांडगुळानं म्हाराची पोरगी केली  असं ते कधीकधी एकटेच बडबडायचे.

ह्याच मास्तरांनी लहानपणी ऊर्मिलाला आंघोळ पांघोळ घातली होती. तिचे हातपाय चोळायचे, वेणीफणी करायचे. तिचे आईवडील जिवंत असूनही ती अनाथच राहिली होती. मास्तरांनी भाचीला पोटच्या पोरीसारखं सांभाळलं होतं. तिला नित्यनेमाने शाळेत पाठवायचे. दररोज अभ्यास करून घ्यायचे. तिचे परकर पोलके फाटले असेल तर शिवत बसायचे. नीट राहत जा, नीट वागत जा, आल्या रस्त्याने मान खाली घालून घरला येत जा असे ते तिला वरचेवर सांगत असतं. ऊर्मिलाला लहानाची मोठी केली, मॅट्रिक झाल्यावर तिला शिक्षिकेच्या कोर्सला पाठवलं. पुण्यात ख्रिस्ती वसतिगृहात तिला ठेवलं होतं.

महिना-दोन-महिन्यातून मास्तर ऊर्मिलाला भेटायला जायचे. फक्त पाच दहा मिनिटंच तिथं थांबायचे. त्यांचे डोळे पाणावून जायचे. तिला काहीतरी गोडधोड खाऊ द्यायचे आणि तत्काळ निघून जायचे. ऊर्मिला एकांतात रडत बसायची. 'असूनी नाथ मी अनाथ' अशी केविलवाणी तिची परिस्थिती होती.

लग्न झाल्यावर नवऱ्याला अशी पूर्वकथा सांगताना ती रडत बसायची. मास्तरांच्यावर तिचं फार प्रेम होतं. 'त्वमेव माता पिता त्वमेव त्वमेव बंधू सखा त्वमेव.' अशी मास्तरांच्यावर तिची नितांत माया होती. मास्तरांची माया नंदूवर होती. पण नंदूने न कळवता लग्न केल्यामुळे त्यांच्या जिव्हारी लागले होते.

अचानक वाल्ह्यावरून तार आली. मास्तर गेले होते. ऊर्मिला धाय मोकलून रडायला लागली. नारायण व ती वाल्ह्याला गेली. मास्तरांचा अंत्यसंस्कार करण्यात आला. सगळं कार्य धाकट्या भावानं उरकलं होतं. घरात शोककळा पसरली. सख्ख्या भावाची वाढवलेली मुलं, नंदा, रमेश, राजू, रोहिदास व मुलगी शोभा रडत होते. ऊर्मिलाने ह्या मुलांचा लहानपणी सांभाळ केला होता. अगदी अगदी सख्ख्या भावंडासारखा!

लक्ष्मणरावांची बायको चांगुणाने आजारपणात मास्तरांची सेवा शुश्रुषा केली होती. त्यांचा गू-मूत देखील काढला होता. दिराचा दुस्वास कधीच केला नव्हता. ह्याच दिराने तिची मुलं लहानाची मोठी केली होती, काबाडकष्ट करून! ताराबाई मास्तरांची बहीण, एका कोपऱ्यात तंबाखू खात बसली होती. दुःखाची कळा तिच्या चेहऱ्यावर उमटली होती. त्या घरातला कर्ताधर्ता गेला होता. घर उघड्यावर पडलं होतं. तिच्या ऊर्मिलेलाही मास्तरांनीच सांभाळल्यामुळे तिला मास्तर हिमालयासारखा वाटायचा. मास्तरांनी धाकट्या भावाच्या मुलाला, रोहिदासला दत्तक घेतले होते.

मामा असून देखील ऊर्मिला ह्या भाचीला जीवापाड सांभाळलं होतं.

ताराबाईला कळलं, तिचा दुसरा नवरा वारला म्हणून. तिचा तोही आधार तुटला होता. तिचं कपाळाचं कुंकू पुसलं गेलं. ती ऊर्मिलाकडं राहायला लागली. तशी ती ऊर्मिलाकडं मधून मधून राहावयास यायची. सावत्र मुलाकडून तिचा सांभाळ होणार नव्हता. नारायणने तिला आईसारखी वागविली. नारायणच्या मुलांचे, आकाश व नीलाचे तिने संगोपन केले. नारायण नुसताच आपला जावई नाही पण आपण पाहुण्याच्या दारात पडलेलो आहोत याची रूखरूख मनात वाटायची तरी आपलाच मुलगा आहे असे समजून ती आपुलकीनं घरात राहिली. नारायणने पण दुरावा कधीच ठेवला नाही.

नारायणची आई, सासूला ठेवली आहे म्हणून जळफळायची. पण नारायणने त्या बाबीकडे कधीच लक्ष दिले नाही. ताराबाई फार कष्टाळू होती. घरातलं सगळं काम उरकायची. आपल्याला नातू झालाय म्हणून ती आकाशचे लाड करत बसायची पण ताराबाईला दमा होता. तिचा दमा वरचेवर उसळून यायचा. थंडी पावसात तर तिला फार त्रास व्हायचा. रातरातभर ती उठून बसायची. नर्ड्यात सतत घर्घर व्हायची. उलथं अंग टाकलं की दम छाटायचा. श्वास घेता यायचा नाही. उठून बसल्यावर श्वास घेता यायचा. प्राणवायू मिळायचा. पण ती स्वत:चं दुखणं लेकीला किंवा जावयाला कधी सांगायची नाही. मूग गिळून गप्प राहायची.

एकदा अशीच ताराबाई गोधडी टाकून जमिनीवर झोपली होती. मध्यरात्रीच घर्घर व्हायला लागली. स्वत:चं नरडं धरून भूत ऽऽऽ भूतऽऽऽ म्हणून ओरडायला लागली. झोपेत ती बडबडत होती. नारायण पलंगावर झोपला होता. ऊर्मिलाही जमिनीवर गादी टाकून झोपली होती. नारायण तिच्या आवाजानं जागा झाला. ताबडतोब लाईट लावली.

ताराबाई मोठमोठ्यानं स्वत:चंच नरडं आवळत होती.

“मामीऽऽऽऽ अहो मामी, माऽऽमी” असं नारायण ओरडून तिला हलवायला लागला. तिला जाग येत नव्हती. नारायण पुन्हा मोठ्याने ओरडला, “अहो, माऽऽमी” आणि त्यांचा हातही खेचला, हात खेचल्यानंतर मामीला जाग आली.

मामी झोपेतून जागी होऊन सुन्नपणे ट्यूबलाईटकडे पाहायला लागली.

“काय हो, काय झालं?”

“का ओरडत होतात?”

नारायणने दोनदा विचारलं,

“माझं नरडं कोणीतरी आवळत होता, कोण तरी बाबा होता, त्यानं काळं काळं कापाड अंगावर घातलं व्हतं.”

ताराबाई धापा टाकत टाकत बोलत होती. बोलता बोलता दोन्ही पाय पसरून उठून बसली.

"अहो, कुणी नाही इथं, आपण घरात झोपलोय! तुम्ही काय गच्चीवर झोपलेला नाही." नारायण चौथ्या मजल्यावर राहत होता. त्यावर गच्ची होती. गच्चीवर काळोख असायचा.

"तुम्हाला काहीतरी स्वप्न पडलं असेल!" नारायणने सासूला धीर दिला.

"झोपा आता! काही घाबरू नका, लाईट बंद करतो." नारायणने असं सांगून ट्यूबलाईटचं बटण बंद केलं. ताराबाई गोधडीवर झोपली. एका अंगावर. पांघरूण घ्यायची तिला सवय नव्हती.

नारायणला काही झोप लागत नव्हती. मामीची ती भयावह दशा पाहून मनात दचकला होता. ऊर्मिला मात्र निवांत झोपली होती. तिला जाग आली नव्हती. नारायणला तासाभराने झोप लागली आणि झोपेतच तो पलंगावर एक फूट वर गेल्यासारखा त्याला भास व्हायला लागला.

असं दोन तीन वेळा झालं. नारायण झोपेच्या गुंगीतून उठला व ट्यूबलाईट लावली. पाहिलं, पलंग जाग्यावर आहे. पलंगाखालीही त्याने वाकून बघितलं. मग मला फूटभर कोण वर उचलत होतं, असा विचार करत परत त्याने लाईट बंद केली. मामी गाढ झोपली होती. नारायणला मात्र झोप येत नव्हती. त्याने त्या भुताला मनातल्या मनात शिव्या हासडल्या. ही भास होणारी घटना त्याला अंधश्रद्धाच वाटली होती. स्वत:च्या भित्रेपणाची त्याला कीव कराविशी वाटली.

मास्तरांचा मृत्यू झाल्यानंतर ताराबाईच्या मनात निराशा निर्माण होऊ लागली. ती घोर करू लागली. निवांतपणे बाल्कनीत उभी राहून एकटी एकटीच विचार करू लागली. तिचा दमा उसळतच होता. दम्यामुळे तिचा शारीरिक त्रास वाढतच चालला होता. मन खचायला लागले. चिंता ही चितेहून भयानक असते. घरकाम आणि ती यातच ती मश्गूल असायची. कधी कधी तंबाखू हातावर मळायची आणि ओठात ठेवायची. त्या तंद्रीतच ती घरातली धुणी धुवायची, भांडी घासायची, लादी पुसायची. ही सर्व कामं नित्यनेमानं जबाबदारीने पार पाडायची.

एकदा धुणं धुता धुता तिला दम छाटायला लागला.

"काय हो, काय होतंय?" नारायणने विचारलं.

"दम भर्लाय!" उसासा टाकत ती म्हणाली.

"तुम्हाला काम होत नाही, तर करू नका!" नारायण तिची काळजी घेत बोलला.

"बसा घडीभर."

"मी नाही केलं तर बाईला करावं लागल." ती ऊर्मिलाला लाडानं 'बाई' म्हणायची. ऊर्मिलाला कामाचा ताण पडू नये म्हणून ती होत नसतानाही घरातलं काम सारखे करायची. यासाठी तिला दोन तीन वेळा भगवती हॉस्पिटलमध्ये भर्ती केलं होतं. डॉक्टरांनी सांगितलं होतं, की या बाईची फुप्फुसं खराब झालेली आहेत.

ऊर्मिलाने तिच्या मावशीला फोन केला. ती चेंबूरच्या झोपडपट्टीत राहायची. तिला ताराबाईची सर्व हकीगत कथन केली. पाहायला ये म्हणून विनवली. ती पण कुठल्या सिंधी पंजाब्याकडं धुणी भांडी करायची. ती येते म्हणूनही आली नाही. ताराबाई तिची वाट पाहत होती. मोठ्या बहिणीला भेटायची इच्छा होती.

नारायण एके दिवशी कामावरून संध्याकाळी घरी आला. ताराबाई व्हरांड्यात झोपली होती. ऊर्मिला स्वयंपाकात गुंतली होती. नारायणने ताराबाईकडे पाहिले.

"मामीऽऽऽ ओ मामी," असा त्याने आवाज दिला.

मामीने नुसताच हुंकार दिला.

तो स्वयंपाकघरात आला.

"अग, मामीला काही जेवायला बिवायला दिलंस की नाही?" अशी विचारपूस केली.

"अहो, तिनं सकाळपासून काही खाल्लंच नाही." तव्यावर भाकर टाकताना ऊर्मिला सांगत होती. नारायण पुन्हा व्हरांड्यात आला.

"मामी, अहो मामी, तुम्ही जेवला का नाही?" नारायणने विचारले.

तिने डोळे उघडले. नकारार्थी नुसता हात हलविला. त्यांना बोलता येत नव्हतं.

"अगं, काहीतरी त्यांच्या पोटात घाल!"

"काय देऊ? ती काहीच खात नाही."

"निदान दूध तरी गरम करून पाज." असं नारायणने सांगताच ऊर्मिलाने दूध एका वाटीत गरम केले. ती वाटी ताराबाईजवळ आणली. "आई, ये आऽऽई उठ," असं ती आईला हाक मारू लागली. परत ताराबाईने हळूच डोळे उघडले.

"अगं, थोडं तरी दूध पी!"

ती नकारार्थी हात दाखवत होती.

"उठा, मामी उठा, थोडं दूध प्या." असं म्हणत नारायणने त्यांच्या दोन्ही खांद्याला पकडून उठवले, उठवून भिंतीलगत पाठ टेकवून बसवले. तिला धड बसता येत नव्हते. कशीबशी ती बसली. ऊर्मिलेने तोंडाला वाटी लावली.

पण, तिला दूध पिता येत नव्हते. ते गिळत नव्हते.

"चमचा घेऊन ये." नारायण बायकोला म्हणाला.

ऊर्मिलाने चमचा आणला आणि चमच्याने तिला दूध पाजू लागली. तिला झोक जात होते म्हणून नारायणने आधारासाठी तिला पकडून ठेवले, दोन चार चमचेच

कसेबसे ती दूध प्यायली. परंतु तोंडातले दुधाचे ओघळ बाहेर सांडू लागले. एका हाताने दुधाची वाटी तशी ती दूर सारू लागली.

"नऽऽको मला," धाप देत ती बोलत होती. ऊर्मिलाने दुधाची वाटी किचनमध्ये नेऊन ठेवली. ती नारायणकडे पाहून खुणवायला लागली. हातवारे करून त्याला जवळ बसायला सांगितले. नारायण सासूजवळ बसला. ऊर्मिला उभीच होती. तिला तिच्या आईची अवस्था पाहवत नव्हती. इतक्यात दोन्ही हात पुढे करत तिने नारायणचे पाय पकडले, पायांना स्पर्श केला अन् त्याला हात जोडले.

नारायण म्हणाला,"मामी, तुम्ही काय कर्ता हे? माझ्या पाया कशाला पडता? तुम्ही माझ्यापेक्षा मोठ्या आहात." असं बोलत असताना ताराबाईच्या डोळ्यातनं घळाघळा अश्रू ओघळायला लागले.

परत ताराबाईनं जवळ येण्याकरता हाताने खुणावलं. नारायण जवळ आला. त्या काय बोलतात ते लक्षपूर्वक ऐकायला लागला. "हे बऽऽऽघा, तुम्ही माझे जावई नाही, लेकासारखं हाय, माझ्या लेकानं केलं नसतं एवढं तुम्ही केलंय, मी तुमच्या पाया पडतेय, मला एक वचन द्या." असा एकेक शब्द धाप लागत असल्यामुळे तोडत तोडत ती नारायणला बोलत होती.

नारायण पुन्हा म्हणाला, "तुम्ही माझ्या पायाला हात लावू नका. मीच तुमच्या पाया पडतो. तुम्ही माझ्यापेक्षा वयानं मोठ्या आहात, आईसमान!"

"हे बघा, माझ्या पोरीला कधीच वाऱ्यावर टाकून देऊ नका, एवढंच मला तुम्हाला सांगणं हाय." असं हळूहळू त्या नारायणला सांगत होत्या.

नारायणने ताराबाईचा हातात हात घेतला. "हे बघा, वचन देतो." असं म्हणत त्याने ताराबाईच्या हातावर हात ठेवला.

हे ऐकताच ताराबाईला बरं वाटलं. तिनं एक सुस्कारा सोडला अन् ती परत गोधडीवर आडवी झाली. डोळे मिटले. नारायणला तिच्या दुखण्याची चिंता लागली होती. ऊर्मिला निराश झाली होती. तिचा चेहरा काळवंडला होता. आकाश-नीलकमल गाढ झोपी गेले होते.

नारायणला व ऊर्मिलाला काही झोप येत नव्हती. अर्धा तास झाला असेल. नारायण व्हरांड्यात आला. मामीकडे पाहू लागला.

"मामी, अहो मामी..." जागे करण्यासाठी मुद्दामच हाक मारली. मामीचा हुंकार येत नव्हता. नारायण खाली वाकला, त्यांच्या तोंडाकडे पाहिले, छातीची धडधड पाहिली. छातीची धडधड बंद झाली होती. ऊर्मिला जवळ आली, ती तिच्या आईला गदागदा हलवू लागली. आई जागची हलेना. निपचित पडली होती. अंग गार पडत चाललं होतं. श्वास घेणं बंद झालं होतं. नाकावर बोट ठेवून पाहिलं. मामीचा आवाज येत नव्हता, ती गार पडली होती.

"आई, आऽऽई, आई," करून ऊर्मिला रडायला लागली. हुंदके देऊ लागली. नारायणला रडू कोसळले. तो घाबरून गेला. ऊर्मिलाला हुंदके आवरत नव्हते. तिला फीट येईल, तिची दातखिळी बसेल म्हणून तिची समजूत काढत होता. मामी गेली होती. अनंतात विलीन झाली होती.

नारायण जागेवरनं उठला.

आकाशला उठवला.

"अरे, मामी गेली..."

आकाश भांबावून गेला. त्याने मामीकडे पाहिले.

"आजी, आऽऽऽजी," करून रडू लागला. त्यालाही हुंदका आवरेनासा झाला. त्याची समजूत काढली. ऊर्मिला रडतच होती. नीलकमलही भांबावून रडायला लागली. नारायणने तिचीही समजूत काढली व ताबडतोब नामदेवला फोन केला. त्याला ही बातमी समजताच तो नारायणकडे आला. त्याने क्षणभर मामीकडे पाहिले. तिचा चेहरा निस्तेज होता.

"आपण डॉक्टरकडे घेऊन जाऊया."

नामदेव अगत्याने म्हणाला, "हो ताबडतोब जाऊया."

नारायण व नामदेवने ताराबाईला उचलली. खाली आणली, आकाशने रिक्षा आणली, आकाशला घरातच नीलाबरोबर थांबायला सांगितलं, रिक्षातून ताराबाईला ऊर्मिला, नारायण व नामदेवने भगवती इस्पितळात आणले. डॉक्टरनी तत्काळ तिची तपासणी केली. ती मृत झाल्याचे डॉक्टरनी सांगितले. रात्रभर ते शव इस्पितळात ठेवले.

दुसऱ्या दिवशी शवविच्छेदन झाले. नारायणने लक्ष्मणमामांना तार केली. संध्याकाळी प्रेत मिळाले. ऊर्मिलाच्या मैत्रिणी शिरोडकर व वर्तकबाई आल्या. मामा तोपर्यंत मुंबईला पोहोचला नव्हता.

बोरीवलीच्या बाभई स्मशानभूमीत ताराबाईचे प्रेत आणले.

उर्मिलेसोबत तिच्या मैत्रिणी होत्या. नारायण, नामदेव या दोघांनी लाकडे रचायला लावली. अंत्यविधीची वेळ झाली. ताराबाईला मुलगा नव्हता. ऊर्मिला हीच तिच्या पोटची मुलगी.

"धर, मामींगा पाणी पाज..." असं नारायणने मडकं तिच्यापुढं धरीत म्हणाला. त्या मडक्यांत पाणी भरलेलं होतं. ऊर्मिलाचे रडून रडून डोळे लाल झाले होते. ऊर्मिलाचे सांत्वन त्या दोन्ही मैत्रिणी करत होत्या. त्या मडक्यातले पाणी ऊर्मिलाने तळहातावर घेऊन प्रेताच्या तोंडात सोडले. तिला रडू आवरत नव्हते. नारायण, नामदेव, शिरोडकर, वर्तक यांनीही पाणी मृत ताराबाईच्या तोंडात घातले.

ऊर्मिलाने मडकेही फोडले. अग्नी देण्याकरिता नारायणने एक जळते लाकूड

ऊर्मिलेच्या हातात दिले. ते जळते लाकूड हातात घेऊन प्रेताला अग्नी दिला. ह्या मुलीनेच मुलाचे अंत्यसंस्काराचे कार्य केले होते. हिंदू धर्मातला समाजसुधारणेचा हा एक आविष्कार होता. नारायणचा तिला पाठिंबा होता. ती मात्र धाय मोकलून रडत होती. मायेचा स्पर्श दुरावला होता. लक्ष्मणमामा दुसऱ्या दिवशी आला. तिसऱ्या दिवशी सावडणं झालं. नारायण व ऊर्मिलेनंच हे सर्व कार्य उरकून घेतलं. ऊर्मिला मात्र आता खरोखरच अनाथ झाली होती. कार्य झाल्यावर मामा ऊर्मिलाकडून गाडीभाड्याचे पैसे घेऊन वाल्ह्याला निघून गेला.

काही दिवसांतच कळलं की, ऊर्मिलाचा सख्खा बाप दारूच्या नशेत ट्रेनखाली पडून गेला. ऊर्मिला आई-बाप जिवंत असतानाही अनाथ होती. ते तिच्या जीवनातलं एक दुर्भाग्य होतं. आता तर दोघेही देवाघरी गेले होते.

मामा, बनूआजी ही माणसं देखील तिला सोडून गेली होती. लहानपणापासून दुःख भोगलेली ऊर्मिला आयुष्यभर दुःख भोगत होती. नारायण नेहमी तिच्या दुःखात सहभागी होत असे. कारण तो तिचा नवरा होता.

तिची सासू सावित्राबाई मात्र स्वतःच्या घरी बाळूच्या लग्नाची जुळवाजुळव करत होती.

बाळू हा नारायणचा सगळ्यांत शेवटचा भाऊ. तो जवान झाला होता. आईनं त्याचं लग्न ठरवण्यासाठी पुण्यात पायपीट केली. त्याचं स्थळ शोधता शोधता पिंपरीजवळच असणाऱ्या भोसरी गावात एक स्थळ आढळलं. ठवाळ नावाचे गृहस्थ एस. टी. त कामाला, त्यांना एक मुलगा व मुलगी. मुलगी उपवर झाली होती. बी. कॉम. झालेली. भोसरीला आई त्यांच्या घरी गेली.

''मुलगा काय करतोय?''

''बीएसटीत कामाला हाय!'' तिच्याबरोबर बाळू होताच. मुलगी स्वयंपाकघरात होती.

''शांता, चहा आण!'' असा बापाने आवाज दिला. मुलगी उंच व सरळ बांध्याची, नाकी, डोळी नीटस, जास्त गोरी नाही पण सावळ्या रंगाची.

शांता चहा घेऊन आली

सावित्राबाईच्या हातात व बाळूच्या हातात चहाचा एकेक कप दिला.

बाळूने मुलीला पाहिली, मुलीने बाळूला. मुलाला नोकरी आहे हे ऐकून मुलीचे वडील ठवाळ यांना बरं वाटलं.

''किती वर्षे नोकरी झाली?'' असा प्रश्न त्याने मुलाला विचारला.

''नुकताच लागलोय.'' असं उत्तर बाळूनं दिलं.

''आणखी घरी कोण कोण आहे?'' ठवाळ

"मोठा भाऊ इन्कमटॅक्समध्ये, दुसरा भाऊ बँकेत, तिसरा भाजीचा धंदा करतो, चौथा बँकेत, पाचवा बँकेत, सहावी बहीण. तिचं लग्न झालंय, तिला साताऱ्यात दिलंय!" उत्तर बाळूनं दिलं.

मुलगा बोलका आहे हे ठवाळाच्या बायकोने देखील आतून पाहिले. त्या देखील सर्व मंडळीत सोफ्यावर येऊन बसल्या.

"ही आमची मंडळी, चंद्राबाई! तो माझा मुलगा सुरेश अन् ही शांता," असं बोट दाखवित ठवाळ म्हणाले.

"आम्हाला मुलगी पसंत हाय," असं म्हणत सावित्राबाईनं कमरेला खोवलेल्या पिशवीतनं तपकिरीची डबी काढली, बोटात चिमूटभर घेऊन ती नाकात ओढली अन् स्वत:च्याच लुगड्याच्या पदरानं नाक हळूच पुसलं.

"ठीक आहे! आम्हालाही मुलगा पसंत आहे," असं म्हणत ठवाळांनी शांताकडे पाहिलं.

शांता आत निघून गेली. ठवाळ उठून तिच्या पाठोपाठ आत गेले. बापलेकीच्या खाणाखुणा झाल्या. मुलीनं बापाला लग्नाचा होकार दिला. मुलगी ग्रॅज्युएट आहे हे बाळूला अगोदरच स्थळ दाखविणाराने कळवलं होतं. बाळू ग्रॅज्युएट नव्हता. त्याने मॅट्रीकनंतर मोटार मॅकेनिकचा डिप्लोमा केला होता.

"लग्नाची तारीख कधी ठरवायची ते सांगा?"

"तुम्ही मुहूर्त बघा!" सावित्राबाई अगत्यानं म्हणाली.

समोरच भिंतीवर कालनिर्णयचं कॅलेंडर लटकत होतं. ठवाळांनी उठून त्यांत पाहिलं. मुहूर्त शोधायला लागले. मध्येच म्हणाले, "एक दोन महिन्यांत बरेच मुहूर्त आहे. आपण ब्राह्मणाला विचारून तारीख पक्की करूया."

सावित्राबाई म्हणाली, "शक्य होईल तेवढ्या लौकर करा." "बरं मी ब्राह्मणाला लवकरच विचारेन," असं ठवाळ म्हणाले.

"मग आम्ही निघतो." सावित्राबाई.

"जेऊन जाता का?" ठवाळ.

"नको, जेवण नको," बाळू म्हणाला. त्या दोघांनाही जायची घाई होती.

"आम्ही निघतो," असं म्हणून बाळू व आई ठवाळांच्या घरातून बाहेर पडले व पिंपरीच्या आईच्या घरी आले.

आईने एकटीनेच लग्नाची तयारी केली. तिच्या लोणंदच्या भावांना माहेरी कळवलं.

लग्नाची तारीख फिक्स झाली.

लग्न कधी उरकेल असंही बाळूला झालं होतं.

सुनेसाठी दोन तोळयांचं मंगळसूत्र केलं. पुण्यातच बस्ता बांधला

लग्नाचा मुहूर्त ठरला. पिंपरीलाच एका हॉलमध्ये माणसं जमली. नारायण नामदेव, दगडू, लक्षा, काळू, गंगी ही सर्व मंडळी आपआपल्या कुटुंबासमवेत आली होती.

हॉलमध्ये लग्न झालं. हॉलच्या बाहेर सुशोभित रंगाचा मांडव टाकला होता. ह्या मांडवाखालून जाणं सर्व मुलांना भागच होतं. प्रत्येकाला सावित्राबाईनं कपडालत्ता घेतला. साड्यांच्या घड्या प्रत्येक सुनेला घेतल्या. ती सर्वांच्या बरोबर गप्पा मारत होती.

मात्र ती नारायण व ऊर्मिलाबरोबर काहीच बोलली नाही. तिने लग्न ठरविल्याबद्दलही नारायणला व ऊर्मिलाला सांगितलं नव्हतं! नारायणचा मामा माधवराव, त्याचा थोरला मुलगा नंदकांत आणि वधूची सर्व पाहुणे मंडळी उपस्थित होती.

लग्नाची वरात निघाली. बँडबाजा वाजायला लागला. सनईचे सूर ऐकायला यायला लागले. वरातीत सर्व मुलं नाचायला लागली. नारायणचा मुलगा आकाश हा नाचून नाचून घामाने डबडबलेला होता. सावित्राबाई नातवाकडं कौतुकानं पाहत होती. नारायणवर मात्र तिचा राग होता.

लग्न उरकलं. आहेराचा समारंभ चालू झाला. पाहुणे मंडळी नामदेवबरोबरच गप्पा मारत होती. भावाने बहिणीच्या मुलाला आहेर दिला व बहिणीने भावाला नवीन कपडे दिले. त्या समारंभात सावित्राबाई थाटानं वावरत होती. नारायणचा कचरा करायचा होता, तो तिनं तिथं केला. त्यात तिला समाधान मिळालं होतं.

नारायण मात्र 'निर्लज्जम सदा सुखी' होता. तो गप्प राहिला. लग्न उरकलं. बाळूला विचारलं, धाकटी भावजय शांताला विचारलं व निघू लागला.

इतक्यात ठवाळांनी त्याच्याकडे पाहून विचारलं,

"तुम्ही मोठे भाऊ का?"

"होय."

"नाही, मला ठाऊक नव्हतं. आपली गाठभेटच झाली नाही." ठवाळ बोलले.

"अहो गाठभेट घालून देणाऱ्याने गाठभेट करून द्यायला पाहिजे होती." असं म्हणत नारायण आईकडे पाहत त्वेषाने बोलला.

ठवाळ गप्पच होते. ते शांत स्वभावाचे.

"तुम्ही घरी चला."

"नाही, आता घरी येणार नाही. परत सवडीनं येईन." असं नारायण म्हणाला.

"आम्ही मुलीला तुमच्या घरी पाठवणार आहोत." ठवाळ.

"अवश्य पाठवा, आईच्या घरी!" असं नारायण म्हणाला.

"मी निघतो आता," असं म्हणत नारायणने नीलकमल, आकाश व ऊर्मिला यांना घेऊन सरळ मुंबईची गाडी धरायला पुणे स्टेशन गाठले. नारायणच्या धाकट्या भावाचे लग्न उरकले होते.

◆

**ए**कदा नारायण चर्नीरोडच्या कार्यालयात बसला होता. ऑफिसचे काम चालू होते. इतक्यात एक व्यक्ती तेथे आली व नारायणजवळ येऊन थांबली.

''नारायण बागडे कोण आहेत?''

त्या व्यक्तीकडे नारायणने पाहिले, ''हो मीच आहे.''

तो घडीभर थांबला.

''बसा.''

नारायणच्या समोर ती व्यक्ती बसली. नारायण कामात गर्क होता. त्याने काम थांबविले.

''हं बोला काय काम आहे?'' नारायणला मनात वाटले हा ऑफिसच्या कामानिमित्त आला असेल.

''मी तुम्हालाच भेटायला आलो होतो.''

''मी तुमचे वर्तमानपत्रातून स्तंभलेख अधूनमधून वाचत असतो.''

''हो, मी लिहीत असतो.'' नारायण उद्‌गारला.

''तुमचे लेख आवडतात आणि तुमच्या सामाजिक कार्याविषयी
मला थोडं फार ठाऊक आहे,'' असं तो म्हणाला.

''तुमचं नाव काय?''

''माझं नाव सुभाष सोनंदकर. मी याच बिल्डींगमध्ये आयुर्वेदिक कॉलेजमध्ये बी. ए. एम. एस. च्या दुसऱ्या वर्षाला आहे. तुमच्यासारखं वर्तमानपत्रात लिहावंसं वाटतं.''

''मग अवश्य लिहा की!'' नारायण बोलला.

''माझं कॉलेजचं शिक्षण पूर्ण झालं, की मी वर्तमानपत्रातून लिहीत जाईन, पण तुमचं मार्गदर्शन हवंय!''

''मी मार्गदर्शन करेन, त्यात काय? सोपं आहे, मात्र तुम्हाला मनापासून आवड पाहिजे.''

"तुम्हाला भेटायची उत्सुकता लागली होती."

"तुम्ही राहायला कुठे आहात?"

"अंधेरीला."

त्या गृहस्थाने नारायणला स्वत:ची सर्व माहिती सांगितली.

"मग कॉलेजचे शिक्षण पूर्ण झाल्यावर दवाखाना उघडणार का नोकरी करणार?" असा नारायणने प्रश्न विचारला.

"मी दवाखाना उघडणार, प्रथमत: मेडिकलचा कोर्स तर पूर्ण केला पाहिजे," असं म्हणत सुभाष हसला.

"चहा पिणार का?"

"नको, मला कळलं होतं तुम्ही याच ऑफिसमध्ये आहात. तुम्हाला कुठल्यातरी सभेत पाहिले होते, तुमचे भाषणही ऐकले होते."

"तुम्ही प्रथमत: कॉलेजचे शिक्षण पूर्ण करा, मगच या फंदात पडा." असा नारायणने त्याला सल्ला दिला.

"ठीकंय, मी निघतो, माझी क्लासची वेळ झालीय." असं म्हणून सुभाष तिथून निघून गेला. तीन वर्षांनी तो बी. ए. एम. एस. झाला. इंटर्नशिप झाली आणि त्याने बोरीवली पूर्वला दवाखाना उघडला.

सुभाष नारायणकडे अधूनमधून येत होता. पत्रकारितेचे मार्गदर्शन घेत होता. वृत्तपत्रांतून स्फुट लेखन करू लागला. नारायणचे त्याला वेळोवेळी मार्गदर्शन घडू लागले. नारायणच्या घरी त्याची ऊठबस होऊ लागली. नारायणचं आणि त्याचं एक प्रेमाचं नातं जडलं.

सुभाषच्या मनात नारायणविषयी आदरभावना निर्माण झाली. नारायण, ऊर्मिलाच्या आजारपणात वेळेकाळेला त्याची मदत होऊ लागली. अगदी फॅमिली डॉक्टरसारखा तो जिव्हाळ्याने वागू लागला. नारायणला आपोआप आपल्या समाजकार्याचा, लेखनकार्याचा दाखला मिळत होता.

समाजकार्याच्या दगदगीमुळे-धावपळीमुळे, चर्मकार समाज संघटन करण्याकरिता हिंगोली, जळगाव, भुसावळ, अमरावती, पुणे, सातारा, कोकण आदी ठिकाणी महाराष्ट्रभर दौरे करण्यामुळे नारायणची तब्येत अचानक बिघडली. सतत डोकं दुखू लागलं. डोकं दुखायचं काही थांबेना. पुष्कळ औषधपाणी केलं पण डोकं दुखायचं काही थांबत नव्हतं, झोपही लागत नव्हती.

ऊर्मिला म्हणाली, "इस्पितळात जाऊन तुमची तपासणी करून घ्या."

नारायण म्हणाला, "ठीक आहे, आपण बॉम्बे हॉस्पिटलमध्ये जाऊया."

दोघेही बॉम्बे हॉस्पिटलमध्ये गेले. डोक्याचे स्कॅनिंग करून घेतले. मेंदूवर सूक्ष्म

गाठ दिसत होती. त्यासाठी डॉक्टरांनी भरपूर औषधं लिहून दिली. उपचार चालूच होते. मेंदूवर सूज चढल्यासारखे वाटत होते.

ऑफिसला जाता येत नव्हते.

ऊर्मिलाच म्हणाली, "तुम्ही आकाशला घेऊन आईकडे थोडे दिवस जा, हवा पाणी बदलून पाहा." तिने आकाशला सांगितले. आकाश नारायणला घेऊन पिंपरीला गेला.

आई भेटली, ती थोडी रागातच होती.

आकाशला पहिल्यावर तिला बरं वाटलं.

"काय झालं?" तिनं आकाशला विचारलं.

"पप्पांचं सारखं सारखं डोकं दुखत राहतंय. पुष्कळ औषध खाल्लीयंत, पण डोकं दुखायचं काही थांबत नाही. आईनं मला त्यांना सोडण्याकरता पाठवलंय."

आजी म्हणाली, "राहू द्या त्याला."

दुसऱ्याच दिवशी आकाश तिथून मुंबईला निघून आला. आई दररोज खाटीकखान्यात जायची, पाव किलो मटण आणायची, त्याचा रस्सा करून अळणी पाणी नारायणला सकाळी प्यायला द्यायची. नारायण नको, नको म्हणायचा पण तिच्या जबरदस्तीनं त्याला ते प्यायला लागायचं.

"आरं, जरा तू बाहेर चालून फिरून येत जा, घरात नुसताच पडून राहू नगंस!" असं आई त्याला म्हणायची.

नारायण हळूहळू चालायला लागला. त्याच्या अंगात त्राण येऊ लागले पण मध्ये मध्ये अशक्तपणामुळे पाय लटपटायचे, औषध खाऊन खाऊन तो कंटाळला होता. मटणाच्या रश्श्याने मात्र हळूहळू बळ वाढायला लागलं. आठ दहा दिवसांत तो हिंडू फिरू लागला. डोकं दुखण्याचं प्रमाण हळूहळू कमी व्हायला लागलं. पंधरा दिवस उलटले. त्याला घराची आठवण होऊ लागली, मुलं त्याच्या नजरेसमोर दिसू लागली.

सावित्राबाई आई रागीट होती, तापट होती, पण ती शेवटी आईच होती.

"मी मुंबईला जाणार," असं नारायणने आईला सांगितलं.

"आणखी पंधरा दिवस राहा, आणखी अंगात ताकत येईल. आताशी कुठं चालतोस, फिरतोस. नाय तर किती वाळला होतास. तोंडाकडं बघवत नव्हतं." असं सावित्राबाई म्हणाली.

"नाही, पोरांची आठवण येतेय."

पोरांचं नाव काढल्यावर ती म्हणाली, "जायचं हाय तर जा... आणखी तुझी बायको मला शिव्या देत बसल, तू इथं येऊन राह्यलास म्हणून."

हे ऐकून नारायण मुंबईला निघून आला.

एकदा सावित्राबाई नारायणकडे मुंबईला लेकाच्या घरी आली. "दगडू फार दारू पितोय त्याला सुधच ऱ्हात नाय." असं म्हणू लागली. "चल तू माझ्या बरं." असं बोलून तिने नारायणला घरातून घेऊन भाजी मार्केटात गिरगावला घेऊन गेली.

दगडूला पाहण्यासाठी आई भाजीमार्केटात शोधू लागली. बाजारात तो काय सापडला नाही. नारायण पण त्याला शोधत होता. प्रार्थना समाजाच्या नाक्यावर दुपारच्या जेवणाच्या वेळी काही दुकानं बंद होती. बंद असलेल्या एका कटलरी दुकानाच्या ओट्यावर तो बसला होता.

नारायणने दगडूला पाहिलं. आईला बोलावलं. आई दगडूजवळ आली. दगडू ओट्यावर बसून पेंगत होता. त्याने अंगात घातलेला निळा शर्ट मळलेला होता. पॅंटीला घाणीचे डाग पडले होते. दाढी वाढलेली. केस विस्कटलेले. त्याच्या तोंडातून भसकन दारूचा वास आला. तो नशेत चूर झालेला. नशेचीच झिंग चढून तो पेंगत होता. त्याने ठेवलेली बाईदेखील त्याला पैसे पुरवायची बंद झाली होती. अशी त्याची दारुण अवस्था झालेली.

"अरे, दगडू घरला चल." आई त्याच्या खांद्याला धरून हलवीत होती. तो नशेतच झिंगत होता, "दगडू, दगडू..." आईने पुन्हा हाक मारली. त्याने नशीले डोळे उघडले, आईकडे पाहिले, दादाकडे पाहिले.

"काय रे, असा कसा अवतार करून घेतलास?" आई त्याला खांदा हलवून म्हणत होती.

परत तो झिंगायला लागला.

"ये दगडू, इकडं बघ," नारायण म्हणाला.

दगडूने पुन्हा डोळे किलकिले केले.

"आरं, घरला चल माझ्याबर, पुण्याला ऱ्हा, बायका पोरं सांभाळ, इकडं का रस्त्यावर पडून ऱ्हातोस ?"

आई पुन्हा पुन्हा त्याला समजावत होती.

"जातोस का पुण्याला?" नारायणने विचारले. दगडूने नकारार्थी हात हलवला.

"अरं, माझं ऐक." आई.

"मला पैसे दे." दगडू झिंगतच बोलला.

"आरं, मुडद्या आईक माझं, चल माझ्याबरं."

"मी न्हाय म्हणतोय ना!" असं रागानं बोलत दगडूने डोळे उघडले. डोळे लाल लाल भडक, अंग पिवळंफटक.

"तू आमचं का ऐकत नाहीस?" नारायण. "मला ऐकायचं न्हाय, रस्त्यावरच पडून मराऽऽयचंय."

"आई, मला पैसे दे."

आईने कमरेच्या पिशवीतली पन्नास रुपयाची नोट काढली. ती दगडूच्या हातात दिली. नोट बघून त्याला थोडी तरतरी आली.

"तू घरी चल, ऐक माझं." नारायण सांगत होता.

"मला यायचं न्हाय, कुठंच जायचं न्हाय." असं म्हणत त्याने पन्नासची नोट खमीसच्या खिशात ठेवली.

"तू काय ऐकायचा न्हाइस." असं म्हणून आई नारायणकडे बघू लागली.

"चल, त्यो काय ऐकायचा न्हाई." असं म्हणून ती नारायणला घेऊन वाटेला लागली. रस्ता ओलांडताना ती बडबडत होती. "तू थोरला भाऊ असून त्याची काय इलेवाट लावत नायस, असाच तो मरायचा." सावित्राबाई नारायणला अशा कानपिचक्या देत तिथून निघून गेली. तपकिरीची डबी पिशवीतनं काढली पण ती रिकामीच होती. त्यात तपकीर नव्हती. तिनं त्या नादात त्या डबीचाच वास घेतला व तिनं ती डबी कमरेच्या खोवलेल्या पिशवीत ठेवून दिली.

आई बोरीवलीतच स्टेशनजवळ फूटपायरीवर भाजी विकायला बसायची, पण ती कुठं जाते, कुठं धंदा करते हे कुठल्याच लेकाला काही सांगायची नाही. दगडूची ती हालत पाहून नारायणचं मन चिंतातूर झालं होतं. कष्ट करण्याची तिची जिद्द मात्र आगळीच!

◆

१९८८ साली आकाश अकरावीत होता. गोखले ज्यु. कॉलेजमध्ये तो शिकत होता. त्याची शाळेतून समुद्रकिनारी ठाणे जिल्ह्यातील बोर्डीला पिकनिक जाणार होती. ह्या पिकनिकसाठी त्याला पैसे हवे होते. तो फार हट्टी स्वभावाचा होता तसा अवखळही होता.

"पप्पा, मला तुम्ही ट्रीपसाठी पैसे देणार का?" त्यानं नारायणला विचारलं.

"किती?"

"पंचवीस रुपये."

"हे बघ, तुला पंचवीस रुपयाऐवजी मी पन्नास रुपये देईन. पण तू काही पिकनीकला जाऊ नकोस कारण तू फार अवखळ आहेस. समुद्रावर पोहावयास जाशील... आणि तुला तर पोहता येत नाही. त्याकरिता तू जाऊ नकोस!"

आकाश गप्पच राहिला. त्याला मनातून बापाचा राग आला. आकाशची सवय बापाला माहीत होती. तो अत्यंत अवखळ असल्यामुळे नारायण त्याला ट्रीपसाठी मनाई करत होता. एकुलता एक मुलगा असल्यामुळे नारायण त्याला जपत होता. परंतु त्या मुलानं गैरसमज करून घेतला.

दुसरा दिवस उजाडला. ऊर्मिला कामावर गेली होती. आकाश एकटाच घरात होता. पलंगावर झोपला होता. त्या दिवशी नारायण कामावर गेला नव्हता.

दुपारी पलंगावर आडवा पडल्यामुळं नारायणनं त्याच्याकडं पाहिलं. त्याच्या तोंडातून कसलातरी फेस येत होता. नारायणने त्याला हलवलं. त्याचे डोळे उघडून पाहिले. त्याला काही बोलता येत नव्हतं. त्याच्याशेजारीच टिकट्वेंटीची बाटली पडलेली आढळली. नारायण एकदम दचकला!

"आकाश, आकाश" करून ओरडू लागला. नारायण घाबरला होता. त्याने त्याला दोन्ही हाताने कसाबसा उचलला. त्याला चौथ्या माळ्यावरून कसाबसा खाली आणला. रिक्षा केली. रिक्षानं भगवती हॉस्पिटलमध्ये नेला. पोलिस केस

झाली. त्याला ॲडमिट करून घेतला.

तृप्ती नावाची डॉक्टर आली. तिनं त्याची तपासणी केली. नारायणला ताबडतोब तिनं औषधं आणायला सांगितली. नऊशे रुपयांची औषधं आणली. तिनं त्याच्या नरड्यात नळ्या घालून टिकट्वेंटी तोंडावाटे बाहेर काढलं. तो सारखा उलट्या करत होता. डोळे लाल लाल झाले होते. त्याच्या अवखळपणामुळे त्याला पिकनिकला पैसे दिले नाहीत म्हणून त्याने हा उपद्व्याप केला.

डॉक्टरने आकाशला इंजेक्शन देताना इंजेक्शनच्या काही बाटल्याही फुटल्या. नारायणला परत इंजेक्शन आणायला सांगितली. इंजेक्शन आणायला धावत पळत तो मेडिकल स्टोअरमध्ये गेला. इंजेक्शन आणून दिली. डॉ. तृप्ती म्हणाली, "तुम्ही वेळेत आलात म्हणून याचा जीव वाचला." नारायणने सुस्कारा सोडला. रात्री तो घरी परतला. ऊर्मिलाला त्याने सर्व हकिकत कथन केली.

"बापाने पैसे दिले नाहीत म्हणून त्याने जीव द्यायचा का? मेला तर मरू देत." रागा-वैतागानं ऊर्मिला म्हणाली.

नारायणचा चेहरा चिंताक्रांत झाला. दोन दिवसांनी ऊर्मिला इस्पितळात गेली. आकाशची अवस्था पाहिली. तिथं तिने त्याची शुश्रुषा केली. परंतु मनातून तिला त्याचा रागच होता. त्याच्या अवखळपणाची व हट्टीपणाची आईवडिलांना भीती वाटत होती.

डॉक्टरने सांगितलं, "त्यांना मानसतज्ज्ञाकडे घेऊन जा."

इस्पितळातनं आकाशला तीनचार दिवसांनी घरी घेऊन आले. मानसोपचार झाला. तो बरा झाला. पण नारायण व ऊर्मिलाच्या जीवनातील नियतीचा खेळ थांबलेला नव्हता.

१९९३ सालात नीलकमल बी. डी. एस. च्या परीक्षेला शेवटच्या वर्षात होती. नायर हॉस्पिटलमध्ये परीक्षेचं वेळापत्रक लागलं होतं. नीलकमलने वेळापत्रक लिहून घेतलं. परीक्षेला सुरुवात झाली. दोन पेपर झाले होते. शनिवार होता. नारायणला शनिवारची सुट्टी होती. त्याची शनिवारची अर्धी सुट्टी असे, ती आता पूर्ण दिवस मिळायला लागली होती. सुट्टीचा दिवस म्हणून तो सेंट जॉर्ज हॉस्पिटलमध्ये एका डॉक्टर मित्राला सहज भेटायला जाणार होता. डॉक्टरांच्या ओळखीपाळखीमुळं नीलकमलला कधी ना कधी फायदा हा हेतूदेखील त्याच्या मनात होता. ऊर्मिलाला त्यानं तो अगोदरच बोलून दाखविला होता.

"तू येणार आहेस का माझ्याबरोबर?" नारायणने ऊर्मिलाला विचारलं ऊर्मिलानं क्षणभर विचार करून सांगितलं, "येईन, मी रजा घेईन."

ऊर्मिलाचा व त्याचा बाहेर जाण्याचा बेत ठरला. दोघेही व्ही. टी. स्टेशनच्या बाजूला असलेल्या सेंट जॉर्ज इस्पितळाकडे आले. तिथं वैद्यकीय विद्यार्थ्यांच्या परीक्षा

चालू होत्या. त्यांना ज्या डॉक्टरला भेटायचे होते ते डॉक्टर त्यांना भेटले नाहीत. नारायण निराश झाला.

सेंट जॉर्जच्या आवारात त्यांना काही विद्यार्थी दिसले. ते नायर इस्पितळातले होते. एका विद्यार्थिनीने ऊर्मिलाला ओळखले. ती थबकली. तिच्याजवळ आली व म्हणाली, ''तुम्ही नीलकमलची आई ना?''

''नीलकमल आज परीक्षेला आली नाही!''

ऊर्मिलाला काही कळलेच नाही. नारायण पण तिच्याकडे पाहत राहिला. आज ऑर्थोचा पेपर होता. ऑर्थो दंतवैद्यकीय शास्त्रातला एक विषय. नारायणने विचारलं, ''तो आज पेपर होता काय?''

''हो,'' त्या मुलीनं उत्तर दिलं.

घाईघाईने ती मुलगी तिच्या इतर मैत्रिणींसह निघून गेली. नारायण विचार करू लागला. नील आज पेपरला का बसली नाही? कदाचित ती वेळापत्रक लिहिताना ह्या पेपरचा विषय लिहायचा विसरली असेल असं क्षणभर नारायणने विचार केला.

ऊर्मिला म्हणाली, ''आता काय करायचं?'' नारायण पुन्हा पुन्हा विचार करू लागला. त्याला काही सुचेना. वर्षभर मेहनत करायची आणि असला बिकट प्रसंग यायचा. आईबापानं मुलांच्यासाठी खस्ता खायच्या आणि मुलांनी या घोडचुका करून ठेवायच्या.

नारायणला फार वाईट वाटू लागले. काही सुचेना. विचार करता करता त्याला घाम फुटला. आपण त्यांच्या हेड ऑफ द डिपार्टमेंट असेल त्यांच्याकडे जाऊन पाहूया.

दोघेही हेडांकडे आले. ते डॉक्टर पारशी गृहस्थ होते. केकी मेस्त्री. ऑर्थोचा पेपर देऊन विद्यार्थी घरला गेले होते. शिपायाजवळ नारायणने चिठ्ठी पाठवली. त्या डॉक्टरनी त्यांना थांबायला सांगितले. ते परीक्षेच्या कामात गुंतलेले होते.

तासभर नारायण व ऊर्मिला थांबले. तासाने त्यांना बोलावले.

''वॉट हॅपण्ड?'' मेस्त्रीनी विचारले.

''आमची मुलगी आज पेपरला आली नाही.''

नारायण काकुळतीने म्हणाला.

''का आली नाय?''

''तिला जुलाब होत होते,'' अशी ऊर्मिलाने तत्काळ थाप ठोकली.

''काय, डिसेंन्ट्री झाली काय?'' नारायण 'हो' म्हणाला.

''आता पेपर कसा देणार? परीक्षा तर संपलेली हाय!''

''काहीतरी करून तिला परीक्षेला बसवा.'' नारायण कळवळून म्हणाला.

''मी तेला काय करणार?''

''डॉक्टर साहेब, तुम्ही काय तरी करा.'' ऊर्मिलानं त्यांना विनंती केली.

डॉक्टरांनी फोन लावला.

''डीन जागेवर नाय, तुम्ही डीन येईपर्यंत थांबा, बाहेर बसा.'' असं त्यांनी सांगितलं.

दोघेही बाहेर आले. बाकड्यावर बसले. दोघानांही काही सुचत नव्हतं. मुलीचं वर्ष वाया जाणार. सगळा डॉक्टरकीचा खर्च पाण्यात जाणार, आपल्या आशा आकांक्षेवर पाणी पडणार असं नारायणला सतत वाटायला लागलं.

तासाभराने ते दोघेही डॉ. मेस्त्रींकडे गेले. ते कामात गर्क होते. त्यांनी पुन्हा डीनला फोन लावला.

डीन आले होते. मेस्त्री म्हणाले, ''चला आपण डीनकडे जाऊया!'' दोघेही त्यांच्या समवेत डीनच्या कार्यालयात आले. मेस्त्रींनी दोघांनाही बाहेर बाकड्यावर बसायला सांगितले. ते डीनकडे गेले. दोघांची काही बोलणी झाली. मेस्त्री बाहेर आले. त्यांनी सांगितलं, ''आत या.'' दोघेही आत गेले.

''काय झालं?'' डीनने विचारले.

''माझ्या मुलीला जुलाब झाल्यामुळे ती आजच्या परीक्षेला बसू शकली नाही.''

''मग काय करायचं?'' डीन म्हणाले.

''साहेब तिचं वर्ष फुकट जाईल. एवढा खर्च करून आम्हाला भुर्दंड बसेल. आम्ही सामान्य माणसं, कसंही करून तिला परीक्षेला पुन्हा बसवा.'' नारायण गदगदून म्हणाला.

''ठीकाय! तुम्ही तसा अर्ज करा.''

नारायणने कागद पेन घेऊन तसा अर्ज लिहिला व डीनच्या हातात दिला. डीनने तो वाचला. त्याच्यावर शेरा मारला. डीनने परत कंट्रोलर ऑफ एक्झामिनीशनला फोन लावला. त्यांच्याशी काही बोलणं झालं.

डीनने सांगितलं, ''सोमवारी तुम्ही मुलीला परीक्षेला पाठवा.'' एवढं ऐकून दोघांचा जीव भांड्यात पडला. दोघांनी त्या दोघांचे आभार मानले व बाहेर पडले. डॉ. मेस्त्री बाहेर आले होते. त्यांचे पुन्हा दोघांनी आभार मानले व त्यांनी घर गाठले.

नीला गप्पपणे पलंगावर नाराज होऊन बसली होती. नारायणने तिला विचारले. ''काय झालं गं? आज परीक्षेला का गेलीस नाही?'' नारायणने तिला सगळी हकिकत समजून सांगितली, ''तू सोमवारी परीक्षेला सकाळी नऊ वाजता जा.'' ती अभ्यासाला लागली. तिला तिची चूक कळून आली होती. नारायण व ऊर्मिलाने तिचा राग राग केला नाही.

नीलकमल सोमवारी सकाळी ऑर्थोच्या पेपरला हजर झाली. त्यावेळेस तिला मेस्त्री सरांना भेटावे लागले.

''अरे, तुझे आईवडील आले होते, तू पेपरला का अटेण्ड झाली नाय?'' असे मेस्त्रीने तिला विचारले. नील अगोदरच घाबरलेली होती. तिचे डोळे पाणावले.

मेस्त्रींनी तिची मानसिकता ओळखली होती.

"हे बघ, एकदा काय झाला. मी पाचवीला होतो. माझा हिस्ट्रीचा पेपर होता, मला आठवला नाय अन् मी जॉग्रफीचा अभ्यास करून गेला होता." हे मेस्त्रीने दिलखुलासपणे समजविले. ते पारशी असल्यामुळे त्यांच्या बोलण्यांत गोडवा होता.

"जा तू आर्थोचा पेपरला बश!" असं सांगून नीलला पेपर कक्षात पाठविले. तिची परीक्षा झाली अन् कर्मधर्मसंयोगाने त्या परीक्षेत तिला चांगले मार्क्स पडले.

हा तकदीरातला किस्सा नारायण कदापिही विसरला नाही. मुलीच्या शिक्षणाच्या संकटातून मात्र तो सुटला होता.

लक्षाचा गिरगावच्या मार्केटातून एके संध्याकाळी ? नारायणला फोन आला. नारायण झोपला होता. नारायणने फोनचा रिसीव्हर उचलला.

"दादा दगडू गेला." फोनवर गंभीरपणानं तो म्हणाला.

"काय झालं?"

"आज सकाळीच तो रस्त्यावर मरून पडला."

"खरंच काय?"

"हो, तू लौकर निघून ये."

"मी येतो."

"पोलिस केस झाली काय?"

"हो, लवकर निघून ये. मला घाबरायला झालंय."

"ठीकय येतो" असं म्हणून नारायणने फोन ठेवला. त्याचं डोकं सुन्न झालं. ऊर्मिला स्वयंपाकघरातनं बाहेर आली. तिला फोनच्या घंटीचा आवाज ऐकू आला होता.

"कुणाचा फोन होता?"

"लक्षाचा."

"काय झालं?"

"दगडू गेला."

"काय?"

"दगडू रस्त्यावर पडून मेला."

"मग, आता काय करायचं?"

"चला निघू," असं म्हणत तिनं घरातून पैशाचं पाकीट घेतलं. गॅस बंद केला. जेवणाची भांडी तशीच बाजूला सारली.

"चला जाऊया." ऊर्मिला नारायणला म्हणाली.

नारायण नुकताच कामावरनं आला होता पण तिकडं जाण्यावाचून काही गत्यंतर नव्हतं. नीलकमल अभ्यास करत होती. आकाश खाली खेळायला गेला होता.

दोघंही ताडकन गिरगावात भाजी मार्केटात आले. तिथं लक्षाची बायको नीता भेटली.

"काय झालं ग?"

"दगडू भाऊजी तिकडं कुठं रस्त्यावर पडून मेला." अशी ती उद्‌गारली.

"लक्षा कुठाय?" नारायणने विचारले.

"ते त्याच कामासाठी महारबावडी पोलिस स्टेशनावर गेलेत."

नारायण ऊर्मिलाला म्हणाला, "तू इथं बस मी पोलिस स्टेशमध्ये जाऊन येतो."

इतक्यात तिथं सावित्राबाई आली. रडायला लागली, गोंधळ घालायला लागली.

"हे बघ, रडत बसू नकोस. ही रडत बसण्याची वेळ नाही. चल आपण पोलिस स्टेशनला जाऊ." अशी नारायणने तिची समजूत काढली.

ऊर्मिला भाजी बाकड्यावर डोक्याला हात लावून बसली. आई व नारायण पोलिसस्टेशनला आले. नारायणने तिथल्या सबइन्स्पेक्टरला सगळी माहिती सांगितली. मोठा भाऊ म्हणून त्याची नोंद करून घेतली. सावित्राबाईचीही त्याने विचारपूस केली. इतक्यात नामदेवही तिथं आला. बाकड्यावर गेला होता तिथं त्याला दगडूची मृत्यूची माहिती कळली होती. नामदेवलाही पोलिस स्टेशनमध्ये विचारले. त्याचीही नोंद करून घेतली. आई गप्प उभी होती. "बॉडी पोस्टमार्टेमसाठी जे. जे. ला पाठवलीय. तिथं तुम्ही जा," असं पोलिस इन्स्पेक्टरनं सांगितले.

ते तिघेही पुन्हा भाजीबाकड्यावर बनाम हॉल लेनमध्ये आले. रात्रीची वेळ. रात्रीची मयत मिळणार नव्हती. बाकड्यावर धड उठाय, बसाय पण जागा नव्हती. सगळ्यांनाच भूक लागली होती. कुणीही जेवलेलं नव्हतं. रात्र कशी काढायची, हा विचार प्रत्येकाच्या मनात होता.

सकाळीच जे. जे. च्या कॉरोनर कोर्टात जावं लागेल म्हणून इथं थांबण्यात काही अर्थ नाही, कारण झोपायला जागाच नव्हती.

नारायण म्हणाला, "आम्ही घरी जातो, अन् सकाळी लवकर येतो." कुणी काहीच बोललं नाही. ऊर्मिलाला घेऊन नारायण रात्रीच घरी आला. नामदेव देखील झोपायला त्याच्या घरी निघून गेला. आई बाकड्यावर आडवी पडली. रडून रडून तिचे डोळे लालभडक झाले होते.

सकाळीच घरचं उरकून ऊर्मिला व नारायण जे. जे. कॉरोनर कोर्टात आले. हळूहळू त्यांची नातेवाईक मंडळी जमत होती. चंद्रप्रभा, आनंदी ह्या मावळणी, थोरली चुलती सीताबाई आणि इतर नातेवाईक मंडळी जमली होती. आकाशही तिथं आला होता. कॉरोनर कोर्टात न्यायाधीश आले. मयतांच्या पेपर्सवर सह्या झाल्या आणि प्रेत घेऊन जाण्यास सांगितले.

कॉरोनर कोर्टाचे ते शवागार. सुमारे पंधरा वीस जणांची प्रेतं पडलेली. त्यात बरीच वारसदार नसलेली. त्या प्रेतांच्या ढिगाऱ्याकडे पाहून किळस यायला लागली.

सगळेच नागडे देह अस्ताव्यस्त पडलेले, सर्वत्र उग्र दमट दर्प. त्यातून ज्याचं त्याने प्रेत ओळखायचं.

दगडूचं प्रेत शोधलं. ते बाहेर काढण्यासाठी तिथल्या कर्मचाऱ्याला चहापाणी द्यावं लागलं. आकाशला चुलत्याच्या अंतिम विधीसाठी अग्नी द्यावा लागला. शेवटी गरजवंताला अक्कल नसते. नाईलाज असतो. दररोज कितीतरी मरतात, त्यांचे नातेवाईक रडतात, प्रेतं घेऊन जातात.

गिरगावच्या चौपाटीवर तिसऱ्या दिवशी सावडणं झालं. दगडूला दारूने मुक्त केलं होतं. पोस्ट मार्टममध्ये कळलं, त्याला कावीळही झाली होती. नारायणच्या नशिबातली ही संकटं काही मिटत नव्हती. ''मुडद्या असाच मरायचास.'' हे शब्द नारायणला आठवायला लागले. आलीया भोगासी असावे सादर! सावित्राबाईचं रागीट बोलणं खरं ठरलं होतं.

आकाश जीवन विमा निगममध्ये कामाला लागला. चांगली नोकरी मिळाली. नोकरीमध्ये त्याचे मन रमू लागले. सांस्कृतिक कार्यक्रमात तो भाग घेऊ लागला. अशा वातावरणांत त्याचे एका मुलीवर प्रेम जमले. लता. लता ही त्याची जिवलग मैत्रीण बनली. घरी आल्यावर त्यांचे फोनवर एकेक तास बोलणे होऊ लागले.

नारायणला व ऊर्मिलाला कळले की लता-आकाशचे एकमेकावर प्रेम जडलेले आहे, ती मुलगी बौद्ध समाजाची होती. पण आकाशने मुलीची जात सुरुवातीला आईबापाला कळू दिली नाही. त्याला तिच्याशी लग्न करायचे होते.

घरातच त्याने एक दिवस विषय काढला.

''पप्पा, मला लताबरोबर लग्न करायचं आहे. आमच्याच ऑफिसमधली आहे.''

''मग तिला घरी घेऊन ये.'' नारायणने संमती दिली. नारायण व ऊर्मिलाच्या कानावर उडत उडत अगोदरच ही बातमी आली होती.

आकाशने दुसऱ्या दिवशी लताला घरी आणली. ती सावळ्या रंगाची होती. आकाश दिसायला देखणा. ऊर्मिलाने तिला किचनमध्ये नेली. तिच्या घरच्यांची चौकशी केली. तिचे घर साधारण कुटुंबातले होते. नारायणने ऊर्मिलाकडे पाहिले. जास्त काही बोलणे झाले नाही. वातावरण गंभीर होते.

नारायणला आकाशचे भवितव्य घडवायचे होते परंतु अचानकपणे ह्या दोघांचे प्रेम झाल्यामुळे नारायणला काही बोलता येईना. ऊर्मिलाही गप्पच राहायची. तिला हे मनापासून आवडले नव्हते. परंतु मुलाची लग्न करण्याची इच्छा आहे म्हणून ती गप्प राहिली.

थोड्या वेळानंतर लता निघून गेली. तिला सोडण्याकरिता आकाशही गेला.

ऊर्मिला व नारायणपुढे आकस्मित हा त्यांच्या लग्नाचा प्रश्न उभा राहिला होता.

"त्याला संसार करण्याची इच्छा असेल तर करू द्यात." असं ऊर्मिला नारायणला म्हणाली,

"अगं, त्यांना संसार करण्याची इच्छा असली तरी त्याबाबतीत ती अज्ञानीच आहे. जबाबदारी पेलण्याइतपत त्याने आणखी दोन तीन वर्षे थांबायला पाहिजे होते." नारायण उद्गारला.

"पण त्यांचा हट्ट असेल तर त्यांना लग्न करू द्यात." ऊर्मिला समजावून सांगत होती.

"त्यांनी लग्न करायला माझा नकार नाही पण त्यांनी स्वतंत्रपणे संसार करायला शिकले पाहिजे." असं बोलून तो गप्प बसला.

आकाशने लताच्या आईवडिलांना बोलाविले. त्यांची बोलणी झाली. मुलीच्या आईवडिलांनी लग्न करून द्यायचे ठरले.

दादरला त्यांचे लग्न झाले. दोघांचाही स्वतंत्रपणे संसार थाटून दिला. त्यांना दुसरे घरही घेऊन दिले. दोघांचा संसार दोन महिने नीट चालला. तिसऱ्या महिन्यात त्यांची आपसात कुरबूर व्हायला लागली. दोघांची सारखी भांडणं व्हायला लागली. आपण आईवडिलांच्या विरोधात हे लग्न केल्यामुळे, त्याला आईबापालाही काही बोलता येईना. त्यांचा संसार नीट चालावा हीच आईबापाची इच्छा होती. थोड्याच दिवसात आकाशचा त्याच्या मनावरचा तोल सुटत चालला होता.

नारायण व ऊर्मिलाला हे काही लक्षात येत नव्हतं. भांडण का होतात तेही दोघं घरात कळून देत नसत. त्याला विचारलं तर, आकाश काही उत्तर देत नसे. लता काही उत्तर देत नसे. त्यामुळे ऊर्मिला व नारायणला नेमके कारण कळत नसे. मुलाला एवढं स्वातंत्र्य दिले, संसार थाटून दिला परंतु सगळंच निष्फळ ठरलं. त्याच्या आईबापाला काहीच कळून न आल्यामुळे विपरीत परिणाम घडत होता.

एकदा लता भांडणात आकाशला म्हणाली, "मला तू घटस्फोट दे." एवढ्यावरनंच दोघांची फार भांडणं झाली. ती मुलगी आईवडिलांकडे निघून गेली. आकाश आईबापाकडे निघून आला. तो काही बोलत नसे, काही सांगत नसे. त्यामुळे नारायणचीही पंचाईत होऊ लागली. काही ना काही कळले तर तोडगा काढता येऊ शकतो.

लताला आणायला ऊर्मिला व नारायण तिच्या आईवडिलांच्या घरी गेले पण ती त्यांच्याबरोबर काही आली नाही. त्यामुळे आकाशला शॉकच बसला. आई वडिलांनी त्याला फार समजावून सांगितले. पण तो काही ऐकत नसे. काही खातपीत नसे.

त्याला - आकाशला मानसिक धैर्य यावं म्हणून नारायणने त्याच्या आजीबरोबर गावीही पाठवला. तो तिच्याबरोबर गावी गेला. मावळण गंगूकडे साताऱ्याला गेला. तिथे राहिला. आजीसोबत परत मुंबईला आला. परंतु मनाने तो खचला होता. एकटाच राहू लागला. ह्या एकटेपणात, त्याला दिलेल्या घरात त्याने झोपेच्या

गोळ्या खाल्ल्या व तो अनंतात विलीन झाला.

ह्या गंभीर घटनेमुळे ऊर्मिलाची शारीरिक अवस्था बिघडली. तिला मानसिक ताण येऊ लागला. लहानपणापासूनच दुःखी असलेलं तिचं जीवन आणखीनच व्याकुळ झालं. आई, बाप, बहीण, भाऊ कुणीच नाही अन् मुलगाही गेला. ती रात्र रात्र रडू लागली.

नारायणचेही ह्या वातावरणात, या आकस्मिक धक्क्याने हाल होऊ लागले. नातेवाईक मंडळी समजूत घालण्यासाठी येऊ लागली. पण ज्याचं घर जळलं असतं, त्याची व्यथा त्यालाच कळत असते. धीर देणं सोपं असतं, पण निभावणं फार कठीण असतं.

असल्या बिकट संकटात नारायण व ऊर्मिला सापडले. त्यांच्या जीवनाचा आधार नष्ट झाला होता. म्हाताऱ्यांची काठी हरवली, तरणाबांड पोरगा गेला, घरात शोककळा पसरली.

ऊर्मिला किती केलं तरी आई होती, आईचा जीव मुलावर जीवापाड असतो. नऊ महिन्यापासून त्याचं जतन केलं होतं. त्याच्या दुधाला पैसे पुरावेत म्हणून तिने रानातल्या ठाणे जिल्ह्यात ग्रामीण भागात पायपीट करत नोकरी केली होती. लहानपणापासूनच तिला थोरल्या मामाशिवाय कुणाचाच आधार नव्हता. मामा गेला, बनुआजी गेली, आईदेखील गेली आणि .... स्वरूपवान मुलगाही गेला. कर्माला दोष देण्यावाचून गत्यंतर नव्हते.

ऊर्मिलाची सारखी दातखिळी बसायची, फिटस् यायच्या. नारायणला तिच्यावर सारखे उपचार करायला लागायचे.

नारायणच्या घरावर अवकळा पसरल्यामुळे त्याचाही मनावर तोल राहत नव्हता. तो दररोज दारू प्यायला लागला. मनावर सतत दुःखाचे सावट यायला लागले. ते विसरण्याकरिता फार प्रयत्न करायचा. दारू पिता पिता तो एकटाच रडत बसायचा. त्याच्या डोळ्यातून घळाघळा अश्रू ओघळायचे आणि दारूच्या ग्लासात ते ओसंडून जायचे.

दुःख हलकं करण्याकरिता त्याला दारूची साथ पूर्णतः मिळत नव्हती. दारू त्याच्या ताब्यात नव्हती, तो दारूच्या ताब्यात जाऊ लागला, बैचेन होऊ लागला... बायकोलाही तो दुःख सांगू शकत नव्हता. मित्रांना, नातेवाईकांनाही तो ही करुण व्यथा सांगू शकत नव्हता. दारूशिवाय त्याचे मन हलके व्हायचे नाही.

दारूमुळे व शोकाकुल अवस्थेमुळे त्याची शारीरिक स्थितीही बिघडत चालली होती. दारू पिणे चांगले नाही, हे त्याला चांगले ठाऊक होते. परंतु त्याचं दुःख दूर करायला जवळ कुणीच नव्हतं. शेवटी आपण जर मेलो तर ऊर्मिलाची स्थिती अत्यंत वाईट होईल ह्या भावनेनं त्याने मनावर ताबा ठेवला.

मात्र दारू पिता पिता त्याला शोकाकुल परिस्थितीच्या बऱ्याच घटना सांगून

जात होत्या. कांदिवलीच्या अनंताश्रम ह्या बारमध्ये तो दारू पीत बसला होता आणि मद्यधुंद अवस्थेत दारू त्याच्याबरोबर अंत:करणातच बोलायला लागली.

दारू : अरे, तुझा मुलगा का गेला? तू याला सुख का दिले नाहीस?

नारायण : मी त्याला कुठले सुख मिळवून द्यायचे होते? त्याला नोकरी मिळवून दिली, घर दार दिले. त्याच्या मर्जीने लग्नही करून दिले?

दारू : तू त्याला प्रेम का दिले नाहीस?

नारायण : मी कुठले प्रेम विकत मिळवून देऊ? त्याने त्याचा संसार करायचा होता. लग्न झाले होते, संसार करायचा होता. मजेत राहायचे होते.

दारू : अरे गाढवा, तू मुलाला जन्म दिलास म्हणजे प्रेम द्यावयास नको का?

नारायण : मी फूटपायरीवर जगलेला माणूस! मला ना आईचे प्रेम मिळाले ना बापाचे !

दारू : मुलाला जन्म दिला म्हणजे प्रेमाची व्याख्या संपत नसते.

नारायण : मर्दासारखा मर्द पुरुषाचा जन्म, जिंदगीभर बापानेच मुलाला सांभाळायचे काय?

दारू : मग तू, त्याला जन्म का दिलास?

नारायण : जन्म दिला म्हणजे मी झक मारली!

दारू : मग झक मारलीस तर, आयुष्यात रडत बस!

नारायणचा हात लडखडला. दारूचे ग्लास जमिनीवर पडले, फुटले. रमेश तंबी हा धावत आला.

"क्या हो गया साब?" रमेश बोलला.

"कुछ नही हमने झक मारी है!" हे संभाषण तोंडात विरघळून गेले. तंबीने नारायणला उचलून बाहेर आणले व रिक्षात बसवले. त्याची रिक्षा घरापर्यंत आली व तो घरापर्यंत लडखडत पोहोचला.

दुसऱ्या दिवशी कार्यातला ह्याला एक मित्र भेटला, चंदू गायकवाड. "सातारकर बुवा, श्रीराम लागू यांनाही एकुलता एक मुलगा होता. त्याचंही आकस्मित निधन झालेलं आहे. दिव्या भारती हीसुद्धा आईबापांची लाडकी लेक सिनेमा अभिनेत्री होती. तिचंही निधन झालं आहे. तुम्ही शोक करत बसू नका. कुठल्यातरी कामात मन गुंतवून घ्या." असं आपुलकीनं तो सांगत होता. उदाहरण देत होता. चंदू गायकवाडाचं वाचन दांडगं होतं. त्याची समजविण्याची एक खास शैली होती. उदाहरणासहित समजावून सांगायचा, धीर द्यायचा.

नारायण पुन्हा वाचन करू लागला. अहिल्याबाई होळकरांचं जीवनचरित्र वाचलं. ते जीवनचरित्र वाचल्यावर नारायणला कळलं, की ह्या जगात आपल्यापेक्षाही कितीतरी दु:खी कष्टी माणसं आहेत. अहिल्याबाईचा सासरा, नवरा, मुलगा, नातू,

जावई, मुलगी, नातसुना, भाऊ ह्या सर्वांचे निधन तिच्या डोळ्यांदेखत झाले होते. तरीदेखील अहिल्याबाई बहात्तर वर्षांपर्यंत जीवन जगल्या. तिनं स्वत:ला धार्मिक कार्यात गुंतवून घेतलं होतं.

या कादंबरी वाचनामुळं नारायणच्या जीवनात आमूलाग्र बदल होऊ लागला. त्याने मानसिक तोल सावरला. दारूला बाजूला ठेवली. अहिल्याबाईंचा आदर्श त्याने मनातल्या एका कोपऱ्यात ठेवून दिला. त्या चरित्रावर त्याने वृत्तपत्रांतून स्तंभलेख लिहिले, मनाला गुंतवण्याचा तो एक उपाय होता.

त्याच्याशिवाय नारायणला आधारच नव्हता. पहाडाएवढे दु:ख नि जवाएवढे सुखच त्याच्या मनात उरले होते. आपण लेखन करता करता सामाजिक कार्यांत दुसऱ्यांच्या उद्धाराकरिता झटत राहावे व सांस्कृतिक कार्यात भाग घ्यावा असे त्याला पुन्हा पुन्हा वाटू लागले. 'तरुण मुलाचं निधन पाहणं हे जगात आईबापाला ह्यावरून दुसरं इतकं दु:ख कुठलंच वाईट नसतं.' संकटाच्या गुहेत ते दोघेही पति पत्नी अडकलेले होते.

वर्ष उलटलं. एका वर्षात रीतीरिवाजाप्रमाणे नीलकमलचं लग्न उरकायचं, त्या दोघांनीही ठरवलं. नीलकमलला स्थळ चालून आलं होतं. ललित हा सिव्हील इंजिनियर होता. पंढरपूर हे त्याचं गाव. मुलाला मुलगी पसंत होती आणि मुलीला मुलगा पसंत होता. दोन्ही घरातल्या मंडळींची बोलणी झाली. नारायणला ते समाजकार्यकर्ता म्हणून ओळखत होते. दोघांनी निम्मा निम्मा खर्च करायचे ठरले.

लग्न कसे घडवून आणायचे, हा प्रश्न होता. नारायणचे तर मन कुठल्याच गोष्टीवर लागत नव्हते. अण्णा कुलकर्णी घरी आले. त्या ब्राह्मण गृहस्थानेच पित्यासमान दोघांची समजूत काढली.

"हे पाहा बागडे, लग्न करून देण्यासाठी मी सर्व सहकार्य करेन, तुम्ही धीर सोडू नका." असं सांगून अण्णांनी लग्नस्थळाची जागा शोधली. गोरेगावातल्या एका हॉलमध्ये लग्न करायचे ठरले. जेवणखाण्याची कॅटरर्सना त्यांनीच ऑर्डर नोंदवली. अडीचशे ताटांची व्यवस्था त्यांनीच केली. लग्नाचा मुहूर्त ठरला. लग्नस्थळी वऱ्हाड पोहोचले. बसची व्यवस्था केली. बस्ता बांधला. नारायणने त्यांच्या नातेवाइकांना आमंत्रणे दिली.

सगळं वऱ्हाड लग्नस्थळी पोहोचले. वेळेत लग्न लागले. समारंभ पार पडला. नारायणच्या नातेवाईकांतली मंडळी व मित्रमंडळी हजर होती. वधूवरांची मंडळीही आली होती. लग्न उरकल्यानंतर नीलकमलच्या संसाराला सुरुवात झाली. नारायण व ऊर्मिलाला दिलासा मिळाला. तिचा संसार सुखाने होऊ लागला.

नीलकमलने बँकेचे कर्ज काढून बोरीवलीतच डेन्टीस्टचा दवाखाना काढला.

तिचा व्यवसाय ती करू लागली. अधूनमधून स्वत:च्या संसारातून आईबापाकडे ती लक्ष देऊ लागली. वर्ष उलटले. ती गरोदर राहिली व ती बाळंत झाली. कन्यारत्न झाले. बारसं झालं. मुलीचं नाव 'सायली' ठेवण्यात आले. 'पहिली बेटी धनाची पेटी' तिला मिळाली होती. नारायण-ऊर्मिला आजोबा आजी झाले.

मुलीला सांभाळण्याचा प्रश्न निर्माण झाला. तिला सांभाळण्यासाठी वाल्ह्याहून चांगुणा मामींना आणण्यात आलं. चांगुणाबाईंनी सायलीला चांगलं सांभाळलं. तिला शिशु वर्गात टाकलं. तिचं संगोपन मामी करू लागली. स्वत:चा संसार सोडून ह्या ऊर्मिलाच्या दु:खमय जीवनात ती समरस झाली.

असाच एके दिवशी मानसिक ताणामुळे अचानक ऊर्मिलाच्या छातीत एका रात्री दुखू लागलं. असह्य वेदना होऊ लागल्या. नीलकमल स्वतंत्रपणे राहत होती. तिला कळलं, ती आली, जावई आले. ऊर्मिलाला हृदयरोगतज्ज्ञ लोकरे डॉक्टरांकडे नेण्यात आले. कार्डिओग्राम काढला. हृदयविकार असल्याचा आलेख दर्शवित होता. ताबडतोब नर्सिंग होममध्ये आय. सी. सी. यु. मध्ये भरती करण्यात आलं.

नारायणवर संकटं कोसळतच होती. मुलाच्या जाण्यामुळे आईच्या जीवाची तगमग होत होती. त्या मानसिक त्राणामुळंच ऊर्मिलाचं हृदय कमकुवत झालं होतं.

डॉक्टरांनी सांगितलं अँजिओग्राफी करायला पाहिजे. पंधरा दिवसात तिला उपचार करून घरी सोडण्यात आलं. खाजगी डॉक्टरांचा अवाढव्य खर्च होता म्हणून नायर इस्पितळात जाऊन परत तिची स्ट्रेस टेस्ट देण्यात आली. डॉक्टरांनी सांगितलं अँजिओग्राफी करून घ्या नाहीतर जीवाला धोका निर्माण होऊ शकतो.

ऊर्मिलाने नकार दिला. तिच्या नकार देण्यामुळे नारायण हतबल झाला होता. त्याला बायकोची काळजी लागली होती. अशा अवस्थेत ती जीवन कंठू लागली. काही दिवसांनंतर ती शाळेत जाऊ लागली. पण तिने काही अँजिओग्राफी करून घेतली नाही. त्यामुळे अँजिओप्लास्ट किंवा बायपास सर्जरी होऊ शकली नाही.

खाण्यापिण्यात पथ्य पाळणं अपरिहार्य होतं. आयुर्वेदिक औषध केलं. त्यात ऊर्मिलाला संधिवातही झाला. हातापायांची बोटे दुखू लागली. अधूनमधून उपचार चालू होतेच. मानसिक ताण अधूनमधून वाढतच होता. हे दुखणं पाहणं हे नारायणच्या नित्यनेमाचंच होऊन बसलं होतं. ह्या दु:खावर औषध म्हणजे नारायणने परत समाजकार्यात मन गुंतवण्याचा प्रयत्न केला.

ऊर्मिलानं खाण्यापिण्याची पथ्यं बाळगून पुन्हा जीवनक्रमाला सुरुवात केली होती.

◆

**ना**रायणला अखिल भारतीय मराठी साहित्य संमेलनात भाग घेण्याची फार हौस असे. आळंदीला असेच साहित्य संमेलन भरले होते. ह्या संमेलनात नामवंत मंडळी उपस्थित होती. लता मंगेशकर प्रमुख पाहुण्या म्हणून उपस्थित होत्या. लता मंगेशकरांचे "ओऽ ऽ मेरे वतने के लोगो...." हेही गाणे तिथे झाले. त्यांचे छोटेखानी भाषणही झाले.

लताजींचा कार्यक्रम उरकल्यानंतर त्या स्टेजवरून खाली उतरल्या व महिलांच्या कक्षेजवळ आल्या. तिथं त्यांना बऱ्याच महिलांनी गराडा घातला. त्यांच्याशी गप्पा टप्पा झाल्या. लताजींचा गळा सुकला हाता. त्यांना पाणी प्यावयाचे होते. त्यांनी आजूबाजूच्या महिलांना पाणी आणण्यास सांगितले. परंतु लताजींच्या हावभावाकडेच पाहण्याची तिथल्या महिलांना हौस होती. त्या गराड्यातून कुणीच पाणी आणायला गेले नव्हते.

नारायण बाजूलाच उभा होता. ऊर्मिलाही ह्या संमेलनाला त्याच्या सोबत गेली होती. लताजी पाणी मागत आहेत हे तिने ऐकले व ऊर्मिलाने स्वत:जवळची पाण्याची बाटली काढली व विचारले, "लताबाई, हे पाणी चालेल का? उकळून गार केलेले आहे." "हो चालेल" असं म्हणून लताबाईंनी हात पुढे केला.

ऊर्मिलाने त्यांना स्वत:च्या भरलेल्या पाण्याची बाटली दिली. लताबाई बाटलीतलं निम्मं पाणी प्यायल्या. ती बाटली ऊर्मिलाकडे परत दिली. ऊर्मिलाला त्या संमेलनात एक वेगळाच आनंद मिळाला. संमेलनाला आल्याचे सार्थक झालं असा तिच्या मनाला वाटू लागलं.

ऊर्मिला व नारायणने एका धर्मशाळेत इंद्रायणीतीरावर रात्र काढली. ज्ञानेश्वरांनी मराठी भाषेला विकसित करण्याकरिता 'ज्ञानेश्वरी' लिहिली. तिच्याच पसायदानाने त्या संमेलनाला सुरुवात झाली होती. अशी संमेलने भविष्यात भरतील हे ज्ञानेश्वर-तुकोबांना देखील त्या काळात ठाऊक नव्हतं. 'स्वरसम्राज्ञी' लता मंगेशकरजींनाही त्याच्या गाण्याच्या बोलांतून कर्णमधुर संगीत, गोड गळ्यानिशी साकार करायला

मिळाले. ही गोड आठवण ऊर्मिला अद्यापही विसरलेली नाही. जमाना बदलेल तसं जगही बदलत जातं.

साल १९९७

केंद्रशासनाच्या केंद्रीय राजस्व मंडळातर्फे उत्तर प्रदेशातील बरेली येथील साहित्य कार्यशाळेसाठी नारायणाला निमंत्रित करण्यात आले होते. नारायणाला रायबरेली व बरेली यांतला फरकही ठाऊक नव्हता. चौकशी केल्यानंतर बरेलीला दादरहून ट्रेन जाते असे कळले. नारायण बरेलीला निघाला तशी ऊर्मिलानेही त्याच्या सोबत जाण्याची तयारी केली.

नारायण व ऊर्मिला दादरहून बरेलीला अठ्ठावीस तासांनी पोहोचले. रात्र झाली होती. ते बरेलीच्या एका हॉटेलमध्ये उतरले. दुसऱ्या दिवशी ते कार्यक्रमाच्या नियोजित स्थळी पोहोचले. तिथल्या अधिकाऱ्यांनी सांगितले, की हा कार्यक्रम काही कारणास्तव पुढे ढकलण्यात आला आहे. त्याच वेळेस मुंबइहून सेंट्रल एक्साईजमधूनही काही निमंत्रित आले होते. मुंबईचे जे निमंत्रित लोक होते त्यांची निराशा झाली होती.

हे पाहून तिथल्या अधिकाऱ्याने बरेलीजवळ असणाऱ्या नैनीतालला इथं आल्यासारखे पिकनिकला जाण्यास सांगितले. त्यांनी फोनवर संपर्क साधून नैनीतालच्या अधिकाऱ्यांना त्यांची व्यवस्था करण्यास सांगितले. बरेलीहून सहा लोक नैनीतालकडे रवाना झाले. ऊर्मिला व नारायण 'राजाचैनी' हॉटेलमध्ये उतरले. बाकीची मंडळी दुसऱ्या सूटमध्ये गेली व त्या जोडीला कमरा मिळाला. दोन दिवस नैनीतालमध्ये ऊर्मिला व नारायणने मुक्काम केला.

नैनीतालचे थंडगार वातावरण, जवळच असणारा उंच डोंगर, सुंदर तलाव, सर्वत्र पसरलेली हिरवी हिरवी वनश्री अशा छान वातावरणांत दोन दिवस हिंडणं, फिरणं झालं. बाकीची मंडळी आदल्याच दिवशी मुंबईला निघून गेली.

एका ब्राम्हणाने तिथेच नारायणला सांगितले,की तुम्ही इथं आल्यासारखे वैष्णव देवीचे मंदिरही पाहून जा. ऊर्मिलाच्या मनात त्या गोष्टीने घर केले. बरेलीहून जम्मूला जायचे व तिथे उतरून जम्मू अणि काश्मीर राज्य परिवहन मंडळातर्फे कटाऱ्याला जायचे व तिथे उतरून वैष्णव देवी मंदिराकडे पायी चालत जायचे.

ही माहिती मिळाल्यानंतर ऊर्मिला व नारायण तिसऱ्या दिवशी ट्रेनने जम्मूला पोहोचले. तब्बल बारा तासांनंतर जम्मूला उतरून कटाऱ्याला जायला बसने सुमारे चार तास लागले. तिथं पोहोचल्यावर दोघेही थकले होते. तिथेच जवळच्या हॉटेलमध्ये जेवणखाण झाले.

"आता आपण मंदिराकडे जाऊया." असे ऊर्मिलाने नारायणला सांगितले. पायी गेले तर तब्बल सहा तासांचे अंतर होते. नारायण म्हणाला, "एवढे चालणे

तर मला जमणार नाही.''

''मग कसे जायचे? आपण इथपर्यंत आलो आहोत. तर वैष्णवदेवीला जाऊनच येऊ!'' ऊर्मिलाने हट्ट धरला. तिथेच घोडेवाले उभे होते.

''वैष्णवदेवी मंदिरतक जाने के लिए कितने पैसे लोगे?'' नारायणने घोडेवाल्याल्या विचारले.

''एक आदमी का १५० रु. लेंगे, साब.''

''एक घोडेपर दो आदमी नहीं बैठ सकते क्या?'' नारायणने त्याला विचारले.

''नही साब, आप एक घोडेपर बैठो, दुसरे घोडे पे अपने बीबी को बैठने दो.''

''तो दोनोका तीन सौ रुपया लगेगा.''

''हाँ साब!''

''इसमे कुछ कम नहीं होगा क्या?''

''नही साब!''

असा दोघांचा सवाल जवाब झाला नि दोघेही एकेका घोड्यावर बसले आणि वैष्णोदेवी मंदिराकडे त्यांची वाटचाल सुरू झाली.

वाटेत निरनिराळ्या खाऊची दुकाने, खेळणी विकणारे, हॉटेल, वैष्णोदेवीच्या मूर्त्या, फोटो विकणारे असे दृश्य दिसत होते.लांबून लांबून भाविक देवीच्या दर्शनाला येत होते. कर्नाटक, उत्तरप्रदेश, बंगाल, तामिळनाडू, महाराष्ट्र इत्यादी प्रांतांतून आलेले भाविक तेथे आढळले.

मध्ये मध्ये थांबत-थांबत, विश्रांती घेत घेत, मध्येच चहापाणी घेत हा प्रवास दोघांनीही पार पाडला. गुडघे दुखू लागले. घोड्याच्या चालीने कमरेला हिसके बसत होते. त्यामुळे कंबरही दुखू लागली.

तिथे पोहोचल्यानंतर रात्र झाली होती. थंडीचे दिवस. रात्री त्यांच्या ट्रस्टच्या हॉटेलमधून त्यांनी जेवण उरकले. झोपण्यासाठी जागाही नव्हती. भाविकांची खचाखच गर्दी झाली होती. सगळ्यांनी मिळेल तिथे अंग टाकलेलं. दोघांनी कशी बशी जागा पटकावली. अंग टाकायचे होते. थंडीने जीव काकडून चाललेले, हातपाय थडथडत होते. भाड्याने अंगावर कांबळी घेतली, अन् रात्रीचे अंग टाकले, भाविकांना तिथे झोपच नव्हती. पहाट कशी झाली ते कळलेच नाही.

पहाटे तर मरणाची थंडी. स्नानगृहात जाऊन आंघोळ करावयाची होती. स्नानगृहात तर थंडच पाणी. अगदी बर्फाचा पाऊस कोसळल्यागत. नारायण नळावर गेला, हात, पाय, तोंड धुतले. अंडरवेअर अर्धीच ओली झाली. अंगावर पाणी घेण्याची बिशाद नव्हती. नारायण तर थंडीने टणटणा टणटणा उडत होता. कसाबसा तिथून राहत्या जागेवर आला.

"अंघोळ डोक्यावरून केली का?"ऊर्मिलाने विचारले.

"हो, केली". नारायणने थाप ठोकून दिली.

नारायण पूर्णत: आंघोळ करू शकला नव्हता.

ऊर्मिला स्नानगृहात गेली आणि चक्क डोक्यावरून आंघोळ करून आली.

"तू डोक्यावरून पाणी घेतलंस काय?"

"होय."

"घरात दररोज गरम पाण्यानं आंघोळ करणारी तू,आज थंड पाण्याने आंघोळ केली?" होय असं ती बोलल्याबरोबर वाटले. तिच्या अंगात देवी संचारल्यासारखे झाले होते. कपडे-बिपडे बदलून देवीच्या दर्शनाला जाण्याची पहाटेच तयारी झाली. देवीच्या दर्शनासाठी रांग लावली. भली मैल दोन मैल रांग पसरलेली.

"चमडे का कोई भी चीज साथ में लेनेका नही," असं चौकीदार प्रत्येक भाविकांना सांगत होता. कमरेचा पट्टा, घड्याळाचा चामड्याचा पट्टा, चामड्याची बॅग, पर्स, चामड्याची चप्पल आदी कुठलीही चामड्याची वस्तू घेऊन जाण्याची परवानगी नव्हती. चपला कुठे ठेवायच्या, हा प्रश्न नारायणच्या मनात उभा राहिला. त्याने चामड्याच्या चपला पिशवीत लपवून तळाला ठेवल्या.

वेळेप्रमाणे रांग सुरू झाली. तीन तास रांग चालतच होती. मध्येच एक चौकीदार आला. त्याने परत पिशवी तपासली, त्यात चामड्याची चप्पल सापडली. त्याने नारायणला रांगेतून बाहेर काढले. चामड्याची चप्पल बाहेर ठेवण्यास सांगितले; त्याशिवाय आत येऊ देणार नाही असे बजावले.

नारायणपुढे प्रश्नच होता. तो नवखा होता. त्याने ऊर्मिलाला रांगेबरोबर पुढे जाण्यास सांगितले. रांग पुढे पुढे सरकू लागली. नारायणने परत बाहेर येऊन चपला एका कोपऱ्यात ठेवल्या. चप्पल चोरांचे काही सांगता येत नव्हते. नारायणला परत दुसऱ्या रांगेत उभे राहावे लागले. ऊर्मिला पुढे निघून गेली. नारायण फारच मागे राहिला. ऊर्मिला कुठे चुकेल बिकेल म्हणून त्याला चिंता वाटू लागली. ऊर्मिलाने पुढे येऊन वैष्णोदेवीचे दर्शन घेतले व बाहेर येण्याच्या मार्गाने ती परतली. नारायणचा नंबर सुमारे दोन तासांनी लागला. त्यानेही दर्शन घेतले व बाहेर आला. इतक्या अफाट गर्दीत ऊर्मिलाला शोधता शोधता नाकीनऊ झाले.

शोधण्याच वेळात ऊर्मिलाची व नारायणची गाठभेट झाली. नारायणला हायसे वाटले. देवीच्या दर्शनाचा आनंद दोघांनाही सुखावून गेला होता. हिंदुस्थान ह्या शब्दाचा अर्थ त्याला कळत होता. सुखकर प्रवास करून, काही कपड्यांची खरेदी करून ते मुंबईला परतले.

केंद्रीय क्रीडा मंडळातर्फे नारायणला साहित्यिक कार्यशाळेसाठी आणखी एक निमंत्रण मिळाले. ते पण अखिल भारतीय स्तरावरचे. त्या कार्यशाळेचा विषय होता

'रचनात्मक लेखन आणि वर्तमान जीवनातील संघर्ष!' ही कार्यशाळा माथेरान येथे आयोजित करण्यात आलेली होती. ह्या वेळेस प्रमुख पाहुणे म्हणून डॉ. नामवर सिंह, नारायण सुर्वे, डॉ. विश्वनाथ त्रिपाठी, डॉम मोरेस आदी नामवंत साहित्यिकांना निमंत्रित करण्यात आले होते. या कार्यक्रमास अखिल भारतीय स्तरावरील उच्चाधिकारी व कर्मचारी उपस्थित होते.

"सगळ्या जनतेच्या भावना लक्षात घेऊन शब्दांशी खेळणारा साहित्यिक शोषण प्रवृत्तींना पराजित करू शकतो, कारण शब्द हेच गरिबांचे शस्त्र आहे," असे उद्गार डॉ. नामवर सिंह यांनी काढले.

नारायणने धारावीत राहणाऱ्या लोकांचे जीवन किती भयावह असते ते निदर्शनास आणले. एवढेच नव्हे तर ह्या झोपडपट्टीच्या जीवनात वावरणारे जे गोरगरीब आहेत त्यांच्याकडून दीनदलितांची समस्या रचनात्मक साहित्यातून मांडलेली आहे व त्यांच्यामुळेच मला लेखनकार्याची प्रेरणा मिळालेली आहे असा पुनरुच्चार केला. ही माथेरानची कार्यशाळा यशस्वीरीत्या पार पाडली. नवी दिल्ली, लखनौ, अलाहाबाद, भुवनेश्वर, चंदिगढ, मद्रास, इंदोर, मुंबई इत्यादी ठिकाणचे निमंत्रित संयोजक आपआपल्या घरला परतले.

राजस्व मंडळातर्फे सांस्कृतिक कार्यक्रमाकरिताही नारायणला निमंत्रित करण्यात आले होते. मुंबईतून आयकर विभागातर्फे 'गुंता' ही मराठी एकांकिका बसविण्यात आली होती. त्याचे हिंदीत 'उल्झन' असे नारायणने भाषांतर करून ही एकांकिका स्पर्धेत घेतली होती. त्या स्पर्धेत ती उपांत्य फेरीत जिंकली. हा कार्यक्रम अहमदाबाद येथे घेण्यात आला होता.

अंतिम फेरीसाठी तिची निवड झाली. दुसरा कार्यक्रम कलकत्ता येथे आयोजित करण्यात आला होता. नारायणसमवेत इतर कर्मचारी उपस्थित होते. गुरू धारेश्वर याने ही एकांकिका दिग्दर्शित केली होती. अंतिम फेरीत मात्र तिची निवड झाली नाही. शास्त्रीय संगीतात मात्र प्रभाकर पार्सेकर यांची निवड झाली व त्यांना प्रथम पुरस्कार मिळाला. भाग घेणाऱ्यांना सन्मानचिन्ह व प्रशस्तीपत्रे देण्यात आली. अशा कार्यक्रमाच्यावेळी नारायण ऊर्मिलाला नेहमी घेऊन जात असे. त्याला परतीची संगत नेहमीच हवीहवीशी वाटते. दोघेही मुंबईत परतले.

ऊर्मिलेच्या शाळेतील अपंग शिपाई विनायक परब एकदा वाटेतच भेटला.

"मी तुमच्याच घरी चाललो आहे," विनायक म्हणाला. विनायकला सुदेशने पाठकुळीवर घेतला होता. त्याच्या पाठकुळीवर तो लोंबकळत होता. "चल, मी पण घरी येतो," असं म्हणून नारायण व विनायक सुदेशसहित घरी आले. ऊर्मिला

घरातच होती. ''काय रे परब?'' ऊर्मिलाने विचारले. ''आज भाऊबीज ना!'' हो, ती निराश होती. सुदेशने विनायकला पाठकुळीवरून खाली ठेवला. दोन्ही पायांच्या मांडीवर तो बसला. दोन्ही पाय वाळलेले. हातापायाच्या काड्या झालेल्या. अंगाने हडकुळा, डोळे भेसूर, खोलवर गेलेले. केस अस्ताव्यस्त पसरलेले. दोन्ही हाताच्या बाह्या वर केल्या होत्या. दोन्ही पायावर रांगल्यागत चालत हातांचा आधार घेत तो किचनकडे आला.

सुदेश बाहेरच दिवाणखाण्यात बसला होता. सुदेश त्याला विलेपार्ले घरातून ट्रेनने बोरीवलीच्या राजेंद्रनगर शाळेत पाठकुळीवर्नच आणत होता. सुदेश हा अपंग विनायक परबचा नोकरच होता. महापालिकच्या शाळेत परब शिपायाचे काम करत असे. ''चहा पिणार ना?'' ऊर्मिलाने विचारले. ऊर्मिलाने गॅस पेटवून चहाला आधण ठेवले. चहा काढला. दूध टाकले. तो फेसाळला. चहाची कपबशी त्याच्या समोर ठेवली.

''हा घे,''

विनायकने चहाचा कप हातात घेतला. भाऊबिजेची संध्याकाळ झाली. ऊर्मिलाने ताट आणले. ताटात हळदीकुंकू, अक्षता ठेवल्या. निरांजनातील दिवा लावला. ताट त्याच्याभोवती ओवाळले. ओवाळणी झाल्यावर त्याच्या कपाळावर लाल कुंकू लावले. पॅटचा पीस त्याच्या हातात दिला. विनायकने पॅटचा पीस डाव्या हातात घेतला.

दोन्ही पायावरच खाली कंबर भिंतीला टेकून विनायक अलगद बसला,धड त्याला बसता येत नव्हते. उजव्या हाताने, शर्टाच्या खिशात पैशाचे पाकीट ठेवले ते ओवाळणी म्हणून ताटात टाकले. ऊर्मिलाला कुणीही सख्खा भाऊ नव्हता. तिने निराश मनानेच त्याला ओवाळले. तिला भाऊ नसल्याची खंत वाटत असे.

विनायक हा शाळेतला शिपाई, ऊर्मिला त्याच शाळेत पाच वर्षे शिक्षिका होती. नारायणला गतस्मृतीतले दिवस आठवले. विनायक हा अपंग होता. त्याला चालता येत नसे. त्याला शाळेत नेण्याकरिता कुठल्यातरी धडधाकट माणसाची आवश्यकता दररोज भासते. तो कुठल्याही माणसाला जेवणाखाण्याचे दररोज पैसे देऊन त्याला पाठकुळीवर घेऊन काम सांगत असे. असा त्याचा नित्यनेम असे.

दुपारी जेवणाच्या वेळी तो काही ना काही हलके अन्न खायचा. कधी पडापाव, कधी भजी, कधी उसळपाव. त्याला जेवण करून देणारं कुणीच नव्हतं. तो कोकणातला, रत्नागिरी जिल्ह्यातल्या. त्याला मासे खाण्याची फार इच्छा होई. ऊर्मिला त्याच्यासाठी मासे तळून घेऊन जात असे. दुपारच्यावेळी खाताना त्याच्या तोंडाला पाणी सुटायचे. अशा वेळी तो सपाटून जेवायचा.

''बाई तुम्ही जेवण आणलात, म्हणून मी पोटभर जेवलो.'' असा सुस्कारा

टाकत तो सांगायचा. त्याला ऊर्मिलाकडून माया मिळायची. प्रेम, वात्सल्य भावनेतून तो नारायणकडे घरी येऊ लागला. नारायण देखील त्याच्यासाठी म्हावरं घरी आणत असे. तळूनमळून त्याला पोटभर खायला घालत असे. "असा तू अपंग कसा झालाय?" नारायणने एकदा सहजपणे त्याला विचारले.

"माझा अपघात झाला होता."

"अपघात?"

"हा, ट्रकखाली सापडलो होतो."

"कसा काय?"

"मी सात आठ वर्षाचा असेन. रस्ता ओलांडून मी चाललो होतो, इतक्यात भरधाव ट्रकने मला जोरदार धडक दिली. मी जागेवरच कोसळलो. साऱ्या रक्ताने भरलो होतो. हातापायाला जबर मार लागला होता. रक्त पुष्कळ वाहून गेले. मला इस्पितळात टाकले. माझे दोन्ही पाय कामातून गेले.

माझ्या शरीरातले सर्व रक्त शरीराच्या बाहेर वाहून गेले होते. मी जगणार याची शाश्वती नव्हती. मी जगलो खरा, पण असा अपंग झालो. माझे पाय निकामी झाले.

माझ्या हातापायाच्या काड्या झाल्या. मला कुणीतरी पाठकुळीवर घेतले तरच मी कुठेतरी जाऊ शकतो. मी अपंग असल्यामुळे मला नोकरी तरी मिळाली. ही नोकरी आहे म्हणून मला जेवायला तरी मिळतंय.

मला सांभाळणारं कुणीच नाही, आणि असून नसल्यासारखेच! माझ्या हातात ताकद नसल्यामुळे मला अपंगांची सायकलही चालवायला जमत नाही. माझ्या हातापायांत जोर नाही.'

विनायक परबच्या कर्मकहाणीची नारायणला आठवण झाली होती. त्या स्मृतीतून नारायण जागा झाला.

विनायक बाहेर दिवाणखान्यात जाऊन चटईवर लवंडला. तो झोपायचा गर्क, पण डोळे उघडे ठेऊनच! त्याचे डोळे भेसूर दिसायचे. नारायणला देखील विनायकची कीव यायची. माणुसकीच्या नात्याने त्याची ऊठबस तो करायचा. ज्या धडधाकट माणसांना काम होणार नाही ते तो करून दाखवायचा. शरीराने अपंग असला तरी तो मनाने अपंग नव्हता. हातापायाने अपंग असूनदेखील तो मनाने सशक्त होता.

नारायणने त्याला मुंबई महापालिकेची राहायला खोली मिळावी म्हणून प्रयत्न केले. त्याला खोली मिळाली पण ती गोवंडीला. त्याने खोली घेतली पण त्याला तिकडे जाणे येणे जमेना. तासभर लवंडल्यानंतर विनायक उठला. ऊर्मिलाने त्याला गोडधोड जेवण केले होते. त्याने मिटक्या मारत खाल्ले. सुदेशलाही जेवायला दिले. जेवण झाल्याबरोबर तो म्हणाला, बाई मी जातो. मला फार रात्र होईल. ऊर्मिला व नारायणने होकार दिला. सुदेशने त्याला पाठकुळीवर उचलले अन् चौथ्या माळ्यावरून

खाली आणला आणि त्या दिवशी रिक्षाने तो सुदेशसहित पार्ल्याला त्याच्या घरी गेला.

विनायक अपंग असल्यामुळे नारायणचा त्याच्यावर सहानुभूतीपूर्वक जिव्हाळा होता. विनायक आल्यावर खाऊ पिऊ घालायचा. त्याची कामेही करायचा. सामाजिक जाणिवेतून त्याच्या संवेदनशील मनाला त्याच्या अपंगत्वाचे मनातून वाईट वाटायचे परंतु धडधाकट माणूसही एवढ्या धैर्याने अपवादात्मक कुणी वागू शकणार नाही याबद्दल त्याला विनायकबद्दल कौतुक वाटत राहायचे. मिल्टन, सूरदास, होमर हे आंधळे होते पण सुप्रसिद्ध लेखक होते. ब्रेल हा देखील आंधळा हाता. त्यानेच आंधळ्यांच्यासाठी ब्रेल लिपी शोधून काढली होती. त्याने अपंगत्वावर मात केलेली. हा अपंग धडधाकट दारूड्या सख्ख्या भावाच्या कुटुंबाला स्वखर्चाने पोसत होता.

नारायणचे भावूक मन त्यांच्या कार्यकर्तृत्वांच्या गुणांबद्दल मनात विचार करायचे. जगात असे कितीतरी हाताने,पायाने, डोळ्याने अपंग आहेत. पण त्यांच्या निस्सीम कार्यकुशलतेमुळे त्यांची नावेही जगाच्या पटलावर आलेली आढळतात. विनायक अपंग असून धडधाकट माणसे त्याच्यावर पोसली जात होती, याबद्दल नारायणला विनायकचे फार कौतुक वाटायचे. त्याच्याकडूनही समाज हितासाठी शिकण्याचा तो प्रयत्न करायचा. सामाजिक चळवळीसाठी काही उपक्रम आखावेत म्हणून त्याने मनात एक योजना आखली होती. ह्या अपंगाचे सामान्यत्व हेच असामान्यत्व होते याचीच जाणीव त्याच्या मनात तरंगायची आणि मनाला हळहळ वाटायची.

नारायणच्या घरी एक पोस्टमन आला. पोस्टमनने नारायणच्या हातात एक पाकीट दिले, त्याची सही घेतली आणि तो निघून गेला. नारायणने पाकीट फोडले. त्यात सव्वा लाखाचा चेक व एक पत्र होते. आकाशच्या मृत्यूनंतर विम्याची रक्कम त्याला मिळाली हाती. ऊर्मिला परातच होती. ती दिवाणखान्यात आली.

"कशाचं पाकीट आहे?" ऊर्मिलाने नारायणला विचारले.

नारायण गप्पच होता. त्याच्या डोळ्यात अश्रू जमले होते. ते ऊर्मिलाला दिसू नयेत म्हणून डोळ्यावरून अलगद हात फिरविला. पाणावलेल्या डोळ्यातूंन ओघळणाऱ्या अश्रूंचे थेंब त्याने झटकले.

"कशाचे पाकीट आहे?" हा प्रश्न ऊर्मिलाने परत विचारला.

"चेक आहे."

"कसला चेक?"

"बॅंकेचा चेक!"

"कशाकर्ता आलाय?"

"सव्वालाख रुपयांचा, आकाशच्या विम्याची रक्कम पोस्टाने आलीय-"

नारायणने हळूवारपणे सांगितले.

मुलाचे नाव ऐकताच ऊर्मिलाला रडू कोसळले. अश्रूंच्या धारा तिच्या डोळ्यांतून वाहू लागल्या. त्या चेकला तिला हात लावावासा वाटला नाही. ह्या चेकनेच तिला जीवनातला खराखुरा चेक देऊन संभ्रमात टाकले हाते. तिचे कोसळणारे अश्रू पाहून नारायणला सहन होईना.

"गप्प बस, शांत हो, रडू नकोस, गेलेला माणूस परत येणार नाही," नारायण तिची समजूत घालत होता. "ह्या चेकचा आपल्याला काय उपयोग?" नस्ता आला तरी चाल्ला असता," ती हुंदके देत सांगत होती.

"हे बघ, हे जीवन आहे. मरण प्रत्येकालाच येत असते. झालेली गोष्ट परत येणार नाही. दु:ख करून करून स्वत:ची प्रकृती बिघडल्याशिवाय राहणार नाही. आपण हे पैसे समाजकार्यासाठी काहीतरी कामाला लावू या," असं म्हणत नारायणने पुन्हा तिची समजूत काढली.

"आपण कुठंतरी जागा घेऊन त्याच्या नावाने स्मृतिकेंद्र उभारू." नारायणने परत सांगितले.

"वाल्ह्याला जाऊ. त्या परिसरात जाऊन जागा शोधू. घर बांधू. त्याच्या नावाने तिथे कार्याला आरंभ करू!" नारायणचे म्हणणे ऊर्मिला ऐकत होती. ऊर्मिला गप्प झाली. डोळे पुसले.

"आपण वाल्ह्याला जावू," ऊर्मिलाने डोळे पुसता पुसता सांगितले

"ठीक आहे," असं म्हणत तो चेक घेऊन जाण्याची तयारी करून ते दोघेही कोयना एक्स्प्रेसने जेजुरीला उतरले. वाल्ह्याला ती गाडी थांबत नसे. जेजुरीच्या पुढे 'वाल्हे' हे स्टेशन आहे. जेजुरीच्या रस्त्याने वाटचाल करीत असताना त्या दोघांच्याही मनात चलबिचलता व्हायला लागली.

"आपण असं करूया का? जेजुरीत जागा शोधू या. रोहिदासचा मित्र एकनाथ बनकर इथेच राहतात. त्यांना जाऊन भेटूया!" असा विचार नारायणच्या मनात आला आणि तो त्याने ऊर्मिलाला बोलून दाखविला.

"चालेल," ऊर्मिला म्हणाली. शोधता शोधता एकनाथ बनकर घरी सापडले. ते कामावरून नुकतेच दुपारी घरी आले होते.

"एकनाथ बनकर इथेच राहतात का?" नारायणने विचारले.

"हो, तुम्ही कुठून आलात?" बनकर म्हणाले.

"वाल्ह्याचे रोहिदास यांना ओळखता ना!"

"हो, तो माझा वर्गमित्र होता."

"आम्ही त्याचेच नातेवाईक आहोत," नारायण सांगत होता.

"तुम्ही आत या, बसा," एकनाथने आत बोलविले. दोघेही आत येऊन

पलंगावर बसले. घरात एक म्हातारी स्त्री होती. भाजी खुडत होती. "आत्याबाई पाणी आण." एकनाथने आत्याबाईला सांगितले. आत्याने घरातून दोन तांबे पाण्याचे आणले. दोघेही पाणी प्याले. तांबे खिडकीजवळ असलेल्या कठड्यावर ठेवले. आत्याबाई भाजी खुडत बसली.

"काय काम आहे?" एकनाथने उत्सुकतेने विचारले.

"आम्हाला इथं छोटासा भूखंड घ्यायचाय!" नारायणने सांगितले.

"इथं जागा आहेत, पण मालकाला भेटावे लागेल- मालक पुण्याला बिबवेवाडीला राहतात," एकनाथने सांगितले.

"जागा पहायला मिळेल का?" ऊर्मिलाला उत्सुकता निर्माण झाली.

"हो, मिळेल का!"

"दाखवा ना!"

"ठीक आहे," असं म्हणत बनियनवर असलेल्या एकनाथने अंगात शर्ट घातला-

"चला, दाखवतो."

एकनाथ यांच्या घराशेजारीच फर्लांगभर मोकळी जागा होती. लवथळ जवळ. पुणे सातारा रोड मार्गाला लागूनच असलेली. जागा दोघांनीही पाहिली. नारायण आणि ऊर्मिलाला ती आवडली होती.

"ह्या जागेचे मालक कुठे असतात?" नारायण.

"बिबवेवाडीला."

"आम्हाला पत्ता देता का?" कपाट उघडले. त्यातला पत्ता व फोन नंबर एकनाथने नारायणच्या हातात दिला.

"तुम्हाला घर बांधावयाचे आहे का?"

"होय, आम्हाला आमच्या मुलाप्रीत्यर्थ एक स्मृतिकेंद्र बांधावयाचे आहे, त्याच्या नावाने कार्य करायचे आहे," अशी नारायणने सर्व हकिगत व खरे कारण त्यांना सांगितले. त्यांचा मुलगा गेलेला आहे हे ऐकून एकनाथला मनातून फार वाईट वाटले. सर्वतोपरी मदत करण्याचे आश्वासन एकनाथने दोघांनाही दिले.

"तुम्ही मालकाला भेटून सौदा पक्का करा- घर बांधावयाचे कसे ते आपण नंतर पाहू," असा सल्ला एकनाथने दिला.

"ठीक आहे, आम्ही त्या मालकाला भेटू व काय ते नंतर ठरवू," असं म्हणून दोघंही मुक्कामाकरिता एस.टीने वाल्हे गावी आले.

वाल्ह्याला पोहोचले. घरात चांगुणामामी व मामा होते. दोघांचीही भेट झाली. रात्रीची वेळ. मामीने चुलीवर तवा ठेऊन भाकऱ्या भाजल्या. मामांशी गप्पाटप्पा

झाल्या. दोघंही निराश होतेच. सगळ्यांची जेवणं आटोपली.

दुसऱ्या दिवशी उठून आंघोळ-बिंघोळ उरकून दोघेही जाण्याच्या तयारीला लागले.

"एवढी घाई का करता,आज शुक्रवार आहे. भवानी मातेच्या देवळात जा आणि पाया पडून या," मामी म्हणाल्या. ऊर्मिला विचार करू लागली.

इतक्यात मामा आत आले. तेही म्हणाले, "भवानीमातेला जाऊन पाया पडा व दर्शन घ्या."

नारायणने व ऊर्मिलाने शब्द टाळायचा नाही म्हणून भवानीमातेला जायचे ठरवले. नाष्टापाणी उरकून दोघेही वाल्ह्यात डोंगरावर असलेल्या भवानीमातेच्या मंदिराकडे  जाऊ लागले. डोंगर उंचच उंच. खड्डेच खड्डे. काहीं ठिकाणी शेळ्या बकऱ्या चरत होत्या. काही बकऱ्या डोंगराच्या कडेला उभ्या राहून काही झाडाची पान तोडून चर्वण करत होत्या. गवळ्यांनी धनगरांनी, काही गाया, म्हशी डोंगरावर सोडल्या होत्या. दोघांना डोंगर चढताना दम लागत होता.

"अजून किती लांब आहे ग?" नारायणने विचारलं.

"जवळ आलंय," ऊर्मिलाने उत्तर दिलं. "आम्ही इथं नवरात्रीला नेहमीच यायचो. गावकऱ्यांची इथं जत्राही भरते. ह्या देवीचं स्थान चांभारांच्या हातात आहे. चांभारानांच ह्या देवीस्थानाचं आंदण दिलेले. चांभारातील एक कुटुंब या देवीची जोपासना करायचे. भाव-भावकीत त्याच्या उत्पन्नाचा हिस्सा वाटून घेण्यात येत असे."

दोघेही डोंगराच्या भवानी आईच्या मंदिराजवळ पोहोचले. ऊर्मिलाने फळं, हार, अगरबत्ती, कापूर, माचीस, नारळ हे सामान निघतानाच घेतले होते. उंच डोंगरात वसलेलं हे देऊळ. सगळं दगडी बांधकाम. निमुळता देव्हाऱ्याचा गाभारा. गाभाऱ्यात वसवलेलं ते देवस्थान. पुजारी तिथं कुणीच नव्हता. चांभारांच्या अखताऱ्यांत असलेलं हे देवस्थान असून तिथं पुजारी सहसा नसायचा. शिवरायाच्या काळात ह देवस्थान चांभारांना आंदण दिलेलं होतं असं कळलं.

ऊर्मिलाने हार चढविला. दोघांनीही फुलं वाहिली. कापूर पेटविला, अगरबत्या लावल्या. देवाला साष्टांग दंडवत घातला. ऊर्मिलाने डोक्यावर पदर घेऊन लोटांगण घातले. नारायणने घंटा वाजविली. दोघांनीही आपलं कार्य पार पडावं म्हणून मनात आराधना केली.

पाया पडून दोघेही डोंगरावरून खाली उतरले. डोंगरावर चढताना दम लागत होता. मात्र उतरताना तेवढा शिणवटा जाणवला नाही. दोघेही वाल्ह्याला परतले. त्यांना पुन्हा पुण्याला जायचे होते. जागेचा सौदा करण्यासांठी ते बिबवेवाडीला पुण्याला आले. जागेचे मालक आबनावे. ते भेटले. तिथं जागेबद्दल बोलणी झाली.

पन्नास हजार रुपयांना २२०० चौ.फूट जागा विकत घेतली. आबनावेंची बहीण कदमबाई ही त्यांची खरी मालकीण होती. तिला मुलगा नव्हता. योगायोगाने हेही चर्मकारच निघाले.

जागा घेतल्यानंतर दोन महिन्यांत बांधकाम झाले. हे बांधकाम करून घेण्यात एकनाथ बनकरांनी सर्वातोपरी सहकार्य केले. या बांधकामावर लक्ष देण्याचे कार्य त्यांनी केल्यामुळे नारायण व ऊर्मिलाला मोठा आधार मिळाला. बनकर हे माळी समाजाचे. त्याचे मित्र रोहिदास चाचर यांनीही मदत केली. चाचरांचा टाईल्स, स्टील, सिमेंट विकण्याचा धंदा. त्यानी सहकार्य केल्यामुळे बांधकाम सुरळीत पार पडले.

आकाशदीपच्या नावाने स्मृती उभी राहिली. त्या जागेवर मोफत वैद्यकीय केंद्र उभे करण्याचा इरादा होता, परंतु पैशाअभावी ते काम पूर्णत: उभे राहिले नाही. मात्र स्मृतीचे घर उभे राहिले. शांत निवारा मिळाला. माणसं चांगली भेटली. डोंगरातली निर्मळ हवा लाभली. हा मनाला आनंद देणारा सुखावह अनुभव विकत मिळणारा नसतो. "जीव जात नाही म्हणून हातपाय खोडत राहायचे." असाच नवरा-बायकोचा विरंगुळा होता.

निवृत्त न झाल्यामुळे ऊर्मिला आणि नारायण या दोघांचे मुंबई-जेजुरी असे जाणे येणे होऊ लागले. आषाढी एकादशीला वारकऱ्यांची पालखी जेजुरीला एक दिवसाचा मुक्काम करते. त्या दिवशी दिंड्या तिथे उतरतात. ह्या वेळेचा जल्लोष अवर्णनीयच असतो. लाखो वारकऱ्यांचे भगव्या दिंड्यांसहित पदार्पण, 'माउली, ग्यानबा तुकाराम' याचा दुमदुमणारा जयघोष. मनाला आनंद देऊ लागला.

ह्या सोहळ्याप्रीत्यर्थ आषाढातल्या एकादशीनिमित्त केळी वाटण्याचे कार्य नारायण व ऊर्मिलाने दरवर्षी सुरू केले. त्यांच्या मनाला विरंगुळा म्हणून हे कार्य सुरू केले. कुठेतरी मन गुंतवावे, वारकऱ्यांना आपल्या कष्टाचे काहीतरी खाऊपिऊ घालत आहोत याचा स्वमनाला मिळणारा निर्भेळ आनंद!

ह्या आनंदाला कुठलेच मोल नव्हते. स्मृतीचे स्वप्न साकार करण्याची ती ईश्वरी किमयाच होती. कारण माणूस जीवनात हरला की त्याला देवाची संकल्पना आठवत असते. घडणाऱ्या घटना ह्या घडतच असतात. देव नावाची काय चीज आहे हे कुणालाच ठाऊक नसते. मात्र त्याचा श्रद्धेचा एक भाव निर्माण झालेला असतो व घडणाऱ्या घटनांनाही संघर्षातून तोंड द्यावे लागत असते. असे म्हणून नारायण व ऊर्मिलाची समाजकार्याची वाटचाल चालू होती. केवळ मनाला आनंद मिळावा म्हणून नारायणजवळ म. फुलें यांचे समग्र साहित्य हा ग्रंथ होता. तो होतकरू एकनाथ बनकरांना सप्रेम भेटी दाखल दिला. तो ग्रंथ चाळत असताना बनकर म्हणाले, "हा फार मोठा ग्रंथ आहे, हा कधी वाचून होणार?"

“बनकर, अहो फुले हे माळी समाजाचे. ते सत्यशोधक व समाजसुधारकी होते. दीनदलितांची त्यांना जाणीव होती. कुमारिका, विधवांच्यासाठी त्यांनी वसतिगृहे देखील काढलेली आहेत. तुम्हाला ठाऊक आहे का, पुण्यातील त्यांनी स्वत:चा हौदही पाणी पिण्याकरिता दीन-दलितांना दिला होता. असं सत्कृत्य करताना डॉ. आंबेडकरांनी त्यांना गुरूही मानलेलं आहे.” इत्यादी विचार नारायणने बनकरांना पटवून दिले. त्यानंतर बनकरांनी तो ग्रंथ वाचला.

पुण्यात दुष्काळ पडलेला होता. पाणी टंचाईमुळं लोक वणवण भटकू लागले. जेजुरीत माणसांचे हाल होऊ लागले. पाण्याची टिपाडं घेऊन सायकलस्वार होऊन पाणी मिळविण्यासाठी वणवण दारोदार भटकू लागले.

बनकरांचेही तेच हाल होते. महात्मा फुलेंचे उदाहरण त्यांच्या डोळ्यांवर तरळू लागले. १८ते २० हजार रुपये खर्च करून बनकरांनी जेजुरी लवथळेश्वर मंदिराजवळ बोरींग काढून घेतली. कर्मधर्मसंयोगाने दोनशे फुटाखाली पाणी लागले. विजेद्वारे ते पाणी लोकांना देण्याचे धाडस त्यांनी केले. आजूबाजूच्या शेजाऱ्यापाजाऱ्यांना त्यांनी गरजेनुसार पाणी दिले, एवढेच नव्हे तर त्यासाठी येणारा विजेचा खर्चही त्यांनी वर्षभर सोसला. यामुळे गावातील काही लोकांनी पाण्याची टंचाई दूर व्हावी म्हणून स्वखर्चाने बोरींग्जही काढल्या.

तिथे देखील नारायण गावकऱ्यांना पाणी मिळावे म्हणून जेजुरी नगरपालिकेला अर्ज धाडतच होता. जिथे जाईल तिथे तो समाजकार्य करायला धावायचा व मुंबई पुणे- पुणे मुंबई हा प्रवास अधूनमधून चालूच होता. नारायणचा सद्‌विचाराचा परिणाम एकनाथ बनकरांच्या मनावर नकळतपणे घडला होता.

एके दिवशी नामदेव नारायणला घरी भेटला. “तू माझ्या बरोबर बोरीवली भाजी मार्केटात चल.”

“कशाला?”

“आई, माझ्याबरोबर भांडतेय!”

“कशाकरिता?”

“तिने माझ्याजवळ वीस हजार रुपये ठेवायला दिले होते.”

“मग काय झाले?”

“मी तिची ती रक्कम नॅशनल सेव्हिंग सर्टिफिकेट मध्ये गुंतवली होती.”

नारायणला हा व्यवहार काहीच ठाऊक नव्हता. “त्याचे चाळीस हजार रुपये मिळालेले आहेत. तिने ते मागितले. मी तिला पैसे द्यायला गेलो तर ती म्हणते, माझी एवढीच रक्कम नाही,आणखी पैसे आहेत. तू चल, आपण तिला भेटू. तू

तिला समजावून सांग.'' नारायण नामदेवबरोबर भाजी मार्केटात आला. आई लिंबं विकत बसली होती.

''काय झालं आई?'' नारायणने विचारले. बोरीवली पश्चिमच्या पोलिस स्टेशनजवळच ती बसली होती. तिने नारायण व नामदेवला पाहिले. दोघांनाही एकत्र पाहिल्यावर तिचा राग आणखी उसळून आला.

दोघेही तिच्या लिंबांच्या पाटीजवळ पोहोचले होते.

''यानं माझं पैसे घेतल्यांत,''- नामदेवकडे बोट दाखवून लिंबं निवडता निवडता बोलू लागली.

''हे बघ, चाळीस हजार रुपये आणले आहेत, ते तुझे पैसे घे.'' असं समजाविण्याच्या सुरात नामदेव तिला म्हणाला.

''नगं, मला नकोत.'' सावित्राबाई रागातच फुत्कारली.

''तुझे पैसे तो देतोय ना, ते तू घे.'' नारायण.

''तू मला शिकवायला येऊ नकोस,'' आई.

''मी तुला शिकवायला आलो नाही, तुला सांगायला आलोय,'' नारायण.

''तू मला सांगायला आलास का मला मारायला?'' आई.

''ही बघ अशीच अरेरावी करते.'' नामदेव.

''अरेरावी कसली रे, माझं एवढंच पैसं नाहीत, मी लई कष्ट उपासल्यांत,'' आई.

''तुझे पैसे घ्यायला काय झालं?'' नारायण.

''ते पैसे दे कचऱ्यांत फेकून,'' आई.

''तू भांडणाला कशाला येतेस?'' नारायण.

''तुला काय म्हायतेय? माझं जास्ती पैसे हाईत.'' आई.

''किती आहेत?'' नारायण.

''त्यालाच इचार?'' आई.

ह्या वादविवादात होता होता नामदेवाची व आईची पैशावरून बाचाबाची जास्तच व्हायला लागली.

''माझ्या अंगावर दोघं धावून येता काय? थांबा मी पोलिस ठेसनातच जाते.'' आई.

''जा तुला जायचं तर!'' नारायण रागाने बोलला.

''थांब,मी जातेच!'' असं म्हणत ती पोलिस स्टेशनात गेली. अगदी आजूबाजूलाच पोलिस स्टेशन होतं.

सात आठ सब इन्स्पेक्टर पोलिस स्टेशनात बसले होते. त्यांच्या समोर भांडणाची कैफियत आईने मांडली. सगळं बोरीवली पोलिस स्टेशन तिघांच्याकडे पाहू लागले.

''हे पाहा चाळीस हजार रुपये आणलेत, ती घेत नाही,'' नामदेव इन्स्पेक्टरना

सांगत होता.

“ही पोरं मला सांभाळत नाहीत,” आई त्वेषाने जोरजोरात बोलत होती. तिच्या मळकट कपड्यांकडे पाहून एक सब इन्स्पेक्टर बोलला.

“मोठा कोण?”

“मी.” नारायण.

“तू का घरी घेऊन जात नाही?” इन्स्पेक्टर

“ती आमच्या घरी राहत नाही. तिला सतत पैसे कमवावेसे वाटतात.” नारायण.

“अशीच आगाऊपण करते.” नामदेव.

“तू कोण?” इन्स्पेक्टर.

“मी धाकटा मुलगा.” नामदेव.

“तू फार आगाऊ बोलतोस.” इन्स्पेक्टर नामदेवला सुनावित म्हणाला.

“गुपचूप हिला घरी घेऊन जा!” इन्स्पेक्टर.

“ती सुनांबरोबर चांगले वागत नाही.” नामदेव.

“हे बघ तू जास्त बोलू नकोस, नाहीतर तुला आत टाकीन!” इन्स्पेक्टर त्याच्यावर खेकसला.

नामदेवला उच्च रक्तदाबाचा त्रास असल्यामुळे नारायण गप्प बसला.

“हिला सांभाळा, तुमची आई आहे ना?” इन्सपेक्टर.

“ठीकंय,” नारायण.

“जा म्हातारे जा, लेकांच्याकडे जा, घरातली भांडण रस्त्यावर आणू नकोस,” इन्सपेक्टर.

यावर तिघेही बाहेर आले. जास्ती तमाश होऊ नये म्हणून नारायण काहीच बोलला नाही. आई लिंबं विकायला बसली. नामदेव ते पैसे घेऊन त्याच्या घरी परतला. नारायणनेही त्याची वाटेत समजूत घातली, व तोही स्वत:च्या घरी निघून गेला. आईच्या असल्या तर्कट स्वभावाचा त्या दोघांनाही राग यायचा. पण आई असल्यामुळं दोघांचंही काही चालायचं नाही.

काही दिवसांतच आणखी एक संकट कोसळले. नारायणची तब्बेत खालावली. त्याच्या पोटात अचानक दुखू लागलो. बोरीवलीच्या चांदोरकर इस्पितळात दोन वेळा भरती करण्यात आले. एक्सरे काढला, सोनोग्राफी केली. पण दुखणे कसले आहे. याचा ठावठिकाणा लागत नव्हता. मूतखडाही झाला होता. दोन स्टोन एक्सरेत दिसत हाते. पण आतड्यांनाही एकाकी सूज चढत असे.

ही सूज का चढते, याचे निदान होत नव्हते म्हणून डॉ. चांदोरकरांनी चिठ्ठी

देऊन पाठवले व नारायणला नानावटी इस्पितळात हलवण्यात आले. तिथे परत रक्तचाचणी, बायोप्सी, कोलोनोस्कोपीची पुनर्तपासणी करण्यात आली. पण दुखण्याचे नेमके निदान कळत नव्हते. डॉक्टरही हैराण झाले होते.

नारायणचे पोटातले दुखणे काही थांबत नव्हते. दररोज ओव्हरऑन, फोर्टट्रीवनची इजेक्शनं घ्यावी लागत असे. कॅन्सरचे डॉक्टर दुधाट यांनी उपचाराचे पुष्कळ प्रयत्न केले,मात्र निश्चित असे निदान लागत नव्हते.

निदान न लागल्यामुळे पेशंटचे हाल होत चालले होते. नारायण तडफडत होता. दररोज औषधपाणी चालू होते. खंडीभर गोळ्या दिलेल्या, ऊर्मिला दररोज सेवाशुश्रुषा करण्याकरिता येतच होती. तीही मनाने खचत चाललेली.

नारायण हॉस्पिटलमध्ये असतानाच ऊर्मिलाच्या छातीत एकाएकी दुखू लागले. नारायण घाबरला. तुला जास्त दुखत असेल तर ह्याच इस्पितळात चेक करूया असं नारायणने तिला सांगितले. पण नवराच आजारी असल्यामुळे तिने स्वतःच्या तपासणीस नकार दिला. तिने दुखणे अंगावरच काढले.

डॉ. मेहता हे सर्जन भेटले. त्यांनी नारायणची तपासणी केली. औषध गोळ्या चालूच ठेवायला सांगितल्या. नारायण पण जीवनाला उबगला होता. त्याला हे इस्पितळातलं जीणं नकोनकोसं झालं होतं. डॉ. दुधाट यांनी सांगितले, नारायणचे ऑपरेशन करूया. नीलकमलही पाहायला यायची. डॉक्टरांचे व तिचे बोलणे अधूनमधून व्हायचे.

"मला बायोप्सी व कोलोनोस्कोपीमुळे अगोदरच जास्त त्रास झालेला आहे. डॉ. चांदोरकरांनी अॅपेंडिक्सचे ऑपरेशनही केलेले आहे. आता तर मी मुळीच शस्त्रक्रिया करून घेणार नाहीं," असे नारायणने डॉक्टर दुधाटना नानावटीत सांगितले.

डॉ. मेहतांनीही पुढचे ऑपरेशन करण्याचे नाकारले. नारायण मनात साईबाबांचा धावा करू लागला. मरण आले तरी बेहत्तर पण ऑपरेशन करून घ्यायचे नाही असे त्याने मनात निर्धार केला. फळभाज्या व फळं जास्तीत जास्त खा, असा वाजवी सल्ला डॉ. मेहतांनी दिला.

ऊर्मिलाचा धाकटा मामेभाऊ रमेश ढग्या याने नारायणच्या आजारपणात संकटकाळी सहकार्य केले आणि तिला धीरही दिला. तो नानावटी हॉस्पिटलमध्ये सुमारे तीन आठवडे राहिला. ऊर्मिला झोपायला रात्री घरी जात असे, तर ढग्या रात्री इस्पितळात नारायणजवळ थांबत असे. ऊर्मिला सकाळी जेवणखाण आटोपून ढग्याचा जेवणाचा डबाही घेऊन येत असे. अधूनमधून तो आंघोळीला घरी जात असे.

नारायणच्या सतत पोटातील दुखण्यामुळे त्याची व्याकुळ अवस्था पाहून ढग्याला फार वाईट वाटायचे. तो नारायणच्या अपरोक्ष ऊर्मिलाच्या समोर भावना-

विवश होऊन रडायचा. ‘‘चांगला खाणारा पिणारा माणूस त्याची ही हालत झाली आहे.’’ असे नारायणला उद्देशून तो ऊर्मिलाला म्हणायचा. डॉक्टरांना याचे निदान देखील करता येत नाही, म्हणून तो मनात चडफडत बसायचा. डोके चालेनासे झाले की अधूनमधून बाहेर जाऊन सिगरेटचे झुरके मारायचा. नारायणला कधी कधी इस्पितळाच्या आवारात हाताला धरून तो हळूहळू चालवायचा. ऊर्मिला त्याला दररोज बोरीवली ते पार्ल्याला येण्याजाण्यासाठी गाडीभाड्याचे पैसे द्यायची, त्याचा दिवस तो कसाबसा काढायचा.

तसे इस्पितळात एखाद्या आजारी माणसाच्या समवेत राहणे हे कंटाळवाणे काम असते. आजारी माणसाचा स्वभाव चिडचिडा झालेला असतो. त्याला औषधापेक्षा मानसिक आधाराची जास्त गरज असते.

ह्याच रमेशला लहानपणी ढग्या या नावाने हाक मारत. ढग्या हे नाव का पडलं, अशी विचारणा नारायणने आजारपणात ऊर्मिलेला केली तेव्हा तिने सांगितलेली कथा ही आहे.

रमेश हा लक्ष्मणमामांचा दुसरा मुलगा. लक्ष्मणमामांची पहिली बायको होती. तिचे नाव होते ढगाबाई. ती गरोदर राहिली व तिचे बाळंतपण झाले, व त्या बाळंतपणातच मूलही गेले अन् ढगाबाईही गेली.

रमेश हा दुसऱ्या बायकोचा म्हणजे चांगुणामामीचा मुलगा. त्याचा जन्म झाल्यावर तो तान्हा असताना सतत रडायचा. तो रडायला लागला की त्याचे रडणे थांबत नसे. रडून रडून त्याचा जीव व्याकुळ व्हायचा. त्यामुळे घरातील माणसं घाबरत. उगीउगी करून बनुआजी त्याला थोपटायची पण त्याचे रडणे काही थांबायचे नाही. कुणीतरी बनुआजीला सांगितलं की ‘‘त्याला काही बाहेरचं झालं असेल तर एखाद्या बामणाला दाखवा.’’

बनुआजीनं एका ब्राम्हणास त्याला दाखवला. ब्राम्हणाने विचारले, ‘‘तुमच्या घरात या व्यतिरिक्त कोणी बाई आहे का?’’

बनुआजीनं सांगितलं, ‘‘लक्ष्मणाची पहिली बायको होती ढगी, ती बाळंतीण झाली. त्या बाळंतपणात पॉर पण गेलं आणि ती ढगी देखील मेली.’’

ब्राम्हणाने ते ऐकल्यावर सांगितलं, ‘‘त्या बाईचा आत्मा अतृप्त राहिला आहे. म्हणून त्याचं नाव तिच्या नावावरून ठेवा म्हणजे तिची शांती होईल. आणि ढगाबाईच्या ‘ढ’ वरून रमेशचं नाव ‘ढग्या’ हे नाव ठेवल्यावर तो रडायचा थांबू लागला.’’

बनाआजीनं तिला सांगितलेली ही हकीगत ऊर्मिलाने नारायणपुढे कथन केली होती.

तीन आठवड्यांनंतर नारायणला नानावटी इस्पितळातून घरी सोडण्यात आले. औषधांची पुडकी घेऊन तो ऊर्मिलासहित घरी आला. औषधं खातच होता.अधून मधून ओव्हरॉन व फोर्टट्वीनचं इंजेक्शन त्याला घ्यावे लागत असे. इण्टेस्टाईन ट्युबरक्युलॉसिस असावा असे डॉक्टरांचे नंतर मत झाले होते परंतु ते सिद्ध होत नव्हते. ह्या जीवघेण्या जर्जर दुखण्यातून कधी सुटका होईल, असे त्याला वाटत असे. नीलकमलचा नवरा ललित हा सासऱ्याला पाहायला यायचा पण तो ऑफिसच्या कामानिमित्त निघून जायचा. औषधे, गोळ्या, इंजेक्शने यांतच दिवस चालले होते.

डॉ. मेहता तपासणीला सांताक्रुझला दर महिन्याला बोलवायचे. डॉ. मेहतांचा बंगला सांताक्रुझला होता. नारायण डॉ. नीलकमलचे वडील असल्यामुळे त्यांनी नारायणकडून तपासणीची फी कधीच घेतली नाही. सुमारे नऊ महिने तो तपासणीला जात असे.

पुन्हा अचानक एके दिवशी पोटात जोरात दुखू लागले. ऊर्मिला घाबरली. तिने डॉ.मेहतांना सांगितले. डॉक्टरांनी त्याला बंगल्यावर बोलवून शीघ्रतेने तपासले व ताबडतोब बोरीवलीत भगवती हॉस्पिटलात भरती होण्याकरिता चिठ्ठी दिली. नारायणला तिथे चार दिवस ॲड्मिट केले. तिथेही परत रक्ततपासणी, एक्सरे हे सारे सोपस्कर पुन्हा झाले. तिथून चार दिवसांनी त्याला सोडले. केसपेपरवर लिहिल्याप्रमाणे के.इ.एम. मध्ये दाखल व्हायला सांगितले.

के. इ. एम मध्ये तो ऊर्मिलाला घेऊन गेला. डॉक्टर न भेटल्यामुळे तो घरी परतला. हॉस्पिटलच्या कंटाळवाण्या जीवनामुळे त्याने भरती होण्याचे टाळले व घराशेजारी असलेल्या डॉ. प्रवीण पटेल ह्या फिजिशीयन डॉक्टरचे औषध सुरू केले. पंधरा दिवसांत आराम वाटू लागला. लघवीतून दोन मूतखडे पडले. तब्बेतीत फरक पडला. बरे वाटू लागले. नानावटीमध्ये सेवाशुश्रूषा करणाऱ्या ऊर्मिलाच्या मामेभावाला रमेशला (ढग्याला) तो विसरला नाही. आजारपणात ह्या रमेशने त्याला फार सहकार्य केले. ऊर्मिलाने रमेशच्या बायकोला घरखर्चासाठी पैसे मनिऑर्डरने काळेवाडीला पाठवले.

सख्खे भाऊ असून देखील त्याला आर्थिक व मानसिक सहकार्य करावयास कुणीच आले नाही. काळू, बाळू हे एकदोनदाच चांदोरकर इस्पितळात भेटून गेले होते. ही रक्ताची नाती वेळप्रसंगाला काही कामाची नसतात. यावेळी आयकर ऑफिस मधील मित्रांनी खडतरे, सातपुते, वाडकर, वाळींजकर, टोणपे, वाघमारे इत्यादींनी आर्थिक सहकार्य केले व मानसिक धैर्य दिले. हा काळाचाच महिमा असतो. कोण गेलं, कोण आलं रक्ताच्या नात्यातील लोकांना याचे सोयरसूतक नव्हते आणि असले तरी ते नाममात्रच असते. प्रत्येकजण प्रत्येकाच्या संसारात व्यापलेला असतो. आपण रक्ताच्या नात्यागोत्यासाठी जीवनात खस्ता खाव्यात पण

त्याची किंमत काडीमोलाची असते, एवढा अर्थ मात्र आजारपणामुळे नारायणला कळला.

पण नारायण हिंमत हारला नाही. ती हिम्मत ऊर्मिलाने वाढवली होती. मानसिक धैर्य दिले हाते. सेवाशुश्रूषा रात्रंदिवस केली. खाण्यापिण्याचे पथ्य बाळगून नित्यनेमाने जेवण करून वाढायची. तिच्यामुळेच मीं जगलो आहे ही भावना नारायणच्या मनात दृढमूल झाली. दुखणे मात्र दुरावत चालले होते. शिर्डीला ऊर्मिलासोबत जाऊन त्याने साईबाबांचे दर्शन घेतले. जे काम दव्याने व्हायचे होते ते दुव्याने बरे झाले असे त्याला मनोमन वाटू लागले. माणसांच्यावर प्रसंग आल्यावरच देव आठवायला लागतो. अन्यथा मरण हे कुणाच्याही हातात नसते.

'विज्ञान श्रेष्ठ की परमेश्वर श्रेष्ठ' या वादात न पडता 'प्रयत्नांती परमेश्वर' हेच नारायण समजत होता. शेवटी तो प्रारब्धाचाच खेळ असतो. यावेळेस नारायणला प्रशासकीय अधिकारी या पदावर बढती मिळाली.

एके दिवशी ढग्याचा ऊर्मिलेच्या घरी बोरीवलीला फोन आला. त्याची बायको पुण्याला ससून हॉस्पिटलमध्ये ॲडमिट केली होती. त्याच्याजवळ जहर खायला पैसे नव्हते. त्यान फोनवर विचारले,

"बाई तू पुण्याला येशील का?"

"कशाला?"

"विजया आजारी आहे. तिला ससूनला ॲडमिट केलंय! चार दिवस झाले."

"काय झालंय?"

"तिच्या अंगात रक्त नाही, फार अशक्तपणा आलाय. रक्ताच्या बाटल्या मागवल्या. एकूण चार बाटल्या लागल्या," असं त्याने ऊर्मिलाला सांगितलं.

ऊर्मिला म्हणाली, "ठीक आहे, उद्या येईन" असं म्हणून तिने फोन ठेवला. नारायण घरी आल्यानंतर तिने ही हकीगत नारायणला सांगितली. नारायणला त्याची कीव वाटू लागली. त्याने ऊर्मिलाला सांगितले आपण उद्याच पुण्याला ससूनमध्ये जाऊ या! असं म्हणनू दोघांनी तयारी केली व दुसऱ्या दिवशी मुंबईहून पुण्याला नेमके संध्याकाळी चार वाजता ते ससूनमध्ये पोहोचले. तिथं पोहोचल्यावर ती कुठल्या वॉर्डमध्ये आहे ते शोधले. ती भेटली. फार अशक्त झालेली, कृश चेहरा. इतक्यात ढग्याही भेटला.

"काय काय उपचार केले?" नारायणने विचारले.

"चार रक्ताच्या बाट्ल्या लावल्या. आता त्याचं बिल भागवायचंय!"

"किती बिल आहे?" "सोळाशे रुपये!" मी चारशे रुपये भरलेले आहेत, बाकीचे भरायचे आहेत," अशी ढग्याने विजयाच्या आजारपणाची कैफियत सांगितली.

“इथं अधीक्षक डॉक्टर कोण आहेत?”

“डॉ. डोईफोडे!”

“तू त्यांना भेटलास का?” नारायण.

“मी भेटलो पण काही फायदा झाला नाही.”

“आम्ही भेटतो,” नारायण म्हणाला.

ढग्या गप्पच होता. ऊर्मिलाला घेऊन नारायण डॉ. डोईफोडेंकडे गेला. त्यांच्या भोवती तीन माणसं बसली होती. त्यांचे बोलणे चालूच होते. डॉ. डोईफोडेंनी दोघांच्याकडे पाहिले व “काय काम आहे?” असं विचारलं. ऊर्मिलाने ढग्याच्या बायकोच्या आजारपणाची माहिती दिली व ढग्याची आर्थिक परिस्थिती हलाखीची असल्याची सांगितले. डॉ. डोईफोडे म्हणाले, “हे पाहा आम्ही, रक्ताच्या बाटल्यांचे पैसे घेत नाही, तर निव्वळ रक्त चाचणीचे पैसे घेत असतो. पेशंट जर दारिद्र्यरेषेखालील असेल तर तसा पुरावा दाखला आणि सोबत रेशनकार्ड आणा.”

ऊर्मिलाने ऐकून घेतले, व तिला डॉ. डोईफोडेकडे पाहिल्यांवर काहीतरी आठवल्यासारखे होऊ लागले. “डॉक्टर डोईफोडे,तुम्ही कधी वाल्ह्याला होता काय?” असं ऊर्मिलाने स्मरल्यासारखे विचारले. “हो होतो. लहानपणी मी तिथं जायचो. हे तुम्हाला कसं ठाऊक?” डॉक्टरांनी विचारले.

“नाही, मी तुम्हाला कुठंतरी पाहिल्यासारखं आठवतंय.” ऊर्मिला म्हणाली.

“तुमचं नाव काय?”

“ऊर्मिला.”

“अरे ऊर्मिला, आपण लहानपणी एकत्र खेळलोय!” डॉक्टर अचंबून उद्‌गारले.

“तू लक्ष्मणरावांची...”

“हो, मी लक्ष्मणरावांची भाची. त्यांच्याच घरी माझा सांभाळ झाला.” हे ऐकून डॉक्टर व ऊर्मिला दोघेही अवाक् झाले. एकमेकांची एकमेकाला खूण पटली होती. बालपणाच्या आठवणींचे स्मरण झाले होते. “बस, बस” असा डॉक्टरांनी आग्रह केला.

नारायण तोपर्यंत दोघांचे बोलणे शांतपणे ऐकत होते. त्या दोघांची चांगली ओळख पटली यावर नारायणला समाधान वाटले. ऊर्मिला व नारायण समोरच्याच मांडलेल्या खुर्चीवर बसले. तिघेजण डॉक्टरांच्या उजव्या बाजूला बसले होते. डॉक्टरांनी बेल वाजवली. प्यून आला. “तीन कप चहा घेऊन ये.” डॉक्टरांनी सांगितले. चहा आला. काळाकुट्ट होता. तिघेही चहा प्यायले.

“हा ऊर्मिला बोल, तुझ्यासाठी काय करू?” ऊर्मिलाने ढग्याची सर्व हकीगत पुन्हा कथन केली. त्याचे जवळचे नातेही सांगितले. “हे पाहा, केसपेपर्स.”

डॉक्टरांनी विजयाचे केसपेपर्स चाळून पाहिले व त्यावर शेरा मारला, सही

केली. ते केसपेपर्स नारायणने वाचून पाहिले. त्याला बाराशे रुपये माफ करण्यात आले होते.

"जेजुरीला घर बांधलं आहेस, असं ऐकलंय!" डॉक्टर.

"होय, तुम्ही या आमच्या घरी." ऊर्मिला.

"येईन सवड मिळाल्यास." डॉक्टर म्हणाले.

"मग, आता आम्ही निघतो डॉक्टर." नारायण केसपेपर्स हातात घेऊन म्हणाला.

"ठीक आहे." ऊर्मिला म्हणाली.

"आपली आभारी आहे."

"यांत कसले आभार?" डॉक्टर म्हणाले. नारायण आणि ऊर्मिला तिथून निघाले. विजयाला डिस्चार्ज दिला. ढग्याला सर्व हकिगत सांगितली व केसपेपर्स हातात दिले. त्या पैशांतून तो मुक्त झाला होता. नारायणला पण हायसे वाटले होते.

आपल्यावर उपकार करणाऱ्यालाही आपणही मदत केली पाहिजे या सद्भावनेतून त्याचे कार्य सफल झाले होते. ऊर्मिलाने विजयाला पन्नास रुपये रिक्षासाठी व बिस्किटांचे पुडे दिले. विजयाने व ढग्याने त्यांना आपल्या घरी येण्याकरिता आग्रह केला. परंतु काही कामानिमित्त त्या दोघानाही त्याच्याकडे जाता आले नाही.

फोन घणघणत होता. ट्रींग ट्रींग आवाज चालू होता. नारायण मोरीत हातपाय धूत होता. ऊर्मिला स्वयंपाकघरात होती. हातपाय धुवून झाल्यावर नारायणने फोन उचलला.

"हॅलो,कोण बोलतंय?"

"मी बाळू बोलतोय. दादा हाय ना!"

"हो, दादाच बोलतोय."

"आईला अर्धांगवायू झालाय, ती फार सिरिअस आहे," बाळू सांगत होता.

"एकाकी कसं झालं?"

"काय ठाऊक नाही."

"अचानक झालं!"

"मग आता ती कुठंय?" नारायणने विचारले.

"तिला आता विरारच्या इस्पितळात टाकलंय!"

"तू निघून ये." बाळू म्हणत होता.

"ठीक आहे, इस्पितळ कुठंय?"

"विरार स्टेशनजवळच आहे, पश्चिमेला," नारायणने माहिती घेतली.

"ठीक आहे, मी येतो," असं सांगून त्याने फोनचा रिसिव्हर ठेवला. नारायण

विरारला इस्पितळात पोहोचला. आई कुठल्या वॉर्डमध्ये आहे ती विचारपूस केली. आई अंथरुणावर पडली होती. तिचा डावा हात व उजवा पाय अर्धांगवायूने भारलेला पाहिला. सतत कष्ट करणारे हात व पाय, त्यांची एकेक बाजू निकामी झाली होती. वय बहात्तर!

वयोपरत्वे उपचार चालू होते. तिला बोलताही येत नव्हते. तिची जीभ वळत नव्हती. तिने नारायणकडे पाहिले. नारायणशी तिला बोलता येत नव्हते. ती उजव्या हाताने खुणावत होती. उजव्या पायाकडेही बोट दाखवत होती. उजवा पायदेखील तिला उचलता येत नव्हता. मायेपोटी शिव्या देणारी जीभही वळत नव्हती.

हे करुण दृश्य पाहून नारायणचे मन हेलावून गेले. त्याच्या डोळ्यांत अश्रू उभे राहिले. पण इलाज नव्हता. तिचा उपचार चालू होता. दररोज तिला भेटण्यासाठी इस्पितळात जाऊ लागला.

नामदेव पण तिला भेटायला जात असे. नारायणने काळूला व गंगीला पुणे व साताऱ्याला तार केली. आईची अवस्था कळविली. काळू तिसऱ्या दिवशी आला. त्यानेही आईची ही आजारपणाची हालत पाहिली. सगळ्यांच मुलांना तिच्या आजारपणाचे वाईट वाटत होते. परंतु डॉक्टरी इलाज चालूच होता.

नारायण डॉक्टरनाही भेटला. म्हातारपणांत अशा केसेस बऱ्या होत नाहीत हे देखील सांगितले. मात्र उपचार चालूच होता.

गंगी एका आठवड्यानं साताऱ्याहून विरारच्या इस्पितळात आली. तिनं तिची हालत पाहून सेवाशुश्रूषा केली. आईची दीनवाणी अवस्था पाहून तिच्या गळ्यात पडून रडू लागली.

गंगी थोरल्या भावाबरोबर, नारायणबरोबर जास्त बोलत नव्हती. आईची इच्छा होती की नारायणने तिच्यासाठी साडी घ्यावी. ही गोष्ट नारायणच्या मनात खटकली होती. आईच्या अशा अवस्थेत तिची इच्छा पूर्ण व्हावी म्हणून त्याने गंगीसाठी नवीन साडी खरेदी केली.

"ही बघ आई, दादानं साडी आणलीय!" असं गंगी आईला मायेनं सांगत होती. परंतु त्या आजारपणात सावित्राबाईला काही कळत नव्हतं. ही अवस्था बघून नारायणच्या डोळ्यांतूनदेखील अश्रू वाहत होते.

काय करणार, त्याची देखील बहिणीवर माया होती. परंतु घरातील कचकचीमुळं तो जास्त लक्ष देत नव्हता. याचंदेखील त्याला मनोमन वाईट वाटायचं.

आपण काही चुकतो का? हा प्रश्न तो स्वतःच्या मनाला देखील विचारायचा. परंतु त्याचं उत्तर त्याला मिळायचं नाही. आपल्याला ही दुःख भोगायला परमेश्वरानं जन्म कशाला दिला, असं त्याला कधी कधी वाटायचं!

तीन आठवड्यांनंतर आईला इस्पितळातून सोडण्यात आले. ती बरी झाली

नव्हती. तिला कुणी सांभाळायची, हा प्रश्न प्रत्येकाला भेडसावत होता. एके दिवशी नामदेव व बाळूने तिला पुण्याला हलवले,व पिंपरीच्या यशवंतराव चव्हाण इस्पितळात दाखल केले. तिची तब्बेत काय बरी होत नव्हती. तिचे चालणेही बंद झाले होते.

काळू व दगडूची बायको पिंपरीला तिच्या घरात राहत होती. दगडूचा मुलगा रमेश व मुलगी मेघा हे दोघेही तिच्या तब्बेतीची काळजी घेत असत. नामदेवही वरवर तिला पाहावयास पिंपरीला येत असे. तिची सेवाशुश्रूषा करण्यासाठी एक आया नामदेवने घरी ठेवली होती. पण तिची तब्बेत दिवसेंदिवस ढासळतच चालली होती. अधू झालेल्या पायामुळे ती लंगडायला लागली होती. ऊर्मिला व नारायणने पिंपरीला जाण्याचे ठरवले. नारायण व ऊर्मिलाने संत तुकारामनगर येथील पिंपरीच्या घरात मुक्काम गेला. दुसऱ्या दिवशी नारायणचा धाकटा भाऊ लक्षा व त्याची बायकोही तिथं आली.

दादानं कादंबरी लिहिली आणि ती प्रकाशित झाल्याचे लक्षानं आईला सांगितले. पण आईला काही कळत नव्हते. अर्धांगवायूमुळे तिचा डावा हात व उजवा पाय निकामी झाला होता. तिची जीभ वळत नव्हती. तिला सारखे विस्मरण व्हायचे. दुसऱ्याने काही बोललेले तिला कळत नव्हते. स्मृतीच्या मेंदूच्या पेशी मृतवत झाल्या होत्या. त्यामुळे तिला बोललेले काहीच समजायचे नाही. कधी कधी नकळत काही गोष्टी कळायच्या. ती फार आठवायचा प्रयत्न करायची. वृद्धापकाळामुळं तो आजार बरा होणं कठीण झालं होतं.

"ही बघ कादंबरी," असं म्हणून नारायणने तिच्या पुढे पुस्तक धरले. तिने पुस्तक हातात घेतले. गुळगुळीत कव्हरवरून तिने हळूवार हात फिरवला. "हे बघ, तू बाजारात राहिली होतीस. तुझं जीवन यात मांडलेलं हाय, सावित्राबाईनं पोरं बाकड्यावरच सांभाळली हे यात लिहिलंय!"

नारायणने हे तिला सांगताच आई गालात खुद्कन हसली. त्यात काहीतरी लिहिलेलं आहे हे तिला जाणवलं होतं. परंतु त्यावर ती तिचे विचार व्यक्त करू शकत नव्हती. बोलायला बघायची पण तिची जीभ जड झालेली.

"हे बघ, बघ दादाने हे पुस्तक लिहिलंय," लक्षा तिला मायेने सांगत होता.

आईने क्षणभर लक्षाकडे पाहिले. लक्षालाही ती ओळखू शकत नव्हती. लक्षाची बायको तिच्या मख्ख चेहऱ्याने पाहत राहिली.

ऊर्मिलाने तोपर्यंत पोहे तयार केले. सगळ्यांना एकेक प्लेटमध्ये वाढले. सगळ्यांनी नाष्टापाणी उरकला. शकूने भाजीच्या पाट्या उचलल्या आणि चारचाकी ढकलगाडीवर ठेवल्या. तिला भाजी विकायला जायचे होते. तिचा मुलगा रमेश हा सर्व उरकून कॉलेजला गेला. मेघा ही थोरली मुलगी कामानिमित्त बाहेर निघून गेली.

"मी थोड्या वेळाने जाणार आहे," असं लक्षाने नारायणला सांगितलं.

"का? थांबणार नाहीस का?" नारायण.

"नाही. मला घरात काही कामं आहेत." लक्षा.

"ठीक आहे! पण तू आईवर लक्ष ठेवायला अधून-मधून येत जा." नारायण.

"तू थांबणार आहेस का?" लक्षा.

"नाही, मला पण निघावं लागणार आहे," नारायण म्हणाला. लक्षा काहीच बोलला नाही. सगळ्यांचा नाष्टा झाला होता. लक्षा व त्याची बायको आकुर्डीला निघून गेली. लक्षाने आकुर्डीला घर घेतले होते. तिथं तो भाजीचा धंदा करायचा. अधून मधून चायनीज फास्ट फूडची गाडीही लावायचा. टेलिफोनचा बूथही त्याने धंद्यासाठी मांडला होता.

दुपार झाली. ऊर्मिलाने व नारायणने मुंबईला जाण्याची तयारी केली. इतक्यात रमेश दुपारी कॉलेजवरून आला.

"आम्ही निघतोय, आजीवर लक्ष ठेव!" नारायण.

"हं," असा रमेशने हुंकार दिला. तोपर्यंत शकू भाजीच्या गाडीवर भाजी विक्रीचा संत तुकारामनगर चौकात धंदा करत बसलेली होती.आईला सांभाळण्याकरिता नामदेवने  सलमाबाई ही वृद्ध आया ठेवली होती. तिचं जेवण-खाण आईच्याच खोलीत व्हायचं. आईला ती हिडीस-फिडीस करायची पण तिला कामावरून काढून टाकणं शक्य नव्हतं. आईचा सांभाळ कुणी करायचा, हा प्रश्न होता. ऊर्मिला व नारायणने सलमाबाईला आईवर देखरेख करण्याचे सांगून ते दोघेही मुंबईला निघून आले.

एके दिवशी मुंबईला मेघाचा फोन आला.

"दादा, मी बोलतेय मेघा"

"काय, बोल," नारायण.

"मला लग्न करायचंय!" मेघा. नारायण हे ऐकून क्षणभर थांबला.

"कुणाबरोबर?"

"आमच्या शेजारीच एक मुलगा आहे."

"तो काय करतोय?"

"त्याची टमटम आहे, तो ती चालवतो,"

"त्याचे आई-वडील कुठे असतात?"

"गावाला."

"कुठल्या गावाला?"

"वऱ्हाडात आहे."

"हे त्याच्या कुटुंबीयांना ठाऊक आहे का?"

"हो." हा संवाद दोघांचा चालू होता.

“कधी लग्न करणार?”

“फेब्रुवारी महिन्यात!”

“म्हणजे तू आम्हाला न विचारताच हे स्थळ ठरवलंस काय?” असे नारायणने विचारताच मेघा क्षणभर गप्प राहिली. ती निरुत्तर झालेली आहे हे ऐकताच नारायणने होकार दिला.

“आम्ही तुझ्या लग्नाला अवश्य येऊ. निश्चित तारीख फिक्स करा नि कळवा,” असे नारायणने उत्तर दिले.

“ठीक आहे, तसं मी तुम्हाला कळवते,” असं म्हणून मेघाने फोन बंद केला. सहा सिटस्च्या रिक्षाला पुण्यात टमटम म्हणतात.

फेब्रुवारीच्या तिसऱ्या आठवड्यात मेघाचे लग्न ठरले. लग्न आळंदी देवळाजवळच्या एका हॉलमध्ये करायचे निश्चित झाले. या लग्नाला लक्षा आणि त्याची बायको उपस्थित राहिली नाही. त्याला हा आंतरजातीय विवाह मनापासून आवडला नव्हता. बाकी नामदेव, नारायण, काळू, बाळू हे सपत्निक मुलाबाळांसमवेत लग्नाला उपस्थित राहिले. नामदेवने तिला संसारासाठी लागणारी स्टीलची भांडी घेऊन दिली. नारायण व ऊर्मिलाने सुवर्णहार तथा नीलकमलने सुवर्णफुलेही लग्नात भेट म्हणून दिले.

नारायणने हा आंतरजातीय विवाह असून देखील विरोध केला नाही. लग्न वैदिक पद्धतीने पार पडले. मेघाचा नवरा शिरीष हा सणगर समाजाचा. दोघांचा आंतरजातीय विवाह झाला. लग्नकार्य सोहळा संपल्यानंतर प्रत्येकजण आपआपल्या घरी जाण्यासाठी निघाले. तत्पूर्वी सगळ्यांचे फोटो काढण्यात आले.

हे लग्न उरकल्यामुळे सगळ्या भावंडांना एक दिलासा मिळाला. कारण मेघाचा बाप हा दारूच्या व्यसनापायी जीव हाकनाक घालवून बसला होता. वरमाईला देखील कृत्यकृत्य झाल्यासारखे वाटले. एका मोठ्या जबाबदारीतून आपण पार पडलो असं नारायणला वाटू लागलं. सगळी भावंडं आपापल्या बायका पोरांना घेऊन आपआपल्या घरी निघून गेली. आईला तिथपर्यंत आणणे शक्य नव्हते. म्हणून तिला तिथं कुणीच आणण्याचे धाडस केले नाही. तिच्या धाकट्या नातीचं लग्न मात्र उरकलं होतं. मेघाने संत तुकारामनगरमध्ये भाड्याची खोली घेऊन तिचा संसार थाटामाटात मांडला.

एक वर्षानी मेघाला मुलगा झाला. गोरागोमटा, गोजिरवाणा. सावित्राबाईला परतुंड झालं होतं. मुंबईला नीलकमलला दोन मुलं झाली होती. एक मुलगा आणि एक मुलगी. ती एकूण तीन परतुंडाची पणजी झाली होती.

सावित्राबाईला एकूण आठ मुलं झाली होती. एक लहानपणीच गेलं होतं. ईश्वर हा तान्हा असतानाच वारला. नारायण, नामदेव, दगडू, लक्षा, काळू, बाळू ही तिला उरलेली सहा मुलं. दगडू दारूपायात जीव गमावून बसला होता. उरली पाच मुलं! एक मुलगी गंगी. तिचं लग्न होऊन तिला साताऱ्यात दिलेली. सहा मुलांची लग्न

झाल्यानंतर एकूण झाल्या आठ सुना. लक्षाने एका बायकोबरोबर घटस्फोट घेतला होता. ती झाली वजा. आणखी त्याने दोन बायका केल्या होत्या. एकूण सतरा नातवंड झाली. १० मुले व ७ मुली अधिक तीन परतुंडे. पाच मुले अधिक एक मुलगी म्हणजे २०+६ = २६+७ = ३३ जणांच्या कुटुंबातील एक जावई व दुसरा नातजावई वगळता ती आई मालकीण झाली होती.

मुलांचा बाप भाऊ, मुलांना जन्म देऊन वजा झाला होता, नाहीतर कुटुंबाची एकूण बेरीज पस्तीस झाली असती. मुंबईच्या गिरगावच्या फूटपायरीवर राहिलेल्या सावित्राबाईच्या संसाराचा हा रगाडा होता. ज्याने त्याने आपआपले घर विकत घेतले होते. आईबापांची मुलांना कुठलीही इस्टेट, प्रॉपर्टी नव्हती. 'होटेल में खाना और फूटपाथ पे सोना' अशा अवस्थेत जगलेली ही मुलं आपआपल्या संसारात रममाण झाली होती.

आईनं धारावीची खोली बावीस हजार रुपयांना विकून तिनं दगडू व लक्षाच्या संसाराला हातभार लावला होता. नारायणला ही गोष्ट तिने कळू दिली नव्हती. अन् नारायणनेही याबद्दल काही हरकत घेतली नव्हती. थोरला मुलगा असल्याचा त्याने अविर्भाव कधी दाखवला नव्हता. सगळं कुटुंब हिंदू म्हणूनच जगत होतं. तसेच त्यांच्यावर संस्कार झाले होते. मुसलमानांच्या सारखीच ह्या घरात औलाद वाढलेली होती. फूटपायरीवर जगलेल्या त्या मुलांनी स्वकर्तृत्वावर स्वत:च्या जिंदगीचा गाडा चालवला होता. फक्त त्यांना त्यांच्या आईची साथ मिळाली होती, त्यांच्या कपाळी टिळा लावण्याइतपत त्यांना शेतजमिनीचा एखादा ढेकूळही उरलेला नव्हता.

पुण्याहून राजू बोरीवलीला आला. राजू हा ऊर्मिलाचा तीन नंबरचा मामेभाऊ. ऊर्मिला घरात स्वयंपाक करत बसली होती. खांद्यावर लटकवलेली बॅग त्याने सोफ्यावर टाकली.

"काय रे कसा काय आलास?" ऊर्मिलाने कानोसा घेऊन विचारले.

"सहज आलो, तुमच्याकडं काम हाय!"

"कसलं काम?"

"पैशाचं!"

"कशाला पैसे हवेत?" ऊर्मिलाने विचारले.

नारायण दुसऱ्या सोफ्यावर वर्तमानपत्र चाळत बसला होता. तोही राजूकडे पाहू लागला. "मला घोरपडीला भाड्यानं खोली घ्यायचीय, त्याचं तीन हजार रुपये डिपॉझीट भरायचंय!" ऊर्मिला व नारायण गप्पच होते.

"म्हातारा लय तरास देतोय!"

"कोण मामा?"

"व्हय."

चांगुणामामी बाल्कनीतून घरात आली. तिने हे सगळं कान टवकारून ऐकलं होतं. ऊर्मिला परत स्वयंपाकघराकडे गेली. चांगुणामामीही तिच्या पाठोपाठ गेला. नारायण व राजू घराबाहेरच सोफ्यावर बसलेले.

"काय ग मामी, हा पैसे मागतोय?"

"देऊन टाका, म्हातारा लई तरास देत असल!"असं चांगुणामामी लेकाला पैसे देण्याकरिता विनवत होती. "माझ्याजवळ तर पैसे नाहीत," चपात्या लाटता लाटता ऊर्मिला मामीला म्हणाली. "नीलकमलला विचारा?" मामी हळूच बोलली.

हे ऐकताच ऊर्मिलाने नीलकमलला फोन केला. चपात्याचं लाटणं मामीच्या हातात दिलं. मामी चपात्या लाटू लागल्या. ऊर्मिलाचं व नीलकमलचं फोनवर बोलणं झालं. "माझ्याजवळ तर पैसे नाहीत, नीलकमलकडून घेऊन देते," असं ऊर्मिला राजूला म्हणाली. राजूने हे ऐकले व तो नारायणकडे पाहू लागला. "तू परत पैसे कधी देणार?" नारायणने विचारले. "देतो पंधरा दिवसात" असं राजू नारायणला म्हणाला. इतक्यात नीलकमल पैसे घेऊन आली. ती शेजारीच राहत होती.पैशाचे पुडके तिने राजूमामाच्या हातात दिले.

राजूने ते हसत हातात घेतले. घडीभर तो थांबला. पैसे हातात मिळताच त्याची नजर चलबिचल झाली. "मी निघतो,मला लौकर जायचंय!"

"का रे जेवून जा ना!"

"नको, जेवायला. मी दुसऱ्याचं काम हातात घेतलेलं आहे," एवढं बोलून तो बॅग उचलून चालायला लागला.

पैसे मिळाल्याबरोबर तो निघून गेला. पैसे पंधरा दिवसात त्याने परत केलेच नाहीत किंवा तसा त्याने मुंबईला फोनही केला नाही.

झिपरे गुरुजींचा वाल्ह्याहून अचानक फोन आला. नारायण घरातच होता. टेलिफोनची घंटी वाजत होती. नारायणने फोन उचलला "बागडे आहेत का?" "हो,मी बागडेच बोलतोय."

"मी झिपरे गुरुजी बोलतोय."

"काय काम आहे?" नारायण.

"अहो, काल मामा गाडीखाली जीव द्यायला गेला होता. पिऊन तर्राट झाला होता. त्या नशेत तो जीव द्यायला गेलेला." फोनवर आवाज येत होता.

"मग?" नारायण.

"मी त्याला जाऊन आणला. माझ्या घरी ठेवलाय. त्याची खाण्याची आबाळ होतेय! चांगुणामामींना पाठवून द्या!"

"ठीक आहे," म्हणून नारायणने फोन खाली ठेवला.

नारायणने ही सर्व हकीगत ऊर्मिलाला व चांगुणामामींना सांगितली. चांगुणामामींना वाल्ह्याला पाठवण्याचा बेत दोघांचा ठरला व त्यांना वाल्ह्याला धाडले.

नारायण घरी काही टपालांची पत्रं चाळत बसला होता. त्यावेळेस घरी कुणीच नव्हतं. संध्याकाळच्यावेळी त्यांच्या घरची बेल वाजली. नारायणने दरवाजा उघडला.

"अरे डांगळे तुम्ही!"

"हो आलो इकडे! या विभागात काम होतं म्हणून! तुमच्याकडे चक्कर टाकाविशी वाटली!" असं म्हणत ते गृहस्थ घरात आले व स्थानापन्न झाले.

"काय घेणार?"

"मला काही नको, सहज आलो होतो. कसं काय तुमचं लेखन चाललेलं आहे?"

"ठीक चाललंय! हे बघा राष्ट्रपतींचं पत्र वाचत बसलो होतो." ते पत्र डांगळेना दाखवले.

"तुमचे हार्दिक अभिनंदन! अहो, मोठ्या लोकांची तुम्हाला पत्रे येतात." असं म्हणून डांगळेनी नारायणशी हस्तांदोलन केले व पुढे म्हणाले,

"पण खरंच फारच वाईट गोष्ट घडली हो!" "फारच वाईट! आपल्या हातात काय आहे?" नारायण हताश मनाने म्हणाला.

"तुम्हाला ताबडतोब सुचलं तरी कसं?" डांगळेंना त्या पत्राबद्दल उत्सुकता लागली होती.

"त्याचं काय झालं डांगळे, आपल्या कार्यालयात २६ जानेवारी २००१ राजी सकाळी झेंडावंदनाचा कार्यक्रम होता. तिथं सांस्कृतिक कार्यक्रमात मला हिंदी कविता सादर करण्यास सांगण्यात आले होते. त्याप्रमाणे मी कारगील युद्धावर कविता सादर केल्या होत्या. त्याचवेळेस अचानकपणे जमीन हादरल्यासारखे झाले होते. परंतु तिथं मला काही जाणवलं नाही.

कार्यक्रम संपल्यानंतर मी घरी आलो व टी.व्ही.चं बटण दाबलं. बातम्या सुरू झाल्या. गुजरातमधील भूज, भडोच भागात प्रचंड भूकंप झाला होता आणि असे धक्के वरचेवर बसत होते. २६ जानेवारीला नटून थटून गेलेली छोटी छोटी निष्पाप चारशे बालकं गाडली गेली. सगळी पडझड झाली, काही इमारती धडाधड फोसळल्या. कितीतरी मुडदे पडले. सगळीकडे आकांडतांडव माजलं. जी बालकं ज्या प्रेरणेने तमाम मातांनी पाठवली, तीच बालकं ह्या हिंदमातेनंच का गिळावीत? त्या मात्यापित्यांचे काय हाल झाले असतील!

त्यांचे भयद्रावक कारुण्य पाहून माझे मन व्यथित झाले व त्या दिवसापासून मी भूकंपावर एक एक कविता लिहिली. २६ जानेवारीनिमित्त २६ कविता लिहून

राष्ट्रपतींना पाठविल्या. त्यांचे मन द्रवून गेले होते. त्यांनी चार दिवसात ह्या भूकंप कवितेबद्दल तत्काळ प्रशंसापत्र लिहिले व माझ्या लेखनासाठी शुभेच्छाही दिल्या आणि ह्या प्रत्येक कविता लिहितांना माझे अश्रू मात्र ओघळत होते.''

अशी पूर्ण हकीगत नारायणने डांगळेना कथन केली. डांगळे हे आयकर निरीक्षक होते. ते नारायणचे चाहते होते. नारायणचं लेखन त्यांना आवडायचं!

''खरंच... तुम्हाला प्रतिभा आहे, म्हणून तुम्ही लिहू शकता.''

''माझी प्रतिभा काय कामाची? माझ्या शब्दातून जर
अडीअडचणींच्या लोकांना मदत मिळत असेल,
त्यातून काही रचनात्मक कार्य घडत असेल तरच त्या
प्रतिभेची किंमत आहे. कारण प्रतिभा ही
संवेदनशील असते तर वास्तविकता ही संघर्षमय असते.''

''परंतु राष्ट्रपतींनी तुमच्या कवितासंग्रहाची
प्रशंसा करणं व लेखनासाठी शुभेच्छा देणं
हे देखील कितीतरी महत्त्वाचं आहे,'' डांगळे नारायणला सांगत होते.

''ते खरं आहे, निदान माझ्या पत्राची त्यांनी
दखल घेतल्यामुळे .... तमाम भूकंपग्रस्तांची
दखल घेतल्यासारखेच मला वाटले,'' असं नारायण डांगळे यांना म्हणाला.

''हा काव्यसंग्रह प्रसिद्धीस द्या!'' असे डांगळे म्हणाले.

''पाहू या पुढे,'' नारायण उद्गारला.

''ठीक आहे मी निघतो, तुमच्यामुळे राष्ट्रपतींचे पत्र वाचायला मिळाले,'' असं म्हणून डांगळे निघून गेले.

नारायणने ते राष्ट्रपतींचे पत्र संग्रहात जपून ठेवले. मात्र त्याला मनातून भूकंपाचे धक्के जाणवतच होते.

पिंपरीवरून दि. २२ जुलै २००२ रोजी शकूच्या मुलाचा, रमेशचा फोन आला. नारायणच्या पाठीमागे सगळे व्यापच लागले होते. त्याने फोनचा रिसिव्हर उचलला.

''हॅलो, कोण बोलतंय?''

''मी रमेश, पिंपरीहून बोलतोय?''

''बोल.''

''आजी गेली,'' असे रमेश तुटक तुटकच बोलला.

''कधी?'' नारायणने घाईत विचारले.

''आज सकाळी आठ वाजता.''

"ती कुठंय?"

"यशवंतराव चव्हाण इस्पितळात!"

"खरं म्हणतोस काय?"

"होय."

"तुम्ही ताबडतोब निघून या." रमेश घाईघाईने सांगत होता.

"ठीक आहे." असा सुस्कारा सोडत नारायणने फोनवर सांगितले व फोन बंद केला.

"काय हो काय झालं?" घरातूनच ऊर्मिलाने विचारले!

"आई गेली..."

"कधी?"

"आज सकाळी."

आई सकाळी आठ वाजता गेली. त्याला तासाभराने नऊ वाजता फोन आला होता.

"आपण तत्काळ जाऊया," ऊर्मिलाने लगबगीने सांगितले.

नारायणच्या डोळ्यांतून अश्रू ओघळत होते. ऊर्मिला त्याच्याकडे सुन्न होऊन पाहायला लागली. "तुम्ही निघायची तयारी करा." नारायणला काहीच सुचत नव्हते. ऊर्मिला त्याला धीर देत होती. पुण्याला जायची तयारी दु:खदायक अवस्थेत दोघांनी केली. गाडी पकडून ते तात्काळ दादरला आले.

"आपण इथंच काही पुष्पहार, अगरबत्त्या, कापूर, फुले, अबीर इत्यादी साहित्य घेऊ या," असं ऊर्मिला क्रियाकर्माचे भान ठेवून नारायणला सांगत होती.

नारायणला काहीच सुचत नव्हते. त्याच्या डोक्यांत किडे पडले होते. भान हरपल्यासारखे झाले होते. ऊर्मिला सर्व सामान खरेदी करत होती. तिनं सोबत पत्रावळ्याही घेतल्या. ते सामानाचं बोचकं घेऊन दोघांनी एशियाड पकडून पुणे गाठले. पुण्याहून ते वल्लभनगरला पोहोचले. प्रेत घरी आणलेलं नव्हतं.

आई गेल्याची बातमी वाऱ्यासारखी पसरली. आईचे माहेरचे नातेवाईक पोहोचले होते. आईचा धाकटा भाऊ, थोरल्या भावाचा मुलगा विजू, तिच्या बहिणीची मुलगी चंद्रा, आपल्या मुलांना व नवऱ्याला घेऊन उपस्थित होती. नारायणचा मावस भाऊ प्रमोद आला होता. त्याने त्याच्या बहिणीला, कल्पनाला नगरला फोन करून बोलावून घेतले होते. तीही डॉक्टर होती. चंद्राचा मुलगाही डॉक्टर व दुसरा इंजिनियर. प्रमोदची बायको शारदाही आली होती.

नारायणचा दुसरा मावसभाऊ अरविंद हा ही इंजिनियर होता. तो गुजरातमध्ये असल्यामुळे त्याची बायको आली होती. ऊर्मिलाचा दोन नंबरचा मामेभाऊ ढग्या उपस्थित राहिला. मैतीचं सर्व सामान आणायचं होतं. तो लगबगीनं सगळ्या कामात

सहकार्य करीत होता. नारायणचा दुसरा कुबड्या मावसभाऊ शशीही आला होता.

काळू व ढग्याने जाऊन प्रेत शववाहिकेतून घरी आणले. नारायणही मदतीला होताच. क्रियाकर्म उरकण्यासाठी जंगमाची आवश्यकता असते. तो सापडेना म्हणून ढग्या नारायणला घेऊन पिंपरी व काळेवाडीत फिरकला. एका जंगमाचा शोध लागला. त्याला सर्व हकिगत सांगितली. त्याने ह्या कार्याला येण्याचे कबूल केले.

संध्याकाळ होत चालली होती. बाळू आला नव्हता. नामदेव, लक्षा, काळू बायकांसमवेत पोहोचले होते. इतक्यात गंगीही मुलाबाळांसमवेत नवऱ्याला घेऊन आली. आईला या अवस्थेत पाहून लेकीनं हंबरडा फोडला. "आई, दादा आला, दादा आला. दादाशी बोल की गं," असा हंबरडा गंगीनं फोडला. जवळच्या आयाबाया तिची समजूत काढत होत्या. तिला रडू आवरत नव्हते. सगळी मुलं धाय मोकलून रडत होती. नारायण साश्रूनयनांनी बहिणीजवळ उभा होता.

मैतीचं सामान नातेवाईकांनी आणलं. तिरडी बांधली. आईच्या धाकट्या भावाने बहिणीसाठी नवी कोरी साडी आणली. मैतीची बांधाबांध झाली. भावाने बहिणीला आणलेली साडी आईच्या प्रेताला गुंडाळली. प्रेत करकचून बांधले. शेवटची आरती झाली. गुलाल, अबिरांनी, फुलं, पुष्पहार चढवून आईला सजवली. तिच्या तोंडात सोन्याचा मणी घातला. तो तिनं स्वकष्टाच्या कमाईनं शकूजवळ करून ठेवला होता. तिला कुठल्याही मुलाच्या कष्टाची कमाई नको होती. तिला स्वावलंबनाने जगायचे होते. ती स्वावलंबनानेच जगली होती. आणि ती स्वावलंबनानेच तिला मरायचे होते.

बाळू न आल्यामुळे प्रेत स्मशानभूमीत नेण्याचे थांबले होते. त्याला फारच वेळ झाला होता. रात्र होत होती. लोक कुजबुज करायला लागले. शेवटी प्रेत घेऊन जाणे भाग होते. अगरबत्त्या, गोवऱ्या टाकून तिला काडी पेटवून तिपाईवर रचलेलं मडकं नारायणच्या हातात दिलेलं. अगरबत्त्यांचा दर्प सगळीकडे पसरू लागला. प्रेत शववाहिकेतून स्मशानभूमीकडे निघाले.

पिंपरीला स्मशानभूमीत गेल्यानंतर कळले तिथे लाईटच नव्हती. विद्युतपुरवठा नसल्यामुळे डिझेलच्या विद्युत दाहिनीवर कसे ठेवायचे, हा प्रश्न होता. नारायणने एका नातेवाईकाला सांगितले. चहापाणी देतो असे तेथील कर्मचाऱ्यांना सांगा. मेलेल्या टाळूवरचे लोणी खाणाऱ्यांना तो हतबलतेने पाहत होता. नाईलाज होता.

थोड्याच वेळात लाईट आली. दिवे लागले. डिझेलवरची विद्युतवाहिनी सुरू झाली. आईचे प्रेत विद्युतवाहिनीकडे ठेवण्यात आले. परत रडारड सुरू झाली. शेवटी त्या प्रेताचे पाय धुतले.

नातेवाईकांनी नारायणला कपडे काढून आंघोळ करायला सांगितले. पाण्याने भरलेले एक मडके डाव्या खांद्यावर घ्यायला लावले. त्याने तसे केले. नातेवाईक काय काय सांगतात तसे त्याला ऐकावे लागत होते. त्याला प्रेताभोवती तीन

प्रदक्षिणा घालायला लावल्या. एकाने पाठीमागून मडके फोडले, त्या मडक्यातून बदाबदा पाणी नारायणच्या अंगावर गळायला लागले. ओलाचिंब झाल्यामुळे नारायणला थंडी वाजून येत होती. नाईलाज होता. सगळे क्रियाकर्म पार पाडावयाचे होते.

विद्युत दाहिनीचा दरवाजा उघडला गेला. प्रेत त्याच्यावर ठेवले. कर्मचाऱ्याने दरवाजा बंद केला, व विजेचे बटण दाबले. आई क्षणातच अनंतात विलीन झाली. कवटी फुटल्याचा आवाज विद्युतदाहिनीवर ऐकायला आला नाही. जंगमाने सगळ्या नातेवाईकांना सावडायसाठी व दुःखवट्यासाठी घरी यायला सांगितले. सगळे नातेवाईक आईच्या घरी आले.

तिसऱ्या दिवशी सावडायचे ठरले होते. त्या दिवशी सर्व नातेवाईक स्मशानभूमीत जमले. नारायणला आंघोळ करून दशपिंडी कार्यासाठी जंगमाजवळ थांबायला लागले. तो आईच्या आत्म्याच्या शांतीचे होमहवन करत होता. न्हावी मिळत नव्हता.

ढग्याने न्हाव्याला शोधून आणला. नारायणचे केस पाण्याने धुतले, व वस्तरा खराखरा फिरवून त्याच्या डोक्यावरील केस काढून तुळतुळीत चमनगोटा केला. शेंडी ठेवू का नको, असे न्हाव्याने विचारल्यावर ढग्यानं शेंडी ठेवा असं सांगितलं. नारायणची वस्तऱ्याने हजामत केल्यावर शेंडी ठेवली. सगळे क्रियाकर्म झाल्यावर सर्व नातेवाईक त्याच्या चमनगोट्याकडे पाहत होते. 'शान'मधल्या कुलभूषण खरबंदासारखा तो तुळतुळीत डोक्यावरून हात फिरवायला लागला. बापाच्या वेळेला त्याने टक्कल करून घेतले नव्हते आणि विरोध करण्याचे त्याला भानही नव्हते. नारायणचा दुःखी चेहरा ओशाळल्यासारखा दिसत होता.

जंगमाचं सर्व दशपिंडीचे अंतिम कार्य उरकल्यानंतर नातेवाईकांना घरी जायची घाई होती. जंगमने सांगितले दुखवट्याचा कार्यक्रम पिंपरीच्या घरात होणार आहे. खांदेकऱ्यांना जेवण घालावयाचे होते.

स्मशानभूमीत आईच्या हाडांची राख झालेली तिथल्या कर्मचाऱ्याने बांधून ठेवली होती. त्याला चहापाण्याला पैसे दिल्यावर त्याने अस्थी नारायणाच्या हातात दिल्या. त्या अस्थींचे गाडगे घेऊन जवळच्याच मुळा-मुठा नदीत सोडायचे असा बेत होता. पण गंगी रडायला लागली. आळंदीला घेऊन जायचं अन् इंद्रायणीच्या नदीत सोडायचं हे बोलली! काळूने तिचे म्हणणे ऐकले. तेव्हा ती रडायची थांबली.

काळू व गंगीला नामदेवने सुमो गाडीने इंद्रायणीकडे धाडले. नारायण लांबूनच त्या अस्थींच्याकडे सुन्न मनाने पाहत होता. इंद्रायणीच्या पावन नदीत ज्ञानेश्वरांचे आईवडील जिथे लयाला गेले, त्याच नदीत सावित्राबाईच्या अस्थी समर्पित झाल्या. विठ्ठलपंतांची चार मुलं अविवाहित राहिली. त्यांनी विश्वएकात्मतेचे कार्य जगासाठी इथूनच केले होते.

जिने आयुष्यात नुसतेच काबाडकष्ट केले, नवऱ्याचा जाच सहन केला, मुलांचा

संसार थाटून दिला, त्यांना मुलंबाळं झाली, त्यांचा संसार तोंडभरून पाहिला, दारिद्र्याची तमा तिने कधीच बाळगली नाही. अगदी मर्दासारखे तिने कष्ट केले, हाल सोसले, नातवंड, परतुंडांची तोंड तिनं पाहिली, मुलांना चांगली वर्तणूक शिकविली, त्यांना स्वाभिमानानं जगायचं शिकवलं. लोभ, मोह, माया, मत्सर, द्वेष ह्या पंचदोषांना स्वीकारून जिने ह्या पंचमहाभुतात राहायला शिकवलं, भाजीचं गटुळं विक्रीसाठी डोक्यावर वणवण घेऊन फिरणारी व संसाराच्या ओझ्यांच्या बोचक्यानं दबलेली भारतीय बहिष्कृत श्रमिकांची ही इंडियन मदर संसारातून मुक्त झाली होती.

आईचं बारावं उरकलं होतं. "मुंबईला जायचं आहे ना!" ऊर्मिला नवऱ्याला विचारीत होती. "होय जायचंय!" निराश मनाने नारायणने उत्तर दिलं.

"तुम्ही कसली चिंता करता, जे व्हायचं ते झालं!

दु:ख करीत बसलात तर कसं व्हायचं! आपल्याला मुंबईला जायची तयारी करायला पाहिजे," असं ऊर्मिला नारायणला म्हणाली.

"अगं आपण किती अतिसामान्य माणसं, त्या अतिसामान्य स्त्रीनं मला जन्म दिला म्हणून तू माझ्या पदरी पडलीस!"

"होय, पण अतिसामान्य परिस्थितीतून सामान्य व्हायला आपल्याला आयुष्याची तीस वर्षे घालवावी लागली!" ऊर्मिला नारायणला समजुतीच्या स्वरात सांगत होती. "होय, ते देखील खरेचं आहे; तू मला साथ दिलीस म्हणून आपण इथपर्यंत पोहोचलो!"

"तुम्ही आयुष्यभर समाजसेवा केलीत, दुसऱ्याच्या मदतीला वेळोवेळी धावलात, मी तुम्हाला वेळोवेळी सहकार्य केले!"

"होय तू माझ्या खांद्याला खांदा दिलास... ऊर्मे, तुला खरं सांगू कां - अतिसामान्य जे सामान्य होतात व दुसऱ्यासाठी जीवन जगायला शिकतात तीच माणसं मनानं मोठी असतात."

"अहो, आपण कुठले मोठे? जगात जे थोर लोक आहेत त्यांचाच आदर्श आहे म्हणून तर जग..."

नारायणने तिचे अर्धे वाक्य तोडले व तो बोलू लागला, "अगं जगात थोरांची संख्या फार कमी आहे. जी कुटुंबं दुसऱ्यासाठी जगतात, त्यांना जगवतात, परोपकार करतात, सदाचाराने लोकांना वागवतात, दुसऱ्याला वेळप्रसंगी मदतीचा हात देतात ती कुटुंब मनानं मोठी असतात आणि ह्यावरच सहाशे कोटींचं हे जग चाललेले आहे."

"तुम्ही जगाचं बोलतायं खरं, पण आपल्याला मुंबईला जायचंय -- हे विसरू नका," ऊर्मिला नवऱ्याला म्हणाली.

"ठीकंय, मग बांध आपलं बोचकं,—"

"बोचकं कशाला? सुटकेस आणलीय की!" ऊर्मिला म्हणाली.

◆